തഥാഗതന്റെ പാതയിലൂടെ

thathagathante pathayilude
travelogue
•
p k m c
•
first edition
october 2015
•
typesetting
dbh overbridge, TVPM
•
published
chintha publishers, thiruvananthapuram
•
printed at
Repro India Ltd, Mumbai.
•
cover
cover story
•
price
rupees one hundred and thirty only

Rights reserved

വിതരണം
ദേശാഭിമാനി ബുക്ക് ഹൗസ്
H O തിരുവനന്തപുരം-695 035
phone: 0471-2303026, 6063026
www.chinthapublishers.com
chinthapublishers@gmail.com

ബ്രാഞ്ചുകൾ
ഹെഡ്ഡാഫീസ് ബ്രാഞ്ച് കുന്നുകുഴി • സ്റ്റാച്യു തിരുവനന്തപുരം • കെ എസ് ആർ ടി സി ബസ് സ്റ്റേഷൻ ആലപ്പുഴ • കെ എസ് ആർ ടി സി ബസ് സ്റ്റേഷൻ എറണാകുളം • ചിറ്റൂർ റോഡ് എറണാകുളം • മച്ചിങ്ങൽ ലെയിൻ തൃശൂർ • ഐ ജി റോഡ് കോഴിക്കോട് • മാവൂർ റോഡ് കോഴിക്കോട് • എൻ ജി ഒ യൂണിയൻ ബിൽഡിങ് കണ്ണൂർ • സെൻട്രൽ ബസ് ടെർമിനൽ കോംപ്ലക്സ് താവക്കര കണ്ണൂർ

CO - 2254 / 3737

തഥാഗതന്റെ പാതയിലൂടെ

യാത്രാവിവരണം

പി കെ എം സി

ചിന്ത പബ്ലിഷേഴ്സ്
തിരുവനന്തപുരം-695 035
വില: ₹ 130

പി കെ എം സി (പി കെ മോഹനചന്ദ്ര കുമാർ)

1947 സെപ്തംബർ 26 ന് തിരുവനന്തപുരത്ത് ജനനം. മാതാപിതാക്കൾ പരേതരായ പാറുക്കുട്ടിഅമ്മ, ജി കൃഷ്ണപിള്ള. കവടിയാർ സാൽവേഷൻ ആർമി ഇംഗ്ലീഷ് ഹൈസ്കൂളിൽ വിദ്യാഭ്യാസം. ഇൻഡസ്ട്രിയൽ ട്രെയിനിങ് ഇൻസ്റ്റിറ്റ്യൂട്ടിൽ നിന്നും പഠനം പൂർത്തിയാക്കിയ ശേഷം പോസ്റ്റൽ ഡിപ്പാർട്ട്മെന്റിൽ ജോലിയിൽ പ്രവേശിച്ചു.

സർവ്വീസിലിരിക്കെ തൊഴിലാളി യൂണിയൻ നേതൃനിരയിൽ (NFPE) പ്രവർത്തിച്ചിരുന്നു.

2007 സെപ്തംബർ 30 ന് തിരുവനന്തപുരം RMS ലെ ഔദ്യോഗിക ജീവിതത്തിൽനിന്നും വിരമിച്ചു.

സിന്ധുദേശം, വിജയനഗരം മുതൽ വിജയാപുരം വരെ, കലിങ്ഗം വംഗം പർവ്വതം എന്നീ യാത്രാവിവരണ ഗ്രന്ഥങ്ങളുടെ കർത്താവാണ്.

തിരുവനന്തപുരം ഗ്രാമസേവാ സമിതി ഗ്രന്ഥശാലയുടെ സെക്രട്ടറിയായും സെൻട്രൽ ഗവൺമെന്റ് പെൻഷനേഴ്സ് അസോസിയേഷൻ (CGPA) തിരുവനന്തപുരം ജില്ലാ സെക്രട്ടറിയായും പ്രവർത്തിച്ചു വരുന്നു.

ഭാര്യ : പത്മകുമാരി അമ്മ
മക്കൾ : രശ്മി മോഹൻ, രവി മോഹൻ
വിലാസം : രശ്മി ഭവൻ, GSSNRA 214,
NCC റോഡ്, പേരൂർക്കട,
തിരുവനന്തപുരം 695 005
Phone : 0471 - 2439710, 9249434445
email : pkmckumar@gmail.com

ഉള്ളടക്കം

പ്രസാധകക്കുറിപ്പ്

ഭാരതം ലോകത്തിനു നല്കിയ മഹത്തായ സംഭാവനകളിലൊന്നാണ് ബുദ്ധദർശനം. ബുദ്ധദർശനത്തിന്റെ കരുത്തിൽ ബ്രാഹ്മണ പൗരോഹിത്യത്താൽ നയിക്കപ്പെട്ട ഹൈന്ദവമതവും അതിന്റെ ജീർണ്ണിച്ച കൊത്തളങ്ങളും ഒരിക്കൽ തകർന്നടിഞ്ഞു. ശൂദ്രന് അറിവും അക്ഷരവും നിഷേധിച്ച തത്ത്വശാസ്ത്രത്തിന് ബുദ്ധദർശനത്തിനുമുന്നിൽ കാലിടറി. ഗൗതമബുദ്ധന്റെ ജീവിതം രൂപപ്പെട്ട ഇടങ്ങൾ തീർത്ഥാടന കേന്ദ്രങ്ങളാണിന്ന്. തഥാഗതന്റെ പാതയിലൂടെ പി കെ എം സി നടത്തിയ യാത്രകളാണ് ഈ പുസ്തകത്തിൽ. ശ്രാവസ്തിയും കപിലവസ്തുവും ലുംബിനിയും വൈശാലിയും നളന്ദയും ബോധ്ഗയയും സാരാനാഥുമെല്ലാം കാവ്യസൗന്ദര്യം തുളുമ്പുന്ന പേരുകൾ മാത്രമല്ല ചരിത്രം പേറുന്ന ഇടങ്ങൾ കൂടിയാണ്. ഓരോ യാത്രയും ഒരന്വേഷണമാണ്. യാത്രികന്റെ കണ്ണുകൾ വായനക്കാരന്റെ മനസ്സാകുന്നിടത്താണ് യാത്ര എഴുത്ത് സാർത്ഥകമാകുന്നത്. അത്തരത്തിൽ സാർത്ഥകമായ ഈ കൃതിയിലൂടെയുള്ള യാത്രയിലേക്ക് വായനക്കാരെ ക്ഷണിക്കുകയാണ്.

ചിന്ത പബ്ലിഷേഴ്സ്

ഗ്രന്ഥകാരന് പറയാനുള്ളത്

യാത്ര ഏത് ചരിത്ര, സാംസ്കാരിക ഭൂമികയിലേക്കാകണമെന്ന് ആലോചിച്ചിരിക്കുമ്പോൾ യാദൃച്ഛികമായാണ് ശ്രാവസ്തിയും കപില വസ്തുവും കടന്നുവന്നത്. അസ്ത്രമേറ്റ് പിടഞ്ഞുവീണ പക്ഷിയെ ശുശ്രൂഷിച്ച് മരണത്തിൽനിന്ന് രക്ഷിച്ച സിദ്ധാർത്ഥനും പക്ഷിയെ അമ്പെയ്തു വീഴ്ത്തി വിനോദിച്ച ദേവദത്തനും. ആരാണതിന്റെ അവകാശി എന്ന തർക്കത്തിൽ ന്യായപക്ഷത്തുനിന്ന ശുദ്ധോധന രാജാവും കഥാപാത്രങ്ങളായ പഴയ ബാലപാഠം വീണ്ടും ഓർമ്മയിൽ തെളിഞ്ഞു. പണ്ടെങ്ങോ കൈമോശം വന്ന അമൂല്യനിധി തിരികെ വന്നുചേർന്നെന്നപോലെ, ജാതകകഥകളിൽമാത്രം വായിച്ചറിഞ്ഞ ആരണ്യങ്ങളും ആരാമങ്ങളും ആശ്രമങ്ങളും കോട്ടകളും കൊട്ടാരങ്ങളും വശ്യാകർഷകമായപോലെ, അംഗുലീമാലനും അമ്രപാലിയും കാത്തിരിക്കുന്നതുപോലെ.

"നീ നിന്റെ ദീപമാകുക, ധർമ്മത്തെ ദീപമാക്കുക, നിന്നെത്തന്നെ ശരണം പ്രാപിക്കുക". ദുഃഖമാണ് ജീവിതത്തിലെ മൗലിക യാഥാർത്ഥ്യമെന്ന് ഉപദേശിച്ച ബുദ്ധൻ. നിരീശ്വരവാദപരമായ ദർശനങ്ങൾ ലോകത്തിനു സംഭാവനചെയ്ത ബുദ്ധൻ.

ശൂദ്രൻ വേദവാക്യം ശ്രവിച്ചുപോയാൽ അവന്റെ ചെവിയിൽ ഈയവും അരക്കും ഉരുക്കിയൊഴിക്കണമെന്നും വേദവാക്യം ഉദ്ധരിച്ചുപോയാൽ അവന്റെ നാവരിയണമെന്നും വേദവാക്യം ധരിച്ചുപോയാൽ അവനെ വധിക്കണമെന്നും വിധിയെഴുതിയിരുന്ന ബ്രാഹ്മണ പൗരോഹിത്യത്തിനെതിരെ തർക്കിക്കാനും കാരുണ്യം പ്രായോഗികമാക്കാനും ശ്രമിച്ച ലോകത്തിലെ ഏറ്റവും മഹാനായ ചിന്തകനും ഭൗതികവാദിയുമായിരുന്ന ശ്രീബുദ്ധൻ, താൻ ഭഗവാനോ അവതാരമോ അല്ല എന്നു പ്രഖ്യാപിച്ച ബുദ്ധൻ. അദ്ദേഹം ബുദ്ധമതം സ്ഥാപിച്ചില്ല. ബുദ്ധസംഘങ്ങൾ സ്ഥാപിച്ച് മാർഗ്ഗദർശിയായി. ബുദ്ധൻ പിൻഗാമിയെ നിശ്ചയിച്ചില്ല,

സംഘനേതാക്കളെ നിശ്ചയിച്ചില്ല, സംഘങ്ങളുടെ ഏകോപനവും ആവശ്യപ്പെട്ടില്ല. മനുഷ്യജാതിയിൽപ്പെട്ടവർക്കെല്ലാം ബുദ്ധസംഘത്തിൽ അംഗത്വം നല്കി. അനുയായികൾ ഭരണാധികാരികളായില്ല. ഭരണാധികാരികൾ അനുയായികളായി.

വൈദികനേതൃത്വത്തെയും പുരോഹിതരെയും ശ്രീബുദ്ധൻ വെറുത്തില്ല, അവരെ തിരുത്താൻ ശ്രമിച്ചു; അഹിംസാമാർഗ്ഗം ഉപദേശിച്ചു, യാഗങ്ങളും ജന്തുബലിയും നിരർത്ഥകമെന്ന് വാദിച്ചു.

ശ്രീബുദ്ധനു ശേഷമാണ് അവതാരകഥകൾ ജനിക്കുന്നതെന്ന് ചരിത്രപണ്ഡിതർ. ബ്രാഹ്മണ, വൈദിക മേധാവിത്വത്തിനെതിരെ വൈതരണികൾ ഉയർത്തിയ ബുദ്ധനെ അവർ അവതാര പുരുഷനാക്കി. തങ്ങൾക്കുമാത്രം അവകാശപ്പെട്ട യാഗ, ബലികർമ്മങ്ങളിൽനിന്നും അവർണ്ണ, ദൈത്യസമൂഹത്തെ പിന്തിരിപ്പിക്കാൻ അവതരിച്ച മഹാവിഷ്ണുവാണ് ശ്രീബുദ്ധൻ എന്നുവരെ കഥകളുണ്ടാക്കി, ശ്രീബുദ്ധനെ ദൈത്യധ്വംസകനാക്കി.

അന്തരാത്മാവിനെ അടുത്തറിഞ്ഞ ശാസ്ത്രജ്ഞനാണ് ശ്രീബുദ്ധൻ എന്ന് ഓഷോ. ഗവേഷണം ധ്യാനത്തിലൂടെയായിരുന്നു. നിദ്രയിലാണ്ട ബോധത്തെ നിവർത്തി ഉയർത്തിയത്രേ, ഉണർത്താൻ ഉപദേശിച്ചുവത്രേ ശ്രീബുദ്ധൻ.

അസ്തമയത്തിന്റെ, മരണത്തിന്റെ പ്രതീകമായ മഞ്ഞവസ്ത്രം ധരിക്കാൻ ബുദ്ധൻ സന്ന്യാസികളെ ഉപദേശിച്ചു. അനിവാര്യമായ മരണം അടുത്തുവെന്ന ബോധം ഒരുവനെ ഉണരാനും ഉണർത്താനും ഉപകരിക്കുമെന്ന് ബുദ്ധൻ. ഉണർന്നിരുന്നു പ്രവർത്തിക്കുവാൻ ബുദ്ധൻ അനുയായികളോടാവശ്യപ്പെട്ടു.

ബ്രാഹ്മണരാണ് ശ്രേഷ്ഠരെന്നും അവർ ബ്രഹ്മാവിന്റെ മുഖത്തുനിന്നും ജനിച്ച ഔരസപുത്രരാണെന്നും ബ്രഹ്മദേവന്റെ അവകാശികളാണെന്നും അവർക്കുമാത്രമേ 'മോക്ഷം' ലഭിക്കുകയുള്ളൂവെന്നും വാദിച്ച അശ്വലായനനെ ബുദ്ധൻ തിരുത്തിയതിങ്ങനെ:

> ബ്രാഹ്മണ പത്നികൾ ഋതുമതികളാകുന്നു, ഗർഭം ധരിക്കുന്നു, പ്രസവിക്കുന്നു, സന്താനങ്ങളെ മുലയൂട്ടുന്നു. ഇതു സത്യമാണെങ്കിൽ മറ്റു ജാതികളിൽനിന്ന് വ്യത്യാസമെന്ത്? ശ്രേഷ്ഠമെന്ത്? ബ്രാഹ്മണേതരർ മോഷണം, വ്യഭിചാരം, അസത്യഭാഷണം, നാസ്തികത എന്നിവ അനുവർത്തിച്ചാൽ നരകത്തിലേക്ക് പോകുന്നതുപോലെ ബ്രാഹ്മണർ പോകില്ല എന്നാണോ? ബ്രാഹ്മണർ ചന്ദനം, സാലം മുതലായ ഉത്തമ വൃക്ഷങ്ങളുടെ അരണി കടഞ്ഞുണ്ടാക്കുന്ന അഗ്നിയും ചണ്ഡാലൻ, നിഷാദൻ മുതലായ ജാതിയിൽപ്പെട്ടവർ അധമവസ്തുക്കൾ കൊണ്ടുണ്ടാക്കുന്ന അഗ്നിയും വ്യത്യസ്ത സ്വഭാവം കാണിക്കുന്നുവോ?

ഉപനിഷദ്കാലത്ത് ഋഷിമാർക്ക് ജാതിഭേദം ഉണ്ടായിരുന്നില്ല. *ഛാന്ദ്യോഗോപനിഷത്തിൽ* ബ്രഹ്മജ്ഞാനം സമ്പാദിക്കാൻ ഗുരുവിനെ തേടുന്ന സത്യകാമന്റെ കഥയുണ്ട്. ബ്രഹ്മചര്യം അനുഷ്ഠിക്കേണ്ട സത്യകാമന് തന്റെ ഗോത്രമേതെന്നറിയില്ല. അവൻ മാതാവിനോട് തിരക്കി "അമ്മേ, ഞാൻ ഏത് ഗോത്രത്തിൽപ്പെട്ടതാണ്"?

"കുഞ്ഞേ എനിക്കറിയില്ല". അമ്മ പറഞ്ഞു.

"ഞാൻ യൗവനത്തിൽ പലരുമായും ബന്ധപ്പെട്ടു. എന്റെ പേര് ജാബല. ആയതിനാൽ സത്യകാമ ജാബലനെന്ന് പറയുക."

സത്യകാമൻ, ഗോത്രം തിരക്കിയ ഋഷിയോട് സത്യം പറഞ്ഞു. അതിനാൽ ച്യുതനായി, ഋഷി അവനെ ഉപനയനം ചെയ്തു. വർണ്ണഭേദം അക്കാലത്ത് നിലവിലുണ്ടായിരുന്നില്ല.

എന്നാൽ വ്യാസനും ശങ്കരാചാര്യരും ജാതിഭേദത്തെ പ്രശംസിച്ചു, അരക്കിട്ടുറപ്പിച്ചു, അവർ വിധിച്ചു.

"ശൂദ്രന് ബ്രഹ്മജ്ഞാനത്തിനധികാരമില്ല, ശൂദ്രൻ, സഞ്ചരിക്കുന്ന ശ്മശാനമാണ്, അവനു സമീപംവച്ച് വേദാദ്ധ്യയനം പാടില്ല."

ഗുപ്തകാലംമുതൽ ശൂദ്രർ അടിച്ചമർത്തപ്പെട്ടുകൊണ്ടിരിക്കുന്നു.

അഗ്നിഷ്ടോമയജ്ഞത്തിൽ കൊല്ലപ്പെടുന്ന പശു സ്വർഗ്ഗത്തിൽ പോകുമെങ്കിൽ, ആ യാഗം നടത്തുന്നവൻ സ്വന്തം പിതാവിനെ വധിക്കാത്തതെന്തെന്ന് നാസ്തികനായ ചാർവ്വാക മുനി ചോദിക്കുന്നു. വേദം രചിച്ചവർ ധൂർത്തരും, വഞ്ചകരും, രാക്ഷസരും ആണെന്ന് ചാർവ്വാകൻ.

ഇതൊരു ചരിത്രഗ്രന്ഥമോ ഗവേഷണപ്രബന്ധമോ അല്ല. ആർഷസംസ്കാരമാണ് ഭാരതീയ സംസ്കാരമെന്നും പൗരാണികമെന്നാൽ ഹൈന്ദവ പുരാണമാണെന്നും, ഭാരതത്തിൽ ജനിച്ചവരെല്ലാം ഹിന്ദുക്കളാണെന്നും അവർ ശൈവരോ വൈഷ്ണവരോ തുടങ്ങിയവരാണെന്നും വിശ്വസിക്കാൻ ജനതയെ പഠിപ്പിക്കുകയും നിർബ്ബന്ധിക്കുകയും ചെയ്യുന്നയിടത്ത് ഒരു തിരുത്തൽ നിർദ്ദേശംമാത്രം. ചരിത്രപ്രസിദ്ധമായ ശ്രാവസ്തിയും കപിലവസ്തുവും ലുംബിനിയും കുശിനഗരവും വൈശാലിയും നളന്ദയും ഗയയും ബോധ്ഗയയും സാരാനാഥും ശ്രീബുദ്ധപാദ സ്പർശത്താൽ ധന്യമായ ഭൂവിഭാഗങ്ങളാണ്. കോട്ട കൊട്ടാരങ്ങളോ പടയാളികളോ ഇല്ലാതെ സാമ്രാജ്യങ്ങളെ അധീനതയിലാക്കിയ തഥാഗതൻ സഞ്ചരിച്ച പാതയിലൂടെയുള്ള എന്റെ യാത്രയിൽ എന്നെ സ്വയം തിരിച്ചറിയാനുള്ള ആഹ്വാനം, ഒരു ജിനൻ ആകൂ എന്ന ആഹ്വാനം, ഞാൻ കേൾക്കുന്നുണ്ടായിരുന്നു.

പി കെ എം സി

1

ലക്നൗവിലെ ഇമാംബ്രകൾ

ജീവിതത്തിന് ആത്യന്തികമായി ഒരർത്ഥമുണ്ടോ? ഉണ്ട് എന്നു വിശ്വസിച്ചാലും ഇല്ല എന്നു വാദിച്ചാലും ശരി; അർത്ഥം തേടുന്ന യാത്രകൾ ചിലരെ മുഗ്ദ്ധരാക്കുന്നു; ആവേശഭരിതരാക്കുന്നു.

- എം ടി

ഉത്തർപ്രദേശിന്റെ തലസ്ഥാനമായ ലക്നൗവിലേക്ക്, കേരളത്തിൽനിന്ന് നേരിട്ടു ചെന്നിറങ്ങാൻ ഭാരതീയ റെയിൽവേ കനിഞ്ഞനുവദിച്ചിട്ടുള്ള ഏക ട്രെയിൻ ആണ് 'രപ്തി സാഗർ.' ലക്നൗ റെയിൽവേ സ്റ്റേഷൻ ഒന്നാം നമ്പർ പ്ലാറ്റ്ഫോമിൽ ഞങ്ങളിറങ്ങുമ്പോൾ രാവിലെ സമയം 9.45. പ്ലാറ്റ്ഫോമിന് പുറത്തിറങ്ങി ചുറ്റും പരതി. ഞങ്ങളെ കൊണ്ടുപോകാമെന്നേറ്റിരുന്നവരെയോ വാഹനത്തെയോ എങ്ങും കാണാൻ കഴിഞ്ഞില്ല. ട്രെയിനിന്റെ സ്റ്റേഷൻ ടു സ്റ്റേഷൻ സമയ വിവരപ്പട്ടിക അതാതു സമയങ്ങളിൽ ഫോണിലൂടെ അറിയിച്ചുകൊണ്ടിരുന്നിട്ടും വരാനെന്താണമാന്തം? അടിച്ചുനനയും കുളിയും ഇല്ലാതെ രണ്ടു ദിവസം തീവണ്ടിയിൽ ഇരുന്നും കിടന്നും യാത്ര ചെയ്തതിന്റെ ബാക്കിപത്രമെന്നോണം ഞങ്ങളിൽ പലരെയും അഭയാർത്ഥികളെന്ന് തോന്നിപ്പിക്കുമായിരുന്നു. ഭാണ്ഡങ്ങളും ചുമന്ന് സ്റ്റേഷനു പുറത്തൊരു മൂലയിലെ തൂണും ചാരി ഞങ്ങൾ നിന്നു. ഗതിയില്ലാത്തവരെന്നു കരുതിയായിരിക്കാം പോർട്ടർമാരോ ടാക്സിക്കാരോ ആദ്യമൊന്നും ഞങ്ങളെ സമീപിച്ചില്ല. ഞങ്ങളുടെ നീക്കങ്ങളറിയാൻ അവർ കാത്തുനിന്നു. പയ്യെപ്പയ്യെ ക്ഷേമാന്വേഷണങ്ങളുമായി അവർ അടുത്തു. പണ്ട് പഠിച്ച പാഠാവലിയിലെ പദങ്ങൾ ചികഞ്ഞെടുത്ത് വ്യാകരണശുദ്ധിയോടെ ഞാൻ ഹിന്ദിയിൽ മൊഴിഞ്ഞു.

"ഹമേ ലേനേവാലീ ഗാഡി അഭി ആയേഗീ"

ക്ഷേമാന്വേഷകർ മടിച്ചു മടിച്ചു പിൻവാങ്ങിയെങ്കിലും ഏതാനും വാര അകലങ്ങൾ പാലിച്ച് നീക്കങ്ങൾ നിരീക്ഷിച്ചുനിന്നു.

ഞങ്ങളെ കൂട്ടിക്കൊണ്ടുപോകാനാരും എത്താത്തതിൽ അസ്വസ്ഥനായി ഞാൻ മൊബൈൽ ഫോണിലൂടെ സംസാരിച്ചു, ഉറക്കെ, ടാക്സി വാലകൾ കൂടി കേൾക്കട്ടെ എന്ന ഉദ്ദേശ്യത്തോടെ.

"മിസ്റ്റർ രൂപേഷ്, ആപ് കിധർ ഹൈ? ഹം കബ്സേ ഇധർ ഘടേ ഹൈ?"

എന്റെ ഭാഷാജ്ഞാനത്തിൽ അഭിമാനം തോന്നിയെങ്കിലും മൊബൈലിലൂടെ എത്തിയ മറുപടി വിചിത്രമായിരുന്നു.

"കുമാർ സർ, ഹം ഭീ ബഹുത് ദേർ സേ ഘടേ ഹൈ. ആപ് കഹാം ഹൈ?"

"ഹം എൻട്രൻസ് നമ്പർ വൺ കേ ബാഹർ"

"ഹം ഭീ എൻട്രൻസ് നമ്പർ വൺ കേ ബാഹർ ഹൈ"

മറുപടി കേട്ട് ഞാൻ ഞെട്ടി. ലക്നൗ റെയിൽവേ സ്റ്റേഷൻ തന്നെയല്ലേ? പ്ലാറ്റ്ഫോം നമ്പർ ഒന്നിനു മുന്നിലല്ലേ? ഒന്നുകൂടി ഉറപ്പുവരുത്തിയശേഷം രൂപേഷിനെ വീണ്ടും വിളിച്ചു. മറുപടിക്ക് മാറ്റമുണ്ടായില്ല.

'അല്ലേ, ഇത് നല്ല കൂത്ത്' ഞാൻ മനസ്സിൽ പറഞ്ഞുകൊണ്ട് തുടർന്നു. "മിസ്റ്റർ രൂപേഷ്, അയാം ജസ്റ്റ് ഇൻ ഫ്രണ്ട് ഓഫ് റെയിൽവേ സ്റ്റേഷൻ എൻട്രൻസ് നമ്പർ വൺ, വെരി നീയർ റ്റു രാം മന്ദിർ."

മുന്നിൽ ഉണ്ടായിരുന്ന ശ്രീരാമക്ഷേത്രം എന്റെ തുണയ്ക്കെത്തി, ഒരു അടയാളംകൂടി ചേർക്കാനായല്ലോ. ദേവസാമീപ്യം ശ്രദ്ധയിൽപ്പെടാതെ പോയത് അപരാധമായിത്തോന്നി.

എന്തെങ്കിലും ഒരു തീരുമാനമായിട്ടു വേണം തങ്ങളുടെ പാടു നോക്കി പോകാനെന്ന ഭാവത്തോടെ പോർട്ടർ, ടാക്സി വാലകൾ അക്ഷമരായി അപ്പോഴും അവിടെ നില്പുണ്ടായിരുന്നു. തങ്ങളുടെ ആവശ്യപ്രകാരമല്ല അവരുടെ കാത്തുനില്പെങ്കിലും ഞങ്ങളോട് അവർക്ക് അനിഷ്ടമോ അലോഹ്യമോ ഉണ്ടാകരുതേ എന്ന് ഞാൻ ആശിച്ചു.

"താങ്ക് യു കുമാർ സർ, സമഝ് ഗയാ. ഹം അഭി ആയേംഗേ" രൂപേഷിന്റെ കൺഫർമേഷൻ.

"വണ്ടി ഉടൻ എത്തും" എന്നോടൊപ്പമുള്ളവരെ ഞാൻ ആശ്വസിപ്പിച്ചു.

രാമമന്ദിറിന്റെ വെണ്ണക്കൽച്ചുവരിൽ ശ്രീരാമന്റെയും ഭക്തഹനുമാന്റെയും രൂപങ്ങൾ കൊത്തിവച്ചിരുന്നു, ശിംശപാവൃക്ഷത്തണലിൽ ഇരിക്കുന്ന വിരഹിണിയായ സീതയുടെ രൂപവും.

കാത്തിരിപ്പിന് വിരാമമിട്ട് വാഹനമെത്തി; ട്രാവ്ലർ.

"കുമാർ സേർ", വാഹനത്തിൽ നിന്നു പുറത്തിറങ്ങിയ ചെറുപ്പക്കാരൻ ആരോടെന്നില്ലാതെ സംബോധന ചെയ്തുകൊണ്ട് ഞങ്ങളുടെ നേർക്ക് വന്നു. ഞാൻ മുന്നോട്ടുചെന്ന് സ്വയം പരിചയപ്പെടുത്തി. ഫോണിലൂടെയും ഇ-മെയിലിലൂടെയുമുള്ള പരിചയമേ ഞങ്ങൾ തമ്മിലുള്ളൂ.

രൂപേഷിനൊപ്പം ഒരു മദ്ധ്യവയസ്കനുമുണ്ടായിരുന്നു. എക്സിക്യൂട്ടീവ് സ്റ്റൈലിൽ വസ്ത്രധാരണംചെയ്ത, കറുത്ത കണ്ണടവച്ച ഒരു സുമുഖൻ.

"യേ ഹൈ മിസ്റ്റർ കീർത്തി ഷാ, മേരാ സീനിയർ" രൂപേഷ് തന്റെ കമ്പനിയിലെ മേലുദ്യോഗസ്ഥനെ ഞങ്ങൾക്കു പരിചയപ്പെടുത്തി. ഉയരം കുറയ്ക്കാതെ കീർത്തി ഷാ ഞങ്ങൾക്ക് കൈ തന്നു.

ഉപചാരങ്ങൾക്കൊപ്പം വാഹനത്തിനുള്ളിലും ഡിക്കിയിലും പെട്ടി പ്രമാണങ്ങൾ കയറ്റുന്ന തിരക്കിലായിരുന്നു സഹയാത്രികർ. ഞാനും അവർക്കൊപ്പം ചേർന്നു. ടാക്സിവാലകൾ അപ്പോഴും പിരിഞ്ഞു പോയിരുന്നില്ല. അവരിൽ രണ്ടുപേർ ഞങ്ങളുടെ ഭാരമുള്ള പെട്ടികൾ ട്രാവ്ലറിനുള്ളിൽ വയ്ക്കാൻ സഹായിക്കുന്നുമുണ്ടായിരുന്നു.

വണ്ടി നീങ്ങാൻ തുടങ്ങവെ സാധാരണക്കാരായ ആ ടാക്സി ഡ്രൈവർമാർ കൈകൾ വീശി ഞങ്ങൾക്ക് യാത്രാമംഗളം നേർന്നത് അതിശയത്തോടെ ഞങ്ങൾ സ്വീകരിച്ചു. നീരസഭാവത്തിനു പകരം അവരുടെ വദനങ്ങൾ പ്രസന്നമായിരുന്നു.

ലക്നൗവിലെപ്പോലെതന്നെ ഇന്ത്യയിലെ ഒട്ടുമിക്ക നഗരങ്ങളിലും ഹൃദ്യമായ പെരുമാറ്റമാണ് സാധാരണക്കാരിലും സാധാരണക്കാരായ ടാക്സി, റിക്ഷാ തൊഴിലാളികളിൽനിന്നും പോർട്ടർമാരിൽനിന്നുമൊക്കെ എനിക്ക് അനുഭവവേദ്യമായിട്ടുള്ളത്. ഉപചാര വാക്കുകളോ വിനയപ്രകടനങ്ങളോ കുറഞ്ഞുപോയിട്ടുണ്ടാവാമെങ്കിലും അപഹാസമോ, മുറുമുറുപ്പോ, പരുഷമായ വിലപേശലുകളോ നേരിടേണ്ടി വന്നിട്ടില്ല എന്നത് അടിവരയിട്ട് രേഖപ്പെടുത്താതെ വയ്യ. നമ്മുടെ നാട്ടിലെ ടാക്സി, ഓട്ടോ, കയറ്റിറക്കു തൊഴിലാളികൾ തൊഴിൽ മേഖലകളിൽ സൃഷ്ടിക്കുന്ന അലോസരങ്ങൾ നിസ്സാരമല്ലല്ലോ. അനുഭവങ്ങളുടെ വെളിച്ചത്തിൽ മറുനാട്ടിലെത്തുന്ന മലയാളി 'ചൂടു പാൽ കണ്ട പൂച്ച'യെപ്പോലെ പെരുമാറുന്നത് സ്വാഭാവികമാണ്. റെയിൽവേ സ്റ്റേഷനിലോ ബസ് സ്റ്റാന്റിലോ ചെന്നിറങ്ങുമ്പോൾ നമുക്കരികിലേക്കോടിയെത്തുന്ന ടാക്സി ജീവനക്കാരിൽനിന്നും ഹോട്ടൽ റൂം ഏജന്റുമാരിൽനിന്നും ഒഴിഞ്ഞു മാറാനുള്ള പ്രവണത മനഃപൂർവ്വമല്ലെങ്കിലും എന്നിലും ഉണ്ടാകാറുണ്ട്.

ട്രാവ്ലർ ലക്നൗവിലെ പ്രധാന റോഡിലൂടെ ഓടിക്കൊണ്ടിരിക്കവെ ഡ്രൈവർക്കൊപ്പം മുൻസീറ്റിലിരിക്കുകയായിരുന്ന രൂപേഷ് റോഡിനിരുവശങ്ങളിലുമുള്ള വലിയ സ്ഥാപനങ്ങളെ പരിചയപ്പെടുത്തുകയായിരുന്നു. ഹിന്ദി ഭാഷയിൽ സംസാരിച്ചതിനാൽ പൂർണ്ണമായി ഉൾക്കൊള്ളാൻ പ്രയാസപ്പെട്ടു. നിർത്തിനിർത്തി സംസാരിപ്പിക്കാനായി "സാവ്ധാൻ സേ, സാവ്ധാൻ സേ ബോലിയേ" എന്ന് ആവശ്യപ്പെട്ടിട്ടും ഫലമുണ്ടായില്ല. ബീഹാർ സംസ്ഥാനത്തിലെ ഹാജിപ്പൂർ ജില്ലക്കാരനായ രൂപേഷിന്റെ മാതൃഭാഷ 'മൈഥിലി'ക്ക് ഹിന്ദിയുമായി അല്പം അകല്ച്ചയുണ്ട്. ഇംഗ്ലീഷ് അറിയാമെന്നയാൾ അവകാശപ്പെട്ടിരുന്നുവെങ്കിലും അതൊരിടത്തും പ്രയോഗിച്ചും കണ്ടില്ല.

രൂപേഷിന്റെ മുതിർന്ന ഉദ്യോഗസ്ഥൻ കീർത്തി ഷാ വലിയ ഗൗരവക്കാരനാണെന്ന് തോന്നിപ്പിച്ചു. സഫാരി വേഷവും മുഖത്തെ കറുത്ത കണ്ണടയും മുഖച്ഛായയും അധോലോക നായകൻ ദാവൂദ് ഇബ്രാഹിമിനെ അനുസ്മരിപ്പിക്കുന്നുവെന്ന് എന്റെ മകൾ സൂചിപ്പിച്ചപ്പോൾ മറ്റുള്ളവർ അത് ശരിവച്ചു. കീർത്തി ഷാ ഗുജറാത്തിലെ വഡോദര ജില്ലക്കാരനാണ്.

അമിനാബാദ് റോഡിലെ ചെറിയ കവലയാണ് 'നാകാഹിന്ദോള'. അവിടെ 'ദീപ് അവധ്' ഹോട്ടലിലാണ് ഞങ്ങൾക്കുള്ള താമസമൊരുക്കിയിരിക്കുന്നത്. ചരിത്രസ്മാരകങ്ങളുടെ കെട്ടും മട്ടും അവകാശപ്പെടാവുന്ന ഒരു ഹോട്ടൽ. പൗരാണികതയുടെ തിരുശേഷിപ്പെന്നോണം ഹോട്ടലിന് അവധെന്ന പേര് ചാർത്തിയതിലൂടെ ചരിത്രത്തിലേക്കൊരു തിരിഞ്ഞു നോട്ടത്തിന് സാദ്ധ്യതയേറുന്നു.

ഗംഗാതടങ്ങളിൽ രൂപംകൊണ്ട പതിനാറു ജനപദങ്ങളിലൊന്നാണ് 'അവധ്. ഉത്തർപ്രദേശ് സംസ്ഥാനത്തിൽപ്പെടുന്ന അംബേദ്കർ നഗർ, ബാഹ്റയ്ച്ച്, ബൽരാംപൂർ, ബാരാബങ്കി, ഫൈസാബാദ്, ഗോൺട്, ഹരിദ്വാർ, ലക്കിംപൂർ, ലക്നൗ, ശ്രാവസ്തി, സീതാപൂർ എന്നീ പ്രദേശങ്ങൾ അവധ് ജനപദത്തിൽപ്പെട്ടതാണ്. 1722 മുതൽ ഈ രാജ്യം ഫൈസാബാദ് തലസ്ഥാനമാക്കി നവാബുമാരുടെ ഭരണത്തിൻകീഴിലായിരുന്നു. ബ്രിട്ടീഷുകാർ ഇതിനെ 'യുണൈറ്റഡ് പ്രോവിൻസ് ഓഫ് ആഗ്ര ആന്റ് അവധ്' എന്നു പേരിട്ടു. സ്വാതന്ത്ര്യാനന്തരം ഉത്തർപ്രദേശ് എന്ന സംസ്ഥാനമായി; ലക്നൗ ഇതിന്റെ തലസ്ഥാനവും.

ലക്നൗ അറിയപ്പെട്ടിരുന്നത് 'സിറ്റി ഓഫ് നവാബ്സ്' എന്നാണ്. ഇന്ത്യയുടെ 'ധാന്യ അറ' എന്നും ഒരു കാലത്ത് വിശേഷിപ്പിക്കപ്പെട്ടിരുന്നു. ഗംഗയ്ക്കും യമുനയ്ക്കും ഇടയിലെ ഫലഭൂയിഷ്ഠമായ മണ്ണ് കൃഷിയെ സമ്പന്നമാക്കുന്നു.

ലക്നൗ ഉത്തരേന്ത്യയുടെ 'സാംസ്കാരിക തലസ്ഥാനം' എന്ന പദവിയും അവകാശപ്പെടുന്നു. സംഗീതോപകരണങ്ങളായ തബലയും സിത്താറും ലോകത്തിനു സംഭാവന ചെയ്ത നാട്.

ദീപ് അവധിലെ കമനീയാലംകൃതമായ സ്വീകരണ മുറിയിലെ ഹംസതൂലികാസോഫകളിൽ ഞങ്ങൾ വിശ്രമിക്കവെ മുറികൾ അലോട്ട് ചെയ്യുന്നതിനുള്ള നടപടികൾ നീണ്ടു. രജിസ്റ്ററിലെ കുത്തിക്കുറിക്കലുകളും അഭിമുഖവുമെല്ലാം ഹിന്ദിയിൽ മാത്രം. ഇംഗ്ലീഷ്, ഇംഗ്ലീഷ് എന്ന് അവരെ ഓർമ്മിപ്പിക്കുന്നുണ്ടായിരുന്നുവെങ്കിലും 'മദാമ്മ'യെപ്പോലെ വസ്ത്രം ധരിച്ച് ചുണ്ടു ചുവപ്പിച്ചു നിന്നിരുന്ന റിസപ്ഷനിസ്റ്റ് സുന്ദരിയോ മാനേജർ സുന്ദരനോ അത് പരിഗണിക്കാതെ രാഷ്ട്രഭാഷയിൽത്തന്നെ പടവെട്ടി. മുലയാം സിങ്ങിന്റെ നാട്, മകൻ അഖിലേഷ് സിങ്ങിന്റെ ഭരണം. കേരള മുഖ്യമന്ത്രി ഇ കെ നായനാരുടെ കാലത്ത് അദ്ദേഹത്തിനു ലഭിച്ച കത്തിടപാടുകൾ ഹിന്ദിയിലായിരുന്നതും അവയെല്ലാം അതേപോലെ മുലയാം സിങ്ങിന് മടക്കി അയച്ചു വിവാദമായതും ഓർമ്മ വന്നു.

ഗൗതമ ബുദ്ധന്റെ പാദസ്പർശത്തിലൂടെ കീർത്തിപെറ്റ ഭൂവിഭാഗ

ങ്ങൾ കാണാനിറങ്ങിത്തിരിച്ചവരാണ് ഞങ്ങൾ. ശ്രാവസ്തിയിൽ തുടങ്ങി സാരാനാഥിൽ അവസാനിക്കുന്ന പരിക്രമണം. ഇനിയുള്ള 8 രാത്രികളും ഒമ്പതു പകലുകളും ചരിത്രമുറങ്ങുന്ന ഗ്രാമ, നഗരങ്ങൾ തേടിയുള്ള യാത്ര. ക്ഷേത്രങ്ങളും വിഹാരങ്ങളും ചൈത്യങ്ങളും സ്മാരകങ്ങളും തേടിയുള്ള യാത്ര. കുട്ടിക്കാലത്ത് പാഠപുസ്തകങ്ങളിലും ജാതക കഥകളിലും വായിച്ചു പരിചയിച്ച ശ്രാവസ്തിയും കപിലവസ്തുവും ലുംബിനിയും വിദേഹവും കുശനാരയും വൈശാലിയും നളന്ദയും ഗിരിവ്യജവും ഉരുവേലയും ബോധ്ഗയയും സാരാനാഥും വാരണാസിയും ചുറ്റി അലഹബാദിലെ പ്രയാഗിലെത്തിനില്ക്കുന്ന യാത്ര. ഞങ്ങൾക്കുള്ള വാഹനവും താമസ സൗകര്യവും ഏർപ്പാടാക്കിയിരിക്കുന്നത് ഡൽഹിയിലെ ഒരു ട്രാവൽ ഏജൻസിയാണ്. അതിന്റെ പ്രതിനിധികളാണ് രൂപേഷ്കുമാറും കീർത്തി ഷായും. മേലുദ്യോഗസ്ഥനെന്ന വ്യാജേന കാഴ്ചകൾ കാണാനിറങ്ങിക്കൂടിയിരിക്കുകയാണ് കീർത്തി ഷാ. ഈ സഞ്ചാരധാര തയ്യാറാക്കിയതിൽ ട്രാവൽ ഏജൻസിക്ക് ഉത്തരവാദിത്വമില്ല. രൂപേഷിനും കീർത്തിക്കും ഈ റൂട്ട് പരിചിതവുമല്ല. ഇരുവരും കന്നിക്കാർ അഥവാ കാണികൾ.

കുളിച്ച് വസ്ത്രം മാറിയപ്പോൾ എന്തെന്നില്ലാത്ത ഉന്മേഷം തോന്നി. ഞങ്ങളെ കൊണ്ടുപോകാൻ ട്രാവ്ലർ എത്തി. രൂപേഷ് ട്രാവ്ലറിന്റെ മുൻസീറ്റിലും കീർത്തി ഏറ്റവും പിറകിലെ സീറ്റിലും സ്ഥാനം പിടിച്ചിരിക്കുന്നു. അയാൾ സീനിയറാണെങ്കിലും 'ഓസ്' അല്ലേ; അതുകൊണ്ടായിരിക്കാം പിൻസീറ്റ്.

റോഡിൽ വലിയ തോതിൽ ജനസഞ്ചാരമുണ്ടായിരുന്നില്ല. മനുഷ്യൻ വലിക്കുന്ന റിക്ഷകളും കുതിരകൾ വലിക്കുന്ന റിക്ഷകളും ഇടയ്ക്കിടെ കാണാം. അമിനാബാദ് പരിസരത്തെങ്ങാനും ഉച്ചഭക്ഷണത്തിനനുയോജ്യമായ ഹോട്ടൽ തേടുകയായിരുന്നു ഞാൻ. ഹോളി പ്രമാണിച്ചുള്ള അവധിയായതിനാലാകാം പല ഹോട്ടലുകളും അടഞ്ഞുകിടന്നിരുന്നു. ദക്ഷിണേന്ത്യൻ വിഭവങ്ങളുള്ള ഹോട്ടലേതെങ്കിലും കണ്ണിൽപ്പെടേണമേ എന്ന് ഞാനാഗ്രഹിച്ചു. ഹോട്ടലുകൾ പരതിയ എന്റെ കണ്ണുകൾക്ക് വിധാനസൗധ (സെക്രട്ടേറിയറ്റ്) കാണാനായില്ല. നഗരത്തെക്കുറിച്ചുള്ള ഭൂമിശാസ്ത്രം രൂപേഷിനും നിശ്ചയമുണ്ടായിരുന്നില്ല.

അമിനാബാദിൽനിന്നും അശോക്മാർഗ്ഗിലേക്ക് തിരിഞ്ഞപ്പോൾ റസ്റ്റോറന്റ് കണ്ടു; ഒന്നല്ല, രണ്ട്, അതും ദക്ഷിണേന്ത്യനുകൾ, പൂർണ്ണിമയും വെങ്കിടേശ്വരനും. പൂർണ്ണിമയെ വരിക്കണമോ വെങ്കിടേശ്വരനെ സ്വീകരിക്കണമോ എന്ന് സംശയിച്ചു നില്ക്കവെ അത് തിരിച്ചറിഞ്ഞു; രണ്ടും ഒന്നുതന്നെ.

സ്വാദിഷ്ഠമായിരുന്നു ഭക്ഷണം. ചൂട് പദാർത്ഥങ്ങൾ; ബില്ലിനും നല്ല ചൂടുണ്ടായിരുന്നു.

വിവിധ സംസ്കാരങ്ങളുടെ മേളനം ലക്നൗവിൽ ദർശിക്കാം. നവാബുമാരുടെ ശക്തികേന്ദ്രമായിരുന്നു ലക്നൗ. കിഴക്ക് ബാരാബങ്കി

ജില്ലയും പടിഞ്ഞാറ് ഉണ്ണാവു ജില്ലയും തെക്ക് റായ്ബറേലിയും വടക്ക് സീതാപൂരുമാണ് അതിരുകൾ. ഗോമതിനദി വടക്കു പടിഞ്ഞാറായി ഒഴുകുന്നു.

എ ഡി 1350 മുതൽ അവധിന്റെ പല പ്രവിശ്യകളുടെയും മേല്ക്കോയ്മകൾ വിവിധ ഭരണകൂടങ്ങൾക്കായിരുന്നു. ഡൽഹി സുൽത്തനേറ്റ്, ഷാർവി സുൽത്തനേറ്റ്, മുഗളർ, അവധ് നവാബുമാർ, ഈസ്റ്റ് ഇന്ത്യാ കമ്പനി, ബ്രിട്ടീഷ് രാജ് ഇങ്ങനെ പോകുന്നു ആ അധികാര കേന്ദ്രങ്ങൾ.

ബ്രിട്ടീഷ് മേല്ക്കോയ്മക്കെതിരെ ഇന്ത്യൻ ജനത നടത്തിയ ഐതിഹാസിക യുദ്ധത്തിന്റെ സിരാകേന്ദ്രം ലക്നൗ ആയിരുന്നു. 1394 മുതൽ 1478 വരെ ഷാർവി സുൽത്തനേറ്റും തുടർന്ന് ജാൻപൂർ നവാബും അവധ് ഭരിച്ചു. 1555 ൽ ഹുമയൂൺ ഇതിനെ മുഗൾഭരണത്തിൻകീഴിലാക്കി. അപ്പോഴും നവാബുമാരുടെ കീഴിൽ സ്വതന്ത്രമായാണ് ഭരണം നിർവ്വഹിക്കപ്പെട്ടത്. നയിബ് എന്ന അറബിക് പദത്തിനർത്ഥം സഹായി എന്നാണ്. നയിബിന്റെ പൂജ്യപദമാണ് ഗവർണ്ണർ എന്ന നവാബ്.

അയോദ്ധ്യ തലസ്ഥാനമായ കോസലരാജ്യമാണ് അവധ്. ദശരഥ പത്നി കൗസല്യ കോസല രാജകുമാരിയായിരുന്നു. രാമരാജ്യം അന്ന് അഞ്ചു പ്രവിശ്യകളായി തിരിച്ചിരുന്നു. ഉത്തരകോസലം, പശ്ചിമ കോസലം, പുരാബ്രത്, ആർസർ, സില്ലിയാന എന്നിങ്ങനെ. സില്ലിയാന 'തരായി' എന്ന പേരിൽ ഇപ്പോൾ നേപ്പാൾ രാജ്യത്തിനുള്ളിലാണ്.

ഫൈസാബാദ് നഗരം നിർമ്മിച്ചത് നവാബ് സാദത്ത് അലിഖാനാണ്. 1775 ൽ അസഫ് ഉദ് ദൗള നവാബ് തലസ്ഥാനം ലക്നൗവിലേക്ക് മാറ്റി. ലക്നൗ ക്രമേണ നവാബുമാരുടെ ശക്തികേന്ദ്രമായി മാറി.

ശാക്യമുനി സിദ്ധാർത്ഥ ഗോതമൻ, അവിടത്തെ പാദസ്പർശം കൊണ്ട് ധന്യമാക്കിയ പുണ്യഭൂവിഭാഗങ്ങളിലൂടെയുള്ള യാത്രയ്ക്കിടയിലെ ഇടത്താവളം മാത്രമാണ് ലക്നൗ. ലക്നൗ നഗരത്തിലെ കോട്ട കൊട്ടാരോദ്യാനങ്ങളൊന്നൊഴിയാതെ സന്ദർശിക്കാനുള്ള ആഗ്രഹം മറ്റൊരവസരത്തിലാകാം എന്നാണ് കരുതിയിരുന്നതെങ്കിലും ഇന്നത്തെ സായാഹ്നം ഒരോട്ടപ്രദക്ഷിണത്തിലൂടെയെങ്കിലും നവാബ് നഗരത്തെ കാണാൻ പ്രയോജനപ്പെടുത്തണമെന്ന് കൂട്ടായ ആവശ്യമുയർന്നു. ഞങ്ങൾ 'ചൗക്കി'ലേക്ക് പോയി. അവിടെയാണ് ബാരാ ഇമാംബ്രായും ഛോട്ടാ ഇമാംബ്രായും. ('ബാരാ'ക്ക് ബഡാ എന്നും ഇമാംബ്രക്ക് ഇമാം ബഡാ എന്നുമാണ് പ്രാദേശിക ഉച്ചാരണം).

"ഇമാം അലിയുടെയും സയ്ദ് ഫാത്തിമയുടെയും പുത്രനും പ്രവാചകൻ മുഹമ്മദിന്റെ പൗത്രനുമായ ഇമാം ഹുസൈന്റെ പരമമായ ത്യാഗസഹനങ്ങളെ ദുഃഖത്തോടെ ഓർമ്മപ്പെടുത്തുന്ന കുടീരമാണ് ബാരാ ഇമാംബ്ര. അത് ക്രിസ്തുവർഷം 680 ഒക്ടോബർ 10 ന് കാർബലയിൽ (ഇറാഖ്) സംഭവിച്ചു.

ഇമാം ഹുസൈൻ തന്റെ കുടുംബ ബന്ധുക്കളും സുഹൃത്തുക്കളുമുൾപ്പെടെ 72 പേരെയും തന്റെ സർവ്വസ്വവും സത്യവും നീതിയും ഉയർത്തിപ്പിടിക്കാൻ സമൂല ത്യാഗംചെയ്തു.

അഴിമതിയും ക്രൂരതയും മുഖമുദ്രയാക്കി വാഴുന്ന ഭരണാധികാരിക്കെതിരെ ആത്മരോഷമുയർത്താനും മാനുഷികമൂല്യങ്ങളെ കാത്തുസൂക്ഷിക്കാനും ജനത ഉണരണമെന്ന പരിശുദ്ധ പ്രവാചകന്റെ വെളിപാടുകളായിരുന്നു ഇതിന് നിദാനമായത്. 'മുവരിയാ'യുടെ പുത്രൻ നിഷ്ഠുരനായ 'യാസിദി'ന്റെ വൻ സൈനികശക്തിക്കു നേരെ കുഞ്ഞുങ്ങളും സ്ത്രീകളുമടങ്ങിയ ഒരു എളിയ സംഘം ആത്മാഭിമാനത്തിനും മോചനത്തിനുമായി നടത്തിയ ഐതിഹാസിക സംഘർഷം.

മൂന്നു ദിവസത്തോളം അവർക്ക് ഭക്ഷണവും ദാഹജലവും നിഷേധിച്ചു. അക്കൂട്ടത്തിൽ ഇമാം ഹുസൈന്റെ ആറു മാസം മാത്രം പ്രായമുള്ള 'അലി അസ്ഗറു' മുണ്ടായിരുന്നു. ആ പിഞ്ചുകുഞ്ഞിന്റെ കണ്ഠം ശരംകൊണ്ട് തുളയ്ക്കപ്പെട്ടിരുന്നു. ദാഹജലം കിട്ടാതെ സ്വപിതാവിന്റെ കരങ്ങളിൽ കിടന്ന് അവൻ ജീവൻ വെടിഞ്ഞു. രക്തസാക്ഷികളുടെ ശിരസ്സുകൾ നിഷ്കരുണം ച്ഛേദിച്ച് കുന്തങ്ങളിൽ കോർക്കുകയും ശരീരഭാഗം സംസ്കരിക്കാതെ അലക്ഷ്യമായി വലിച്ചെറിയുകയും, അവശേഷിച്ച സ്ത്രീകളെയും കുട്ടികളെയും നിർലജ്ജം യാസിദിന്റെ വിദൂരത്തുള്ള ആസ്ഥാനത്തേക്ക് അപമാനിതരാക്കി നടത്തിക്കുകയും ചെയ്തു.

പതിമൂന്നു നൂറ്റാണ്ടുകൾക്കു ശേഷവും ലക്ഷോപലക്ഷം വിശ്വാസികളുടെയും പിൻഗാമികളുടെയും ഹൃദയങ്ങളിൽ ഇമാം ഹുസൈൻ ജീവിക്കുന്നു. രക്തസാക്ഷിത്വം ലോകമെങ്ങും ദുഃഖത്തോടെ സ്മരിക്കുന്നു.

(ഇമാംബ്ര - Imambargah)

ലക്നൗ നഗരത്തിന്റെ തിലകക്കുറിയാണ് ഈ രണ്ട് ഇമാംബ്രകളും. ലോകാത്ഭുതങ്ങളിൽ ഇടം നല്കണമെന്ന അഭിപ്രായം പല ദിശകളിൽനിന്നും ഇമാംബ്രയ്ക്കുവേണ്ടി ഉയർന്നിട്ടുണ്ട്. ഇന്ത്യയിലെ നിർമ്മാണ സാമഗ്രികൾ മാത്രമുപയോഗിച്ച് മുഗൾ വാസ്തുശൈലിയിൽ പടുത്തുയർത്തപ്പെട്ട ഈ നിർമ്മിതികളെ മോസ്ക് എന്നോ മന്ദിരമെന്നോ കൊട്ടാരമെന്നോ വിശേഷിപ്പിക്കാവുന്നതല്ല.

'റൂമി ദർവാസ'ക്കു മുന്നിലായി ഞങ്ങളിറങ്ങി. പാതയോരത്ത് ലംബത്തിൽ ഉയർന്ന ഒരു പ്രവേശന കവാടം. റോമൻ മാതൃകയായതിനാൽ റൂമി എന്നു വിളിപ്പേരുണ്ടായി. ബഡാ ഛോട്ടാ ഇമാംബ്രകൾക്കിടയിൽ ഗാംഭീര്യത്തോടെ സ്ഥിതി ചെയ്യുന്ന ഈ ദർവാസയ്ക്ക് 59 അടി ഉയരമുണ്ട്. ഇമാംബ്രക്കുള്ളിലേക്കുള്ള പ്രവേശനത്തിന് 25 രൂപയാണ് ടിക്കറ്റ് നിരക്ക്. പ്രവേശിക്കുമ്പോൾ എതിരേല്ക്കാനായി വർണ്ണവിരാജിത കുസുമങ്ങൾ തലയുയർത്തി നില്ക്കുന്ന പൂന്തോട്ടമുണ്ട്. അത്യാകർഷകമാണ് ആ ഉദ്യാനം. മഞ്ഞ, ചുവപ്പ്, ജമന്തിപ്പൂക്കൾ നിറച്ചാർത്തണിഞ്ഞ പൂവാടിക്കു പിന്നിൽ കോട്ടപോലെ ഉയർന്ന് ഒരു 'മഹൽ.' തറനിരപ്പിൽനിന്നും വളരെ ഉയർന്നുള്ള ആ മാളികയിലേക്ക് പ്രവേശിക്കാൻ ഒരറ്റം മുതൽ മറ്റേ അറ്റം വരെ നീണ്ട പടിക്കെട്ടുകളുണ്ട്. ഇമാംബ്രക്ക് മൂന്നു വാതിലുകൾ, മുകളിൽ നൂറു കണക്കിന് ജനാലകൾ, എല്ലാം ഒരേ ആകൃതിയിലും വലുപ്പത്തിലും.

റുമി ദർവാസ

പിന്നിലെ മഹൽ വെറുമൊരു പ്രവേശന കവാടം മാത്രം. അതാണ് ഇമാംബ്ര എന്ന് തെറ്റിദ്ധരിച്ചുപോയി; ആർക്കും പറ്റാവുന്ന തെറ്റ്. കവാടം പിന്നിട്ട് ഉള്ളിൽ പ്രവേശിക്കുമ്പോഴാണ് മഹാമേരുപോലെ ഉയർന്നു നില്ക്കുന്ന ഇമാംബ്ര. ബഡാ, പേരു സൂചിപ്പിക്കുന്നതുപോലെതന്നെ ഭീമൻ നിർമ്മിതി. പാദരക്ഷകൾ വെളിയിലുപേക്ഷിച്ച് ഹാളിലേക്ക് പ്രവേശിക്കവെ ഗൈഡ് എന്ന് പരിചയപ്പെടുത്തി പലരും വന്നു. അംഗീകാരമുള്ള വഴികാട്ടികളും അംഗീകാരമില്ലാത്ത സിൽബ്ബന്ധികളും. ഗൈഡിനുള്ള നിരക്കു വിവരം എഴുതി പ്രദർശിപ്പിച്ചിട്ടുണ്ട്. സന്ദർശകർ കബളിപ്പിക്കപ്പെടരുതല്ലോ. പക്ഷേ, ഏട്ടിലെ പശു മാത്രം. നിരക്ക് എന്താണെന്ന് ഗൈഡ് നിശ്ചയിക്കും. ലേലമുറപ്പിക്കേണ്ടത് നമ്മുടെ ജോലിയും. പറഞ്ഞും കാണിച്ചും നടക്കുന്നതിനിടയിൽ സ്പെഷ്യൽ ചാർജ്ജുകൾ വേറെയുണ്ടാകും.

ഇംഗ്ലീഷ് പരിജ്ഞാനമുള്ള മാർഗ്ഗദർശികൾക്ക് ഡിമാന്റ് കൂടുതലാണ്; നിരക്കും; പക്ഷേ, ആരെയും കിട്ടാനുണ്ടായില്ല. ഇംഗ്ലീഷ് വശമുണ്ടെന്നറിയിച്ചു വന്നവരേക്കാൾ ഹിന്ദിക്കാരനാണ് ഭേദമെന്ന് മനസ്സിലായപ്പോൾ ഒരു ഹിന്ദി ഗൈഡിന്റെ സേവനം 200 രൂപയ്ക്ക് ഉറപ്പിച്ചു. ഇമാംബ്രക്കുള്ളിലെ ശബ്ദകോലാഹലങ്ങൾക്കിടയിൽ ഹിന്ദിയായാലും ഇംഗ്ലീഷായാലും പുതിയ ഏതോ ഭാഷയായേ തോന്നൂ.

വലിയ ഒരു സംഭരണശാലയെപ്പോലെയോ നിക്ഷേപശാലയെപ്പോലെയോ (vaulted chamber) തോന്നിപ്പിക്കുന്ന സെൻട്രൽ ഹാളിൽ

സന്ദർശകരുടെ എണ്ണം വളരെ കൂടുതൽ ആയിരുന്നു. ശബ്ദക്രമീകരണ സംവിധാനങ്ങളൊന്നും ഇല്ലാതിരുന്നതിനാൽ ശബ്ദവീചികൾ ഭിത്തികളിൽ തട്ടിച്ചിതറി അസ്പഷ്ടാരവങ്ങളായി ഹാളിലാകെ മുഴങ്ങുന്നു. കോൺക്രീറ്റ് ഉപയോഗിക്കാതെ, കമാനങ്ങളാൽ താങ്ങി നിർത്തപ്പെട്ട മുകൾത്തട്ട് നിലത്തുനിന്നും അമ്പതടി ഉയരത്തിലാണ്. ഹാളിന് 150 അടി നീളവും 45 അടി വീതിയുമുണ്ട്. ഭീമാകാരമായ ഈ മന്ദിര നിർമ്മാണത്തിന് തടിയോ മെറ്റലോ കമ്പിയോ തീരെ ഉപയോഗിച്ചിട്ടില്ല എന്നതാണ് സവിശേഷത. ജനാല വാതിലുകൾക്കുമാത്രം തടി ഉപയോഗിച്ചിരിക്കുന്നു. ചെറിയ ഇഷ്ടികയും ചുണ്ണാമ്പുമാണ് ഭിത്തിനിർമ്മാണത്തിനുള്ള സാമഗ്രികൾ. ഹാളിന് മദ്ധ്യഭാഗത്ത് ഭിത്തിയോടു ചേർന്ന് സ്വർണ്ണ വർണ്ണാലങ്കാരങ്ങളോടെ ചെറിയ ഒരു മണ്ഡപം കണ്ടു. ഒരു പേടകം അല്ലെങ്കിൽ മിനാരത്തിന്റെ മിനിയേച്ചർപോലെ. വിശിഷ്ടമായതെന്തോ ആവാം.

ബാരാ ഇമാംബ്‌രയുടെ മുകളിലത്തെ നിലയിൽ എട്ടു ചേമ്പറുകൾ ഉണ്ട്. അവ തമ്മിൽ ബന്ധിപ്പിച്ച് 489 വാതിലുകളും. ഈ അസാധാരണ അറകൾ അടങ്ങിയ മുകളിലത്തെ നിലയ്ക്ക് 'ഭൂൽ ഭൂലയ്യ' എന്ന് പേരിട്ടിരിക്കുന്നു. അതായത് മാന്ത്രിക വിസ്മയം(Labyrinth).

ഭൂൽ ഭൂലയ്യയിലേക്കുള്ള പ്രവേശനം ഇമാംബ്‌രയുടെ ഇടതുവശത്തെ കോണിപ്പടികളിലൂടെയാണ്. ഗൈഡിന്റെ സഹായമില്ലാതെയോ ഒറ്റയ്ക്കോ അവിടേയ്ക്ക് പോകരുതെന്നാണ് ഉപദേശം. കുത്തനെയു

ബാര ഇമാംബ്‌ര

ബാര ഇമാംബ്ര ബാൽക്കണി

ള്ളതും വീതി കുറഞ്ഞതുമായ പടികൾ കയറി വേണം ഭൂൽ ഭൂലയ്യയിലെത്താൻ. ഒരേ സമയം മുകളിലേക്കും താഴേക്കും കയറി ഇറങ്ങിയവർ സഞ്ചാരം ദുസ്സഹമാക്കി. ടോർച്ചിന്റെ പ്രകാശംകൂടി ഇല്ലാതായാൽ പറയുകയും വേണ്ട. ചെറുപ്പക്കാരുടെ ആർപ്പും അട്ടഹാസവും കൊണ്ട് ആകെ ശബ്ദായമാനമായ ഭൂൽഭൂലയ്യ. ശബ്ദഘോഷങ്ങൾ ഉത്സാഹത്തിന്റെ ബഹിർസ്ഫുരണങ്ങൾ. നല്ല ഇരുട്ട്, മാന്ത്രിക സ്പർശങ്ങളിലൂടെ മാന്ത്രിക വിസ്മയം അനുഭവിക്കുന്നവർ. പടികളുടെ ഉയരക്കൂടുതൽ (Rise) നിസ്സാരമാക്കി ടീനേജുകാർ ഓടിച്ചാടി നടക്കവെ ഓൾഡേജുകാർ പിറുപിറുത്തു, "കഠിനം, കഠിനം."

ആയിരം ഇടനാഴികൾ, 489 വാതിലുകൾ, ഓരോന്നും മറ്റൊന്നിലേക്കോ മറ്റൊരു വാതിലിലേക്കോ ബാൽക്കണിയിലേക്കോ നയിക്കുന്നതായിരുന്നു. അല്പം അശ്രദ്ധയായാൽ കോണിപ്പടികൾ നമ്മെ 'വഴിപിണക്കിച്ചക്കി' കണക്കേ എങ്ങോട്ടെന്നില്ലാതെ നയിക്കും, ഒടുവിൽ വന്ന വഴി തിരിച്ചറിയാനാവാതെ നാം വട്ടം കറങ്ങും; അതാണ് ഭൂൽ ഭൂലയ്യ.

ബാല്ക്കണിയിൽനിന്ന് നഗരം വീക്ഷിക്കാം. തൊട്ടു മുന്നിലെ ഛോട്ടാ ഇമാംബ്ര തീരെ ഛോട്ടായായിക്കാണാം. ഛോട്ടാക്കു സമീപം ക്ലോക്ക് ടവർ, അതിനു പിന്നിൽ നീലച്ചേല പോലെ ഗോമതിനദി (Gomti) വസിഷ്ഠപുത്രിയാണ് ഗോമതി. പിലിഫിറ്റിൽ നിന്നൊരുങ്ങിയിറങ്ങി രാഗ ഗംഗ, ശാരദ നദികളുടെ മദ്ധ്യത്തുകൂടെ ഒഴുകി ഷാജഹാൻപുർ, ഖിരി ജില്ലകളിലൂടെ 940 കിലോമീറ്റർ പിന്നിട്ട് ഘാസിപ്പൂരിൽ ചെന്ന് ഗംഗയിൽ

ലയിക്കുന്നു. ഏകാദശി കഴിഞ്ഞ് പതിനൊന്നാം നാൾ ഗോമതിയിലിറങ്ങി മുങ്ങിയാൽ അന്നോളം ചെയ്തുകൂട്ടിയ പാപങ്ങൾ കഴുകിക്കളയാം.

ലക്നൗ നഗരത്തിന്റെ ആകാശക്കാഴ്ചകൾ കാണാൻ ഭൂൽ ഭൂലയ്യയുടെ തുറന്ന മട്ടുപ്പാവിൽ കാഴ്ചക്കാരേറെ. ടെറസും മേൽക്കൂരയും നിർമ്മിക്കാനുപയോഗിച്ച വസ്തു 'നെല്ലിന്റെ ഉമി' ആണെന്ന് അറിവ് എന്നെ അത്ഭുതപ്പെടുത്തി.

ഈ പടുകൂറ്റൻ സൗധത്തിനടിയിലൂടെ ഭൂഗർഭപാതകൾ ഉണ്ട്. ഫൈസാബാദിലേക്കും അലഹബാദിലേക്കും ഡൽഹിയിലേക്കുമാണ് ആ പാതകൾ എന്ന് വിശ്വസിച്ചുപോരുന്നു. ഗുഹാമാർഗ്ഗങ്ങൾ സുരക്ഷാ കാരണങ്ങളാൽ അടയ്ക്കപ്പെട്ടിരിക്കുന്നു. (മുന്നൂറും നാന്നൂറും കിലോമീറ്റർ ദൂരങ്ങളിൽ ഗുഹാമാർഗ്ഗങ്ങളുണ്ടെന്നത് കെട്ടുകഥ മാത്രമാണെന്ന് സമാധാനിക്കാം).

ഇമാംബ്‌രക്കു താഴെയുള്ള അറകളും കിണറും കാണിച്ചു തരുന്നതിന് ഗൈഡ് സ്പെഷ്യൽ ഫീസ് ആവശ്യപ്പെട്ടു.

ആധുനിക നിർമ്മാണ സാമഗ്രികളുടെ അഭാവമായിരിക്കാം ഇമാംബ്‌രയുടെ ഭിത്തികൾ ഇരുണ്ടും ഇളകിയും കാണപ്പെട്ടു. ശില്പങ്ങൾ ഇല്ലാതിരുന്നിട്ടും ചാതുര്യം കുറഞ്ഞില്ല. വിവിധ വർണ്ണങ്ങളിലുള്ള ശരറാന്തലുകൾ ഹാളിനെ പ്രൗഢമാക്കി. ബാൽക്കണിയിലെ ഗ്രില്ലുകൾ ഉർദു കാലിഗ്രാഫിയെ ഓർമ്മിപ്പിച്ചു.

അവധിലെ നാലാമത്തെ നവാബ് അസഫ് ഉദ് ദൗള 1784ൽ തുടങ്ങിവയ്ക്കുകയും 1791 ൽ നിർമ്മാണം പൂർത്തീകരിക്കുകയും ചെയ്ത ബാരാ ഇമാംബ്‌രക്ക് 'അസഫി ഇമാംബ്‌ര' എന്നും പേരുണ്ട്. പട്ടിണിയും ദാരിദ്ര്യവും തൊഴിലില്ലായ്മയും കൊണ്ട് ദുരിതത്തിലാണ്ടുപോയ ജനതയെ കഷ്ടപ്പാടിൽനിന്ന് കരകയറ്റാൻ നവാബിന്റെ ബുദ്ധിയിലുദിച്ചതാണ് 'ഇമാംബ്‌ര.' സമൂഹത്തിലെ താഴേക്കിടയിലുള്ളവരും മേലേക്കിടയിലുള്ളവരും 'തൊഴിലിനു ഭക്ഷണം' എന്ന വ്യവസ്ഥയിൽ അഹോരാത്രം പണി ചെയ്തുയർത്തിയതാണ് ഇമാംബ്‌രകൾ. ജോലിക്കു ഭക്ഷണം കൂലി. എന്ന പദ്ധതി ഇന്ത്യയിൽ ആദ്യം നടപ്പിൽ വരുത്തിയത് ഒരുപക്ഷേ അസഫ് ഉദ് ദൗള നവാബായിരിക്കാം. മുന്നൂറിൽപ്പരം ഭാര്യമാരെ പോറ്റേണ്ടിയിരുന്ന നവാബ് പ്രജകളുടെ കഷ്ടപ്പാടുകളറിഞ്ഞില്ലെങ്കിലേ അതിശയിക്കേണ്ടൂ.

ഇരു ഇമാംബ്‌രകൾക്കുമിടയിലെ 'റുമി ദർവാസ' കിഴക്കൻ റോമാ സാമ്രാജ്യത്തിന്റെ തലസ്ഥാനമായിരുന്ന കോൺസ്റ്റാന്റിനോപ്പിൾ നഗരത്തിൽ അക്കാലത്തു നിലവിലിരുന്ന വാസ്തു സമ്പ്രദായമനുസരിച്ചുള്ളതാണ്. ബഡാ ഇമാംബ്‌രയിൽ നിന്ന് ഛോട്ടാ ഇമാംബ്‌രയിലെത്താൻ അഞ്ഞൂറടി നടക്കേണ്ടതുണ്ട്. ഛോട്ടയ്ക്കുള്ളിലെ നിർമ്മാണം ഭാരതീയ വാസ്തുകലയനുസരിച്ചാണ്. ഛോട്ടായെ 'ഹുസൈനാബാദ് ഇമാംബ്‌ര' എന്നും പറയും. നവാബ് മുഹമ്മദാലി ഷാ (1837-42) ആണ് ഇത് നിർമ്മിച്ചത്. ശരറാന്തലുകളും നിലക്കണ്ണാടികളും സുവർണ്ണ താഴികക്കുടങ്ങളും

കൊണ്ട് കമനീയമാക്കപ്പെട്ട ഛോട്ടാ ഇമാംബ്‌രയിൽ മുഹമ്മദ് അലി ഷായുടെയും മാതാവിന്റെയും ഭൗതികശരീരങ്ങൾ അടക്കം ചെയ്തിരിക്കുന്നു.

പാദരക്ഷകൾ സൂക്ഷിക്കുന്നതിന് ചില്ലറ ചെലവുള്ളതുകൊണ്ടായിരിക്കണം സന്ദർശകർ ഇമാംബ്‌രയുടെ പൂമുറ്റം നിറയെ ചെരുപ്പ്, ഷൂസുകൾ അലക്ഷ്യമായി നിക്ഷേപിച്ചിരിക്കുന്നു. അതു കണ്ടപ്പോൾ തൂശനിലയിലെ 'സദ്യക്കൊപ്പം ലേശം കോഴിക്കാഷ്ഠം' എന്നു തോന്നി.

ഛോട്ടാ ഇമാംബ്‌രക്കു വടക്കു പടിഞ്ഞാറായി ജുമാ മസ്ജിദ് ഉണ്ട്. നവാബ് മുഹമ്മദ് അലി ഷാ 1832 ൽ തുടങ്ങി വച്ച നിർമ്മാണം പൂർത്തീകരിച്ചത് ബീഗം മാലികാ ജാനയാണ്. കലർപ്പില്ലാത്ത മുഗൾ ശൈലിയാണ് ഇതിന് സ്വീകരിച്ചിരിക്കുന്നത്. റൂമി ദർവാസയ്ക്കു സമീപം ക്ലോക്ക് ടവറും ചിത്ര ഗാലറിയും. യുണൈറ്റഡ് പ്രോവിൻസ് ഓഫ് ആഗ്ര ആന്റ് അവധിന്റെ ആദ്യ ഗവർണ്ണർ ജോർജ് കൂപ്പറിന്റെ വരവ് ആഘോഷിക്കാൻ നിർമ്മിച്ച ഈ ഘടിക ഗോപുരത്തിന് 221 അടിയാണ് ഉയരം. ഹുസൈനാബാദ് പിക്ചർ ഗാലറി നിർമ്മിച്ചത് നവാബ് അലിഷായാണ്. ഇതിന് 12 വാതിലുകൾ ഉള്ളതുകൊണ്ട് 'ബാരാദാരി' എന്നും വിളിക്കുന്നു. അവധ് നവാബുമാരുടെ പൂർണ്ണകായ വർണ്ണചിത്രങ്ങൾ പ്രദർശിപ്പിച്ചിട്ടുണ്ട്. നവാബിയൻ സംസ്കാരത്തിന്റെ പ്രതീകങ്ങളായ ഇമാംബ്‌രകളുടെ സന്ദർശന സമയം രാവിലെ 6 മണി മുതൽ വൈകുന്നേരം 5 വരെയാണ്. നഗരത്തോടൊപ്പം ഇമാംബ്‌രകളുമുണരുന്നു.

ഇമാംബ്‌രക്കു മുന്നിലെ ഷോപ്പിൽ നിരത്തിവച്ചിരുന്ന കൗതുകവസ്തുക്കളെ കൗതുകത്തോടെ നോക്കി നില്ക്കവെ രൂപേഷ് ട്രാവ്‌ലറുമായെത്തി.

ഇമാംബ്‌രയ്ക്കും റസിഡൻസിക്കുമിടയിലെ പാതയോരത്തു കണ്ട ഉദ്യാനം ശ്രദ്ധിച്ചു. സ്വാതന്ത്ര്യ സമരത്തിൽ ജീവൻ പൊലിഞ്ഞ രക്തസാക്ഷികളെ സ്മരിക്കാൻ വെണ്ണക്കല്ലിൽ തീർത്ത സ്മാരകം (Martyrs' memorial); പച്ചപ്പുല്ലു വിരിച്ച ഉദ്യാനത്തിനു നടുവിൽ ഒരു ധവളമന്ദിരം.

ബ്രിട്ടീഷ് രാജിന്റെ അവസാനത്തിന്റെ ആരംഭം (Begining of the end of British Raj); അതാണ് 'റസിഡൻസി' പറഞ്ഞുതരുന്നത്. ഇമാംബ്‌രകൾക്ക് 500 മീറ്റർ മാറിയാണ് റസിഡൻസി. ഭാരതത്തിന്റെ സ്വാതന്ത്ര്യത്തിനായി ആയുധമെടുത്തു പോരാടിയ ആദ്യ സംഭവം 1857 ജൂലായ് ഒന്നിന് ലക്നൗവിലാണ് അരങ്ങേറിയത്. (ഒറ്റപ്പെട്ട പല സംഭവങ്ങളും ഉയർത്തിക്കാട്ടി നിഷേധക്കുറിപ്പുകൾ ഉണ്ട് എന്ന കാര്യം മറച്ചുവയ്ക്കുന്നില്ല). ബ്രിട്ടീഷ് ആധിപത്യത്തിനെതിരെ സംഘടിതമായി ആയുധമെടുത്തു യുദ്ധംചെയ്ത ആദ്യ പോരാട്ടം.

റസിഡൻസിയും പരിസരവും ഏറക്കുറെ വിജനമായിരുന്നു. അഞ്ചു രൂപ പ്രവേശന ഫീസ് വാങ്ങാൻ ഒരു ഗേറ്റ് കീപ്പർ. അദ്ധ്വാനമില്ലാത്ത തൊഴിലിലേർപ്പെട്ട് മുഷിഞ്ഞുറങ്ങിയ മുഖഭാവമായിരുന്നു അയാൾക്ക്.

ഒരു ഗൈഡിനെ കിട്ടുമോ എന്ന എന്റെ അന്വേഷണത്തിന് "ഗൈഡൊന്നുമില്ല" എന്നൊറ്റ വാക്കുത്തരവും തന്ന് തന്റെ മുറിഞ്ഞുപോയ ഉറക്കത്തിലേക്ക് അയാൾ തിരിഞ്ഞു. മുന്നിലെ തറയോടു പാകിയ പാത, ഞങ്ങൾക്ക് വഴിയും വഴികാട്ടിയുമായി. ബ്രിട്ടീഷ് റസിഡൻസിയുടെ പ്രഭാ

റസിഡൻസി

വത്തിന്റെ അടയാളമായി സന്ദർശകരെയും പ്രതീക്ഷിച്ചു കഴിയുന്ന 'ഭാർഗ്ഗവീനിലയങ്ങൾ'ക്കരികിലേക്ക് ഞങ്ങൾ നടന്നു കയറി.

ലക്നൗവിന്റെ ഹൃദയഭാഗത്ത് ഗോമതീനദിക്ക് തെക്കായുള്ള ഈ മന്ദിരസമുച്ചയം 1780-1800 കാലത്ത് അവധ് ഭരിച്ചിരുന്ന നവാബ് സദത്ത് അലിഖാൻ അഞ്ചാമനാണ് നിർമ്മിച്ചത്.

1857 മേയ് പത്താം തീയതി മീററ്റിൽ കലാപം പൊട്ടിപ്പുറപ്പെട്ടിരുന്നു. 1857 ജൂലായ് ഒന്നിന് ലക്നൗവിൽ ആരംഭിച്ച യുദ്ധം 1858 നവംബർ പതിനേഴിനാണവസാനിച്ചത്. അവധിലെ നവാബ് വാജിദ് അലിഷായെ കല്ക്കത്തയിലേക്ക് കെട്ടുകെട്ടിച്ച് രാജ്യത്തിന്റെ നിയന്ത്രണം ബ്രിട്ടൻ നേരിട്ടേറ്റെടുത്തിരുന്നു. പന്നിയുടെയും പശുവിന്റെയും കൊഴുപ്പു പുരട്ടിയിരുന്ന തോക്കിന്റെ കാർട്രിഡ്ജുകൾ കടിച്ചു വലിക്കാൻ നിർബ്ബന്ധിതരായ ഏഴാം അവധ് റജിമെന്റിലെ സൈനികരിൽ മുസ്ലീം വിഭാഗവും ഹിന്ദു വിഭാഗവും ഒരേപോലെ ക്ഷുഭിതരായി. അവർ കൊളുത്തിയ കലാപത്തിന്റെ ദീപനാളം കത്തിപ്പടരുകയും ഈസ്റ്റ് ഇന്ത്യാ കമ്പനിക്ക് പരാ

ജയത്തിന്റെ കയ്പുനീര് സമ്മാനിക്കുകയും ചെയ്തു. ബ്രിട്ടീഷ് ഇന്ത്യയുടെ അധികാരകേന്ദ്രമായ 'റസിഡൻസി', വിപ്ലവസേനയുടെ അധീനതയിൽ വന്നുചേർന്നു. കമ്പനി കമാന്റർ സർ ഹെൻട്രി ലോറൻസ് വധിക്കപ്പെട്ടു. എന്നാൽ ഇന്ത്യൻ സ്വാതന്ത്ര്യ സമര ചരിത്രത്തിൽ ജ്വലിക്കുന്ന അദ്ധ്യായങ്ങൾ രചിച്ചുചേർത്തുവെങ്കിലും അന്തിമവിജയം കമ്പനിക്കു തന്നെയായിരുന്നു.

യുദ്ധത്തിന്റെ ക്ഷതം ഏറ്റുവാങ്ങിയ മന്ദിരങ്ങളുടെ ചുവരുകളിൽ വെടിയുണ്ടകൾ തുളച്ചിട്ട മുറിപ്പാടുകൾ. വിണ്ടു തകർന്ന ഭിത്തികൾ മേല്ക്കൂരകളില്ലാതെ, കാറ്റത്തും മഴയത്തും വെയിലത്തും സഹസ്രം രക്തസാക്ഷികളുടെ കദന കഥകൾ ചരിത്രാന്വേഷികളോട് മൂകമായി സംവദിക്കുന്ന കെട്ടിട ചട്ടക്കൂടുകൾ. ഡോക്ടർ ഫെയ്റേർസ് ഹൗസ്, ബ്രിഗേഡ് മെറ്റ്സ്, സാഗാസ് ഹൗസ്, കാൺപൂർ ബാറ്ററി, റിഡാൻ ബാറ്ററി, സിഖ് സ്ക്വയർ, ആന്റേർസൺ പോസ്റ്റ്, ബാൻക്വറ്റ് ഹാൾ, ഓഫീസേർസ് മെസ്സ് തുടങ്ങിയ മേൽവിലാസങ്ങളിൽ ഇന്നും അവശേഷിക്കുന്നു; അവിടെ സുഖിച്ചാനന്ദിച്ചാറാടിയിരുന്ന ദ്വരകളുടെ പേരിൽ.

റസിഡൻസി മന്ദിരങ്ങൾ 37 ഏക്കറുകളിലായി വ്യാപിച്ചുകിടക്കുന്നു. മേല്ക്കൂരകളില്ല, ജനവാതിലുകൾക്ക് കട്ടിളപ്പാളികളില്ല. ചുവരുകളിൽ തേച്ചുപിടിപ്പിച്ചിരുന്ന കുമ്മായക്കൂട്ടുകളൊട്ടു മുക്കാലും നഷ്ടപ്പെട്ട് നഗ്നപഞ്ജരങ്ങൾ കണക്കെ കാണാം. വെടിയുണ്ടകളാൽ ഭിത്തികൾ പലതും പിളർന്നിരുന്നു. ചെറിയ ഇഷ്ടികകൊണ്ട് നിർമ്മിക്കപ്പെട്ട കെട്ടിടങ്ങൾ പ്രകൃത്യാക്രമണങ്ങളെ അതിജീവിച്ച് ചരിത്ര സ്മാരകങ്ങളാകാൻ വേണ്ടി മാത്രം ഇന്നും നിലകൊള്ളുന്നു. സൂര്യനസ്തമിക്കാത്ത രാജ്യത്തുനിന്നുമെത്തിയ പ്രതാപികളും കാര്യസ്ഥന്മാരും പടത്തലവന്മാരും, തിന്നും കൊന്നും വിഹരിച്ചിരുന്ന മേടകളുടെ ഇടനാഴികളും അറകളും രഹസ്യങ്ങളുടെ സൂക്ഷിപ്പുനിലങ്ങളായിരുന്നു. വലിയൊരു ജനതയുടെമേൽ ബ്രിട്ടീഷ് ആധിപത്യം നിലനിർത്തുന്നതിന് യുദ്ധഭരണ തന്ത്രങ്ങൾ മെനഞ്ഞതിവിടെയിരുന്നായിരുന്നു.

ശോകഭാവമുൾക്കൊണ്ട മന്ദിരങ്ങളോരോന്നായി ഞങ്ങൾ കയറിയിറങ്ങി. വഴിയമ്പലംപോലെ അടമാനങ്ങളില്ലാത്ത കെട്ടിടങ്ങളുടെ ഉൾഭാഗങ്ങളിൽ ഇരുണ്ട മറകൾപറ്റി മറയില്ലാതെ കാമചേഷ്ടകളിലേർപ്പെട്ടിരുന്ന മിഥുനങ്ങൾ ഞങ്ങളെ കണ്ടില്ലെന്നു ഭാവിച്ചു. പ്രായത്തിനും പശ്ചാത്തലത്തിനും അതിരുകോരാത്ത വൈകൃതങ്ങൾ.

ശ്രദ്ധ ക്ഷണിക്കുന്ന നിർമ്മാണമാണ് ബാംക്വറ്റിങ് ഹാളിന്റേത് (Banquetting hall). വിലകൂടിയ ശരറാന്തലുകളും കൗതുക വസ്തുക്കളും പട്ടുവസ്ത്രങ്ങളും ആർഭാടമായ ഉപകരണങ്ങളും ജലധാരകളുംകൊണ്ട് ഒരുകാലത്ത് ഇത് കമനീയമായിരുന്നുവത്രേ. ഫയർ പ്ലേസിന് (fire place) ഇന്നും കേടുപാടുകളില്ല.

1857 ലെ സായുധ യുദ്ധത്തിൽ തദ്ദേശീയരും വിദേശികളുമായി രണ്ടായിരത്തിൽപ്പരം പോരാളികൾ ജീവൻ വെടിഞ്ഞിട്ടും വെറുമൊരു

ശിപായി ലഹള (Sipoy Mutiny) യെന്നാണ് ബ്രിട്ടീഷുകാർ അതിനെ വിശേഷിപ്പിച്ചത്.

'1857 മെമ്മോറിയൽ മ്യൂസിയം റസിഡൻസി' ഞങ്ങൾക്കു മുന്നിൽ അടഞ്ഞുകിടന്നു. സമയം കഴിഞ്ഞുപോലും. മ്യൂസിയത്തിനുള്ളിലെ പ്രദർശന വസ്തുക്കളുടെ വിശദാംശങ്ങളും യുദ്ധചരിത്രവും വിവരിച്ചു കൊണ്ടുള്ള ബോർഡ് വെളിയിൽ സ്ഥാപിച്ചിരുന്നത് പ്രയോജനകരമായി. സർ ഹെൻട്രി ലോറൻസ് ഗവർണ്ണറായി ചുമതലയേറ്റ് വെറും ആറാഴ്ചകൾക്കു ശേഷമാണ് യുദ്ധമുണ്ടായത്. അദ്ദേഹത്തിന്റെയും മകൾ സൂസന്ന പാമറിന്റെയും മുഴുകായ ചിത്രങ്ങൾ മ്യൂസിയം ഗാലറിയിലുണ്ട്. ഇരുവരും ഷെല്ലാക്രമണത്തിലാണ് മരണപ്പെട്ടത്. ഗാലറി എ മുതൽ ജെ വരെ പത്തായി തിരിച്ചിരിക്കുന്നു. യുദ്ധത്തിന് ഉപയോഗിച്ച ആയുധങ്ങൾ 'ജി' ഗാലറിയിൽ സൂക്ഷിച്ചിട്ടുണ്ട്. മ്യൂസിയത്തിനു പിന്നിലെ ഭീമൻ പീരങ്കിക്ക് കേടുപാടുകൾ സംഭവിച്ചിട്ടില്ല. കുട്ടികൾ പീരങ്കിക്കു മുകളിലിരുന്നും മുതിർന്നവർ മുന്നിൽ ഇരുന്നും ഫോട്ടോകൾ എടുത്തു. പച്ചപ്പട്ടു വിരിച്ചിട്ടതുപോലെ വിശാലമായ പുല്പരപ്പിനു മോടികൂട്ടാൻ എണ്ണപ്പനകളും പീരങ്കികളും. നടപ്പാതക്കിരുവശങ്ങളിലും ശാഖോപശാഖകളായി പന്തലിച്ചു നിന്നിരുന്ന ചെറിയ മരങ്ങൾ തോട്ടത്തിന് മാറ്റുകൂട്ടി.

താന്തിയാതോപ്പിയുടെ തോക്കും റാണി ലക്ഷ്മീഭായി ഉപയോഗിച്ചിരുന്ന പടവാളും കാണാൻ അവസരം ലഭിക്കാത്തതിൽ നിരശതയോടെ, യുദ്ധത്തിൽ ജീവൻ ദാനംചെയ്ത സഹസ്രങ്ങളുടെ ഭൗതിക ശരീര

ഡോ. അംബേദ്കർ മെമ്മോറിയൽ സാമാജിക് പരിലത്തൻ പ്രതീക് സ്ഥൽ

ങ്ങൾ അടക്കം ചെയ്യപ്പെട്ടിരിക്കുന്ന സിമിത്തേരിയെ ഒരു നോക്കു കണ്ടു മടങ്ങുമ്പോൾ ബാൻക്വിറ്റ് ഹാളിനു മുന്നിൽ ഒരു വൃദ്ധ യൂറോപ്യൻ മുട്ടു കുത്തിനിന്നു പ്രാർത്ഥിക്കുന്നതു കണ്ടു. ഈ മണ്ണിലുറങ്ങുന്നവരാരെങ്കിലും ആ വൃദ്ധന്റെ ഏതോ പൂർവ്വികനായിരിക്കാം. ഗൃഹാതുരത്വമുണർത്തുന്ന ഓർമ്മകളുമായി തന്റെ വേരുകൾതേടി എത്തിയതാവാം.

'ഡോക്ടർ ഭീമ റാവു അംബേദ്കർ സാമാജിക് പരിവർത്തൻ പ്രതീക് സ്ഥൽ' അഥവാ അംബേദ്കർ മെമ്മോറിയൽ പാർക്ക് എന്ന സ്മാരകോദ്യാനം നഗരമദ്ധ്യത്തിൽ ഗോമതിനദീതീരത്താണ്. ലക്നൗ നഗരത്തിലൊരു പാർക്ക് നിർമ്മിച്ചതും അതിനെ ഇന്ത്യൻ ഭരണഘടനാ ശില്പി ഡോക്ടർ അംബേദ്കറിന്റെ സ്മാരകമാക്കിയതും, പാർക്കിന് ചാതുരി പകരാൻ കുറേയേറെ ഗജശില്പങ്ങൾ നിർമ്മിച്ചതും, ഗജം ഭരണകക്ഷിയുടെ തിരഞ്ഞെടുപ്പു ചിഹ്നമാണെന്നതിനാൽ പ്രചരണോപാധിയായതും, പൊതുധനം സ്വതാല്പര്യങ്ങൾക്കു വിനിയോഗിച്ചതിലൂടെ തിരഞ്ഞെടുപ്പു ചട്ടലംഘനമാണെന്നു വിധിയെഴുതിയ പരമോന്നത നീതിപീഠത്തിന്റെ ശാസന പ്രകാരം പാർക്കിൽ പ്രദർശനത്തിനൊരുങ്ങിയ കളഭശില്പങ്ങളെയാകെ കുപ്പായമണിയിച്ച് പൊതിഞ്ഞുകെട്ടി വച്ചതും എല്ലാം വാർത്തകളിലെ തമാശയായിട്ടു മാത്രമേ കണ്ടിരുന്നുള്ളൂ. നേരിട്ടു കണ്ടപ്പോഴോ...

ഇടുങ്ങിയ തെരുവുകളും, പഴഞ്ചൻ കെട്ടിടങ്ങളും, പൊട്ടിപ്പൊളിഞ്ഞ റോഡിലൂടെ ഏന്തിവലിഞ്ഞു നീങ്ങുന്ന സൈക്കിൾ റിക്ഷകളും, ഒട്ടിയ വയറുമായി യാചകരും, അർദ്ധ-മുഴുപ്പട്ടിണിക്കാരും നിറഞ്ഞ ലക്നൗ

പാർക്ക് മറ്റൊരു ദൃശ്യം

നഗരത്തിനു പുറത്തുള്ള ഏതോ വിദേശരാജ്യത്തിൽ ചെന്നു പെട്ടതു പോലെ സ്ഥലജലഭ്രമം അനുഭവപ്പെട്ട് ഞങ്ങൾ നിന്നു.

നോക്കെത്താ ദൂരത്തോളം പരന്നു വിശാലമായ കാട്; മരക്കാടോ മണൽക്കാടോ അല്ല; ഗ്രാനൈറ്റ് കാട്. നീരുറവയുണ്ടായിരുന്നില്ല, പക്ഷേ, മരീചികയിലൂടെ ജലാശയങ്ങൾ കണ്ടു. വിലകൂടിയ രാജസ്ഥാൻ ചുവപ്പു മൺകല്ല് (Red sand stone) പാകിയ തറയിലൂടെ നഗ്നപാദരായി നടക്കാൻ ഞങ്ങൾ പ്രയാസപ്പെട്ടു. മദ്ധ്യാഹ്ന സൂര്യന്റെ താപമേറ്റ് മാർബിൾ ശിലാപാളികൾ തിളച്ചുകിടന്നു. സൂര്യൻ അസ്തമിക്കാറായിട്ടും തറയിലെ ചൂട് ശമിച്ചിരുന്നില്ല. തണൽ വൃക്ഷങ്ങൾക്കുപകരം നൂറ് കണക്കിന് മാർബിൾ സ്തംഭങ്ങൾ, അവയ്ക്ക് മുകളിൽ 'ആന' ശില്പങ്ങൾ, എവിടെത്തിരിഞ്ഞാലും ആനകൾ, അകലങ്ങളിൽ ചില മാർബിൾ മണ്ഡപങ്ങൾ, അവിടെയും ആനകൾ....

ദോഷം പറയരുതല്ലോ, അവിടെയവിടെയായി തുരുത്തുകൾപോലെ കുഞ്ഞ് ഉദ്യാനങ്ങളുമുണ്ടായിരുന്നു. തറനിരപ്പിനും താഴെ ചന്തമുള്ള ബോൺസായികൾ മാത്രമുള്ള ഉദ്യാനം. ആകാശം കാണാൻ വിഫല ശ്രമം നടത്തുന്ന ബോൺസായികൾ.

പാർക്കിന്റെ തുടക്കവും ഒടുക്കവും തിരിച്ചറിയാൻ ആകാതെ സന്ദർശകർ പതറും. പാർക്കിന്റെ മദ്ധ്യത്തിൽ (മദ്ധ്യഭാഗമെന്നൂഹിക്കാം) സ്തൂപംപോലെ വലിയൊരു മണ്ഡപം. അതിന്റെ നിർമ്മാണവും ഗ്രാനൈറ്റുപയോഗിച്ചുതന്നെ. ആ സൗധത്തിലേക്ക് കയറിച്ചെല്ലാൻ നാലു വശങ്ങളിലൂടെയും പടിക്കെട്ടുകൾ.

സൗധം മറ്റൊരു വിസ്മയം. ബി ആർ അംബേദ്കറിന്റെയും കൻഷിറാമിന്റെയും ഷാഹുജി മഹാരാജിന്റെയും മറ്റും പൂർണ്ണകായ പ്രതിമകൾ ആണ് സൗധത്തിനുള്ളിൽ. സ്വർണ്ണത്തിൽ നിർമ്മിച്ചതോ, സ്വർണ്ണം ആവരണം ചെയ്തതോ, ലേപനം ചെയ്തതോ? എന്തായാലും സ്വർണ്ണംപോലെ തിളങ്ങിയ പ്രതിമകൾ. നാലു വശങ്ങളിലേക്കുമിറങ്ങാവുന്ന തരത്തിൽ വാതായനങ്ങളുള്ള, നാലിതളുകളിൽ വിരിഞ്ഞ പുഷ്പം കണക്കെയുള്ള സൗധത്തിലെ സിംഹാസനസ്ഥനായ ഡോക്ടർ ഭീമറാവു അംബേദ്കറിന്റെ ജീവസ്സുറ്റ പ്രതിമയ്ക്കു താഴെ My struggle of life is my only message എന്ന് ആലേഖനം ചെയ്തിരിക്കുന്നു. മറ്റൊരു സിംഹാസനത്തിൽ ഉപവിഷ്ടനായിരിക്കുന്നത് കൻഷിറാം.

ഗ്രാനൈറ്റ് വനത്തിന് വെളിയിലേക്കു വരവെ, ഈ ആർഭാടത്തിനു പിന്നിലെ രാഷ്ട്രീയ വികാരത്തെ ഓർത്ത് പരിതപിച്ചുപോയി. പിന്തള്ളപ്പെട്ട, പാർശ്വവല്ക്കരിക്കപ്പെട്ട, തമസ്കരിക്കപ്പെട്ട അധഃസ്ഥിതരുടെ ഉയിർത്തെഴുന്നേല്പിന്റെ പ്രതീകമാണെങ്കിലും ഈ ധൂർത്ത് ന്യായീകരിക്കാവുന്നതല്ല. ദുഷിച്ച സാമൂഹ്യ വ്യവസ്ഥിതിമൂലം ചവിട്ടിത്താഴ്ത്തപ്പെട്ട വലിയൊരു ജനവിഭാഗത്തെ അവരുടെ അവകാശങ്ങൾ നിഷേധിച്ച വരേണ്യ വർഗ്ഗത്തിനെതിരെ പോരാടാൻ പോരുംവിധം വിദ്യാഭ്യാസവും ആരോഗ്യവും ആത്മവിശ്വാസവും തൊഴിലും ലഭ്യമാക്കിയിരുന്നുവെങ്കിൽ!

ഹോട്ടൽ മുറിയിൽ എ സി പ്രവർത്തിപ്പിക്കേണ്ടി വന്നില്ല; സുഖമായുറങ്ങി. പതിവുതെറ്റിക്കാതെ പുലർച്ചെ അഞ്ചുമണിക്കുതന്നെ ഉണർന്നു. ലക്നൗവിലെ പ്രഭാതവും ചൂടു ചായയും അനുഭവിക്കാൻ റോഡിലേക്കിറങ്ങി. അമിനാബാദ് ഉണർന്നു വരുന്നതേയുള്ളൂ.

ചെറുതും വലുതുമായ വ്യാപാര സ്ഥാപനങ്ങൾകൊണ്ട് തിങ്ങിനിറഞ്ഞ 'മുക്കവല'യാണ് അമിനാബാദ്. റോഡിനിരുവശങ്ങളിലും രണ്ടും മൂന്നും നിലകളിൽ കാണപ്പെട്ട കെട്ടിടങ്ങളിലെല്ലാം വിവിധങ്ങളായ ഉല്പന്നങ്ങളുടെ വ്യാപാരങ്ങളാണ് നടക്കുന്നത്. കെട്ടിടങ്ങൾ വളരെ പഴകിയതും അപകട സാദ്ധ്യത കൂടിയതുമാണ്. ആധുനിക ഷോറൂമുകൾ കാണാനേയില്ല. പലചരക്കു പലഹാര കടകൾ മുതൽ ശവപ്പെട്ടിക്കട വരെ ആ മുക്കവലയിൽ നിറഞ്ഞുനിന്നു.

കുതിരവണ്ടികൾ ധാരാളമായുള്ള നഗരവീഥികൾ കുതിരച്ചാണകത്താൽ വൃത്തിഹീനമായിരുന്നു. ഓടകളുടെ അഭാവത്തിൽ ചാണകവും മലിനജലവും ചേർന്ന് റോഡും പരിസരവും സഞ്ചാരയോഗ്യമല്ലാതാക്കിയിരുന്നു. കുതിരകൾക്ക് ജലവും തീറ്റപ്പുല്ലും ഒരുക്കിയിട്ടുള്ളതും റോഡുവക്കിൽ. എല്ലാം പൊതുനിരത്തിൽ. ഹോട്ടൽ ദീപ് അവധിനു സമീപം കണ്ട ഒരു ചായത്തട്ടിൽ സ്റ്റൗ കത്തുന്നു. എന്റെ വകയാകട്ടെ ഇന്ന് അവർക്ക് കൈനീട്ടം.

"ഏക് ചാ"

"അഭിഹോഗാ" ചായത്തട്ടു നിയന്ത്രിച്ചിരുന്ന മദ്ധ്യവയസ്കന് ഇരുട്ടിനെ തോല്പിക്കുന്ന കറുത്ത നിറമായിരുന്നു.

"ബിനാ ചീനി". മധുരമൊഴിവാക്കണമെന്ന് ഞാൻ സൂചിപ്പിച്ചു. പഞ്ചസാരയുടെ അഭാവത്തിലും ചായക്ക് നല്ല മധുരമാണ്. ലക്നൗ എരുമകൾ ചുരത്തുന്ന പാലിൽ മധുരം സ്ഥായിയാണ്.

മധുരം ചേർക്കാത്ത ചായക്ക് 'പിക്കി റ്റീ' എന്നാണ് ചെല്ലപ്പേര്. (ഈ അറിവ് കിട്ടിയപ്പോൾ വൈകിപ്പോയിരുന്നു.)

ചായക്കാരി ഞാൻ പറഞ്ഞത് ശ്രദ്ധിച്ചുവോ ആവോ; പ്രതികരിച്ചില്ല. തിളച്ചുകൊണ്ടിരുന്ന പാൽ ഇളക്കിക്കൊണ്ടിരുന്നു. ഇളക്കുന്നതിനൊത്ത് തടിച്ച കൈകളിലെ കുപ്പിവളകൾ കുലുങ്ങിക്കിലുങ്ങി. അല്പം മാറി ഒരാൾ സമോസ നിർമ്മാണത്തിന് ചേരുവകളൊരുക്കുകയാണ്. ഈ സ്ത്രീയുടെ ഭർത്താവായിരിക്കാം. കേരളത്തിലെ ബോണ്ടയാണ് വടക്കേ ഇന്ത്യയിലെ സമോസ.

ഏതു സമയത്തും കഴിക്കാവുന്ന പലഹാരം.

ചായക്കു നല്ല രുചിയായിരുന്നു. മറ്റൊരു ചായക്കുകൂടി ഓർഡർ കൊടുത്തു.

പട്ടുതുണികൾ കൊണ്ടലങ്കരിച്ച ചെറിയ പല്ലക്കുകൾ തട്ടുകടയ്ക്കു പിന്നിലായി ഞാൻ കണ്ടു. രണ്ടുപേർ ഒരു പല്ലക്കിനെ പൂക്കളും പുഷ്പഹാരങ്ങളും കൊണ്ടലങ്കരിക്കുന്നതു കണ്ടപ്പോൾ ജിജ്ഞാസ കൂടി. അലങ്കാരങ്ങളെന്തിനുവേണ്ടിയാണെന്ന് എന്റെ ചോദ്യത്തിന് സമോസക്കാരൻ

രണ്ടു തവണ ഉത്തരം പറഞ്ഞു. വീണ്ടും സംശയം ഉന്നയിച്ചാൽ അയാൾ തന്നെ പരിഹസിക്കുന്നതാണെന്ന് തെറ്റിദ്ധരിച്ചാലോ? വിശദീകരണം ബോദ്ധ്യപ്പെട്ടുവെന്ന അർത്ഥത്തിൽ ഞാൻ തലയാട്ടി. രണ്ടാം ചായ മുത്തിക്കുടിക്കവെ കൃഷ്ണകുമാറും മോഹനനും വന്നു. അവരും രണ്ടു ചായ വീതം ആവശ്യപ്പെട്ടു. അപ്പോൾ ചായക്കാരിയുടെ കറുത്ത മുഖത്തെ വെളുത്ത പല്ലുകൾ മറ നീക്കി.

അലങ്കാരച്ചമയങ്ങളണിഞ്ഞൊരുങ്ങുന്ന പല്ലക്കിന്റെ ഉപയോഗം കൂട്ടായ ചർച്ചയിലൂടെ മനസ്സിലാക്കി. ശ്മശാനത്തിലേക്കുള്ള യാത്രയിൽ മൃതദേഹത്തിനിരിക്കാനാണ് ആ പല്ലക്ക്. ചുടുകാട്ടിലേക്കായാലും മാന്യമായിത്തന്നെ പോകണം.

നാല്ക്കാലികളുടെ വിസർജ്ജ്യങ്ങളും ഗോമാതാക്കളും തെരുവുനായ്ക്കളും പന്നിക്കൂട്ടങ്ങളും കരുവാളിച്ച കെട്ടിടങ്ങളും ആ പ്രദേശത്തെ വികൃതമാക്കിയിരുന്നു.

ദീപ് അവധിലെ കോൺഫ്ളേക്സും ബ്രഡ് ബട്ടർ ജാമും സമോസയുമടങ്ങിയ പ്രഭാതഭക്ഷണത്തിനുശേഷം ഞങ്ങളുടെ പരിക്രമണമാരംഭിക്കുമ്പോൾ സമയം 8.00 മണി. കഴിഞ്ഞ നാളുപയോഗിച്ചിരുന്ന വാഹനവും സാരഥിയും മാറി, കൂടുതൽ സീറ്റ് സൗകര്യമുള്ള മറ്റൊരു ട്രാവ്ലറാണ് ഇന്നുമുതൽ ഞങ്ങളുടെ വാഹനം. ചെറുപ്പക്കാരായ രണ്ടു ഡ്രൈവർമാർ, രാജയും സോനുവും. ഇരുവരും അർദ്ധ സഹോദരർ. ഒരാൾ മറ്റേയാളേക്കാൾ ഡ്രൈവിങ്ങിൽ വിദഗ്ദ്ധൻ. സോനു ചിലപ്പോൾ അലക്ഷ്യമായി ഡ്രൈവ് ചെയ്തെന്നു വരും, അതു നിയന്ത്രിക്കലാണ് രാജയുടെ ജോലി. വണ്ടി ഓടിക്കുമ്പോൾ രാജ ഉറങ്ങിപ്പോയെന്നു വരാം; അത് ശ്രദ്ധിക്കാനാണ് സോനു, ഇരു മച്ചാന്മാർ.

2

പാരിജാതം

“ഇന്ന് ഗുഡ് ഫ്രൈഡേയായിട്ടും ഓഫീസുകൾ പ്രവർത്തിക്കുന്നുണ്ടല്ലോ.”

ഞാൻ കീർത്തീ ഷായോടു കുശലമാരംഭിച്ചു. നഗരമദ്ധ്യത്തിലൂടെ പോകുമ്പോൾ സ്കൂൾ വിദ്യാർത്ഥികൾ യൂണിഫോമണിഞ്ഞ് നടക്കുന്നതും സംസ്ഥാന സർക്കാരാഫീസുകൾ തുറന്നിരിക്കുന്നതും കണ്ട് ചോദിച്ചതാണ്. എന്തെങ്കിലും മിണ്ടിയും പറഞ്ഞുമിരുന്നില്ലെങ്കിൽ വിനോദയാത്ര വിരസമായിപ്പോവില്ലേ.

“ക്യാ ഫ്രൈഡേ?” ഷാ മറു ചോദ്യത്തിൽ എന്നെ ഇരുത്തി. ഞാൻ വിശദീകരണത്തിന് മുതിർന്നില്ല.

സഞ്ചാരത്തിൽ ഇന്നത്തെ ലക്ഷ്യം ശ്രാവസ്തിയാണ്. അതിനിടയിൽ ‘പാരിജാതം’ കാണണം. “പാരിജാതം മത്ത് ഭൂൽനാ” ഞാൻ രൂപേഷിനെ ഓർമ്മിപ്പിച്ചു. രൂപേഷ് രാജയോടു സൂചിപ്പിച്ചു. രാജയാണ് വളയം പിടിച്ചിരുന്നത്. രാജയും സോനുവും വാരണാസി പ്രജകളാണ്.

സഞ്ചാരമാർഗ്ഗത്തിന് പെട്ടെന്നൊരാകർഷണീയത കൈവന്നു. വൃത്തിയുള്ള റോഡ്, ട്രാഫിക് സിഗ്നൽ ലൈറ്റുകൾ, റോഡിനിരുവശവും ടൈൽസിട്ട നടപ്പാതകൾ, നടപ്പാതകൾക്കുമപ്പുറം പച്ചപ്പുല്ലു വിതാനിച്ചിരിക്കുന്നു. ഇടയ്ക്കിടക്ക് പൂച്ചെടികൾ, തണൽ മരങ്ങൾ. കൗതുകത്തോടെ കണ്ടു, വാഹനമിപ്പോഴോടുന്നത് മിലിറ്ററി ഏരിയയിലൂടെയാണെന്ന്. നമ്മുടെ നാട്ടിൽ താറുമാറായി ഗതികിട്ടാതെ കിടക്കുന്ന പ്രദേശങ്ങളിൽ മിലിറ്ററി ക്യാമ്പുകൾ തുറന്നിരുന്നെങ്കിൽ! വെറുതേയൊരു മോഹം.

തലസ്ഥാന നഗരിയായിട്ടും ദേശീയപാതയിൽ ട്രാഫിക് പ്രതിബന്ധങ്ങളൊന്നും ഉണ്ടായിരുന്നില്ല. റോഡിന് ആവശ്യത്തിലേറെ വീതി ഉണ്ട്. ബാരാബങ്കി ജില്ലയിലെ രാംനഗറിലെത്തിയപ്പോൾ ഡ്രൈവറെ വീണ്ടും ഓർമ്മിപ്പിച്ചു; “പാരിജാതം.”

പാരിജാത പുഷ്പം ദേവലോകത്തിന്റെ കുത്തകാവകാശമാണ്. അപൂർവ്വ കുസുമമായതുകൊണ്ടാണല്ലോ നാരദമഹർഷി അതിലൊരെണ്ണം സംഘടിപ്പിച്ചുകൊണ്ടുവന്ന് ശ്രീകൃഷ്ണ ഭഗവാന് സമ്മാനിച്ചത്; ശ്രീകൃഷ്ണൻ പ്രഥമ പത്നി രുക്മിണിക്ക് കൈമാറിയത്, അതിന്റെ പേരിലാണല്ലോ ദ്വിതീയ പത്നി സത്യഭാമ ഇടഞ്ഞതും കൊസ്രാക്കൊള്ളിയുമൊക്കെ. അത്രയ്ക്കു വിശിഷ്ടമായ പാരിജാതവൃക്ഷം ഇതാ ഭൂമിയിൽ, കൈയെത്തും ദൂരത്ത്.

രാം നഗറിൽനിന്ന് പടിഞ്ഞാറോട്ട് തിരിഞ്ഞു പോകുന്ന റോഡിലൂടെ ഏഴു കിലോമീറ്റർ ദൂരമുണ്ട് - കിന്തറിന്. ഭൂമിയിലെ ഏക പാരിജാത വൃക്ഷം നില്ക്കുന്നത് ഈ കുഞ്ഞുഗ്രാമത്തിലാണ്. വനസംരക്ഷണ മേഖലയാണെന്നു സൂചിപ്പിക്കുന്ന ബോർഡ് നാട്ടിയിട്ടുണ്ട്. ബാരാബങ്കിയിൽനിന്നും 38 കിലോമീറ്റർ ദൂരമുണ്ട് കിന്തർ ഗ്രാമത്തിന്. പാണ്ഡവമാതാവ് 'കുന്തി'യുമായി ബന്ധപ്പെട്ടാണ് കിന്തർ എന്ന പേരുണ്ടായത്. ഞങ്ങളുടെ വരവ് പ്രതീക്ഷിച്ചിരുന്നതുപോലെ അലഞ്ഞുതിരിഞ്ഞു നടക്കുകയായിരുന്ന ആടുമാടുകൾ തലയുയർത്തി നോക്കി. ഞങ്ങളെ സ്വീകരിച്ചിരിക്കുന്നുവെന്ന അർത്ഥത്തിൽ അവകൾ കണ്ഠമണികൾ കിലുക്കി. വിരലിലെണ്ണാവുന്ന വീടുകളേ അവിടെയുള്ളൂ. എല്ലാ വീടിനു മുന്നിലും എരുമത്തൊഴുത്തുകളോ ചാണകക്കൂനകളോ കാണാമായിരുന്നു. ചാണകക്കൂനകൾക്കു പിന്നിലിരുന്ന് ഗ്രാമീണ സ്ത്രീകൾ തുണിയലക്കുകയോ പാത്രങ്ങൾ കഴുകുകയോ ആയിരുന്നു. അവരുടെ മുഖസൗ

പാരിജാത വൃക്ഷം

ന്ദര്യം അന്യർ ചോർത്താതിരിക്കാനായി സാരികൊണ്ട് മറച്ചിരുന്നു; ഒരു മാതിരി പൊതിഞ്ഞുവച്ചതുപോലെ. മലിനജലവും എരുമച്ചാണകവും കൂടിക്കലർന്ന് അശ്രീകരമാക്കിയ നടപ്പാതയിലൂടെ 200 മീറ്റർ നടന്നു വേണം അപൂർവ്വങ്ങളിലപൂർവ്വമായ പാരിജാതവൃക്ഷസവിധത്തിലെത്താൻ. പാതയ്ക്കിരുവശങ്ങളിലും ലൊട്ടുലൊടുക്കു സാധനങ്ങളും പൂജാവസ്തുക്കളും വില്പനയ്ക്കായി നിരത്തിവച്ച് സ്ത്രീകൾ പ്രതീക്ഷയോടെ ഞങ്ങളെ നോക്കി. ആ ഗ്രാമത്തിൽത്തന്നെ ഉള്ളവരായിരിക്കണം. പാരിജാത മാഹാത്മ്യം അച്ചടിച്ച പുസ്തകങ്ങളും ചിത്രങ്ങളും ആണ് വില്പന സാധനങ്ങളിലെ പ്രധാന ഇനം. കഥകളും ലേഖനങ്ങളുമെല്ലാം ഹിന്ദിയിലായതിനാൽ വാങ്ങേണ്ടിവന്നില്ല.

പാരിജാതവൃക്ഷം വലയംചെയ്ത് അമ്പതോളംപേർ നിന്നിരുന്നു. ദിവ്യ വൃക്ഷമാണ് പാരിജാതം. 'അഡൻസോനിയ ഡിജിറ്റാറ്റ (Adensonia Digitata)' എന്നാണ് ശാസ്ത്രീയ നാമം. ഈ വൃക്ഷത്തിന് കായില്ല, വിത്തില്ല, ശിഖരം മുറിച്ച് നട്ടാൽ കിളിർക്കില്ല, വേരിൽനിന്നും ചെടിയുണ്ടാവില്ല, ആൺ വർഗ്ഗമോ പെൺവർഗ്ഗമോ അല്ല; രണ്ടിലും പെടുത്താവുന്ന 'യൂണിസെക്സ്' (unisex male tree) വൃക്ഷം. ഭൂലോകത്ത് ഇതേപോലെ മറ്റൊന്ന് ഇല്ല. അഞ്ചു വിരലുകൾപോലെ വിടർന്ന ഇലകൾ വൃക്ഷത്തിന്റെ ചുവട്ടിലായും ഏഴുവിരലുകൾ പോലുള്ള ഇലകൾ വൃക്ഷത്തിന്റെ മേൽഭാഗങ്ങളിലും മുളയ്ക്കുന്നു. ആഗസ്ത് മാസങ്ങളിലാണ് പുഷ്പിക്കാറുള്ളത്. നല്ല വെളുത്തു മനോഹരമായ പൂക്കൾ; ഉണങ്ങുമ്പോൾ സ്വർണ്ണ നിറമോ ഓറഞ്ചു നിറമോ ആയി മാറും. ഈ പൂവിന്റെ സൗരഭ്യം അതിവിദൂരതയിൽപ്പോലും അലകളായെത്തും.

കിന്തറിലെ പാരിജാതത്തിന് ആയിരം മുതൽ അയ്യായിരം വരെ വർഷങ്ങളുടെ പ്രായമുണ്ടെന്ന് ഭക്തർ അവകാശപ്പെടുന്നു. പഴക്കം പുരാണങ്ങളെ സാധൂകരിക്കും. വൃക്ഷത്തെ സംരക്ഷിച്ചു നിർത്താൻ അടുത്തകാലത്തു മാത്രമാണ് ഔദ്യോഗിക നീക്കങ്ങളുണ്ടായത്.

മഹാഭാരത യുദ്ധത്തിനുശേഷം ധൃതരാഷ്ട്രരും പത്നി ഗാന്ധാരിയും വാനപ്രസ്ഥത്തിനിറങ്ങിത്തിരിച്ചപ്പോൾ കുന്തീദേവിയും അവർക്കൊപ്പം ചേർന്നുവെന്നും ഗംഗാതീരത്തിലേതോ വനത്തിൽ 'ശതയൂ' ആശ്രമത്തിൽ കഴിഞ്ഞുകൂടവെ കാട്ടുതീയിൽ സർവ്വരും വെന്തുമരിച്ചുവെന്നും പുരാണകഥ. കുന്തിയുടെ ചാരത്തിൽനിന്നു പൊട്ടിമുളച്ചുണ്ടായതാണ് കിന്തറിലെ പാരിജാതവൃക്ഷം എന്ന് വിശ്വസിക്കപ്പെടുന്നു. അജ്ഞാതവാസക്കാലത്ത് അർജ്ജുനൻ ദേവലോകത്തുനിന്നു കൊണ്ടുവന്ന് കുന്തിക്ക് നല്കിയതാണെന്നും ഇതിലെ പുഷ്പം അർപ്പിച്ചു കുന്തി നടത്തിയ ശിവപൂജയാണ് കുരുക്ഷേത്രയുദ്ധത്തിൽ പാണ്ഡവപക്ഷത്തിന് വിജയഹേതുവായതെന്നും മറ്റൊരൈതിഹ്യം.

ആഗ്രഹിക്കുന്ന വസ്തുക്കൾ പ്രദാനം ചെയ്യാനുള്ള ശക്തി പാരിജാതത്തിനുണ്ട്. ദേവലോകത്തുള്ള അഞ്ച് കല്പവൃക്ഷങ്ങളിൽ ഒന്നാണ് പാരിജാതം. മന്ദാരം, സന്താനം, കല്പവൃക്ഷം, ഹരിചന്ദനം എന്നിവയാണ്

മറ്റ് വൃക്ഷങ്ങൾ എന്ന് *അമരകോശ*ത്തിൽ കാണുന്നു. നവദമ്പതികൾ അനുഷ്ഠാനംപോലെ പാരിജാതവൃക്ഷത്തെ പൂജിച്ച് അനുഗ്രഹം തേടാറുണ്ട്.

വാർദ്ധക്യം സാരമായി അലട്ടുന്ന ഈ വൃക്ഷം കറുത്ത് കരിക്കട്ട നിറത്തിൽ കണ്ടു. ശാഖോപശാഖകളായി പിരിഞ്ഞ ശിഖരങ്ങളിലെങ്ങും ഒരിലപോലുമില്ല, പച്ചപ്പുമില്ല. ഒരു 'ഭീമൻ ബോൺസായി' എന്നു വിശേഷിപ്പിക്കാനാണ് എനിക്ക് തോന്നിയത്. വൃക്ഷത്തിൽ പൂക്കളും പൂമാലകളും ചാർത്തി, ആടയുടുപ്പിച്ച് ഭക്തർ ആരതി ഉഴിയുന്നുണ്ടായിരുന്നു.

പാരിജാതത്തിനു സമീപം ഒരു ശിവക്ഷേത്രം. കുന്തീദേവി സ്ഥാപിച്ച അനവധി ശിവക്ഷേത്രങ്ങളിലൊന്നാണ് ഇതെന്ന് ക്ഷേത്ര പൂജാരി പറഞ്ഞുതന്നു. ശിവപൂജയ്ക്ക് അരിയിലെ നെല്ല് തെരഞ്ഞ് മാറ്റിക്കൊണ്ടിരിക്കുന്നതിനിടയിൽ ആ വൃദ്ധൻ തുടർന്നു.

"ഉണങ്ങിയ ചില്ലകളാണെന്ന ആശങ്ക വേണ്ട. വസന്തകാലത്ത് വൃക്ഷമാകെ വെള്ളപ്പൂക്കളാൽ നിറയും. ഇലയോ തണ്ടോ കാണാനാകാതെ പൂക്കൾ മാത്രം. ഇതിന്റെ ഗന്ധം ഗ്രാമവും കടന്ന് നഗരത്തിലെത്തും. പാലാഴിമഥനത്തിൽ പൊന്തിവന്നതാണിത്, ധന്വന്തരിയും കാമധേനുവും പോലെ സമുദ്രത്തിൽ നിന്നുയർന്നു വന്നത്."

ട്രാവ്ലർ രാംപുരിയിലൂടെ ഓടിക്കൊണ്ടിരിക്കുമ്പോൾ റോഡിനിരുവശങ്ങളിലും അതിരുകാണാവിധം നെല്പാടങ്ങളും ഗോതമ്പു പാടങ്ങളും വിളഞ്ഞ് പൊന്നിൻനിറം പൂണ്ട് നീളേ കിടന്നു.

പുറത്ത് സഹിക്കാവുന്ന ചൂടേ ഉണ്ടായിരുന്നുള്ളൂവെങ്കിലും ദാഹം നിയന്ത്രണാതീതമായി. മിനറൽ വാട്ടർ ബോട്ടിലുകൾ കണക്കറ്റ് കാലിയായിക്കൊണ്ടിരുന്നു. ഉന്തുവണ്ടികളിൽ കൊണ്ടുനടന്നു വിറ്റിരുന്ന പഴങ്ങളുടെ കൂട്ടത്തിൽ വാഴപ്പഴം മാത്രം ഇല്ല. ധാരാളം ഓറഞ്ചു വാങ്ങി കഴിച്ച് ദാഹശമനം വരുത്തി. ഓറഞ്ചിന് നിസ്സാരവിലയായിരുന്നു.

പട്ടണങ്ങളോടടുക്കുമ്പോൾ മാത്രം അല്പം തിരക്ക് അനുഭവപ്പെടുന്നതൊഴിച്ചാൽ വിജനമായ റോഡും റോഡിനിരുവശങ്ങളിലും പാടങ്ങളും മാത്രം. വയലേലകൾ തഴുകിയെത്തിയ കാറ്റിന്റെ സ്പർശനാനുഭവത്തിനായി ട്രാവ്ലറിന്റെ ചില്ലുജാലകങ്ങൾ തുറന്നുവച്ചു.

ഭായ്റച്ച് നഗരമദ്ധ്യത്തിലെത്തിയപ്പോൾ മദ്ധ്യാഹ്നമായി. അതിരാവിലെ കഴിച്ച ബ്രഡ്ബട്ടറും സമോസയും, പിന്നാലെ അകത്താക്കിയ പഴവർഗ്ഗങ്ങളുമൊക്കെ ദഹിച്ചു കഴിഞ്ഞുവെന്ന അറിയിപ്പുമായി വിശപ്പ് ആക്രമണമാരംഭിച്ചു. നല്ലൊരു ഹോട്ടൽ കണ്ടെത്തുക ദീർഘയാത്രകളിൽ പ്രയാസമാണ്. റോഡരികിലെ റസ്റ്റോറന്റുകൾ കണ്ണിൽപ്പെട്ടു തിരിച്ചറിഞ്ഞു വരുമ്പോഴേക്കും വാഹനം ഫർലോങ്ങുകൾ കടന്നിരിക്കും. കൈവിട്ടു പോയതിലേക്കു മടങ്ങിവരാൻ മടിച്ച്, ഹോട്ടലുകളിനിയുമുണ്ടാകുമെന്ന പ്രതീക്ഷയിൽ നഗരം വിട്ടുകഴിയുമ്പോൾ 'എന്തോ കളഞ്ഞ അണ്ണാന്റെ' സ്ഥിതിയാകും. ഭായ്റച്ചിൽ അങ്ങനെ സംഭവിക്കാതിരിക്കാനായി പല ഹോട്ടലുകളും കയറി ഇറങ്ങി. ചായയും സ്നാക്കുമല്ലാതെ

ഊണും സദ്യയുമൊന്നും കിട്ടില്ല എന്ന മട്ടായി. ഇന്നാട്ടുകാർക്ക് ഉച്ചയൂണ് സമ്പ്രദായം ഇല്ലായെന്നുണ്ടോ?

റസ്റ്റോറന്റ് എന്നു കണ്ടിടത്തൊക്കെ അന്വേഷിച്ചു നടന്നതിനൊടുവിൽ 'നെറുൾ ഹോട്ടൽ' കണ്ടു. ഹോട്ടലിന്റെ ഛായയില്ല. ഭക്ഷണശാല മുകളിലത്തെ നിലയിൽ. വലിയ കുടവയറുള്ള സർദാർജിയാണ് മുതലാളി.

"കിത്നേ ലോഗ് ഹൈ?"

ഷോലേയിൽ അംജാദ്ഖാനെപ്പോലെ സർദാർജി ചോദിച്ചു.

"ഹം ദസ് ആദ്മി ഹൈ"

"അച്ഛാ, അന്തർ ആയിയേ"

തറയോടു പാകിയ ഡൈനിങ് ഹാളിനു മദ്ധ്യേ തടിയിൽ തീർത്ത വലിയ തീൻമേശയും കസേരകളും പഴമയുടെ ഗരിമ പുലർത്തി. ചന്ദന നിറത്തിൽ മേശവിരിയും കർട്ടനുകളും. ചുവരിൽ ശതാഭിഷിക്തനായ നാഴികമണി. ചില്ലിട്ട ചില ചിത്രങ്ങളും ഫോട്ടോകളും കൂട്ടത്തിൽ ഒരു നീളൻ പടവാളും പരിചയും. വാളിന്റെ തിളക്കം ഹാളിലെ വെളിച്ചത്തിനു കൂട്ടായി. ഉപകരണങ്ങളും ക്രമീകരണങ്ങളും ഈ സാധാരണ ഹോട്ടലിനെ നക്ഷത്രങ്ങൾക്കും മേലേയുയർത്തി. ചെമ്പു ലോട്ടയിൽ പകർന്ന ശീതജലത്തിന് തേൻ രുചിയായിരുന്നു.

മെനു കാർഡ് കൈയിലെടുത്ത് പരസ്പരം നോക്കിയിരുന്നപ്പോൾ സഹായത്തിന് സർദാർജി നേരിട്ടെത്തി. ബയററെ ഒഴിവാക്കി, ഞങ്ങൾക്കു വേണ്ട ഭക്ഷണപദാർത്ഥങ്ങളെന്തെന്ന് അദ്ദേഹം നിശ്ചയിച്ചു. പോകുന്ന വഴിക്ക് ഞങ്ങളെ ആശ്വസിപ്പിക്കാൻ മറന്നില്ല. "അബി ആയേഗാ, ആരാം സേ ബൈഠിയേ".

മുപ്പതു മിനിറ്റിനു ശേഷം ഭക്ഷണമെത്തി. ചൂട് ചോറ്, ചൂട് ദാൽ, ചൂട് ഗോപിമഞ്ചൂരി, വലിയ പപ്പട്, അച്ചാർ, തണുത്ത തൈര്. ഞങ്ങൾ കൂടുതൽ കഴിക്കണമെന്ന് ഉപദേശിച്ച് സർദാർജി സമീപത്തുതന്നെ നിന്നു. യൂണിഫോംകാരനെ അടുപ്പിക്കാതെ നിർദ്ദേശങ്ങൾ കൊടുത്ത് അകറ്റി നിർത്തി. ഭക്ഷണ സാധനങ്ങളുടെ ഗുണനിലവാരത്തെക്കുറിച്ച് ശിഖൻ സംസാരിച്ചുകൊണ്ടേയിരുന്നു. സംഭാഷണം ഞങ്ങളെ അലോസരപ്പെടുത്തിയില്ല, കാരണം അത് സ്വാദിഷ്ഠമായിരുന്നു, വാസ്തവമായിരുന്നു. അതിലുപരി ഊഷ്മളമായ ആതിഥ്യം ഞങ്ങളെ വല്ലാതെ സ്പർശിച്ചു.

3

ശ്രാവസ്തി

വൈദിക കാലത്ത് കോസലത്തിന്റെ രാജധാനിയായിരുന്നു ശ്രാവസ്തി. ഈയടുത്ത കാലംവരെ ശ്രാവസ്തി ഭായ്റച്ച് ജില്ലയുടെ ഭാഗവും, ഇപ്പോൾ ഉത്തർപ്രദേശ് സംസ്ഥാനത്തിന്റെ 75 ജില്ലകളിൽ ഒന്ന്. ശ്രാവസ്തിയുടെ ആസ്ഥാനം 'ഭിംഗ'യാണ്. ഇന്ത്യയിൽ ന്യൂനപക്ഷങ്ങൾ ഏറ്റവും കൂടുതൽ നിവസിക്കുന്ന ശ്രാവസ്തി ഉത്തർപ്രദേശിന്റെ വടക്കുകിഴക്കായും രപ്തിനദിക്ക് പടിഞ്ഞാറുമായി കിടക്കുന്നു. (വൈദിക കാലഘട്ടത്തിൽ അചിരാവതി എന്നായിരുന്നു രപ്തിയുടെ പേര്). മഹാഭാരത കാലത്ത് ശ്രാവസ്ത എന്ന രാജാവ് ഇവിടം വാണിരുന്നതുകൊണ്ടാണ് ശ്രാവസ്തി എന്നു പേരുണ്ടായതെന്ന് ഐതിഹ്യം. ബുദ്ധചരിത്രത്തിൽ ശ്രാവസ്തിക്ക് സുപ്രധാന സ്ഥാനമുണ്ട്. ശ്രാവസ്തിയെ 'ശ്രാവട്ത്തി' എന്ന് പാലി ഭാഷയിൽ ഉച്ചരിച്ചിരുന്നു. അക്കാലത്ത് 180 ലക്ഷം ജനങ്ങളും 80000 ഗ്രാമങ്ങളും ഉണ്ടായിരുന്നുവെന്നും മഗധയെക്കാളും പ്രശസ്തമായിരുന്ന ശ്രാവസ്തി, ഭാരതത്തിലെ ശ്രേഷ്ഠ നഗരങ്ങളിൽ പ്രമുഖമായിരുന്നുവെന്നും ചരിത്രം. ശ്രീബുദ്ധന്റെ സമകാലികനായിരുന്ന പ്രസേനജിത്ത് (പെസേൻതി എന്ന് പാലിയിൽ) ആയിരുന്നു ശ്രാവസ്തിയിലെ രാജാവ്. ശ്രാവസ്തിയിൽനിന്ന് തെക്ക് കോസാമ്പിയിലേക്കും മഗധയിലെ രാജഗേഹത്തിനും (രാജ്ഗിർ) രാജവീഥികളുണ്ടായിരുന്നു. ബുദ്ധൻ ഈ വഴികളിലൂടെ പലതവണ സഞ്ചരിച്ചു. പ്രസേനജിത്തിന്റെ മന്ത്രിയായിരുന്ന സുദത്തൻ ആണ് ബുദ്ധനെ ശ്രാവസ്തിയിലേക്ക് ക്ഷണിച്ചുകൊണ്ടു വന്നത്. ബുദ്ധാനുയായിയായശേഷം സുദത്തൻ 'അനന്തപിണ്ഠിക' എന്നറിയപ്പെട്ടു. അദ്ദേഹം പ്രസേനജിത്തിൽനിന്ന് സ്ഥലം വാങ്ങി, അതിൽ മഹാവിഹാരം നിർമ്മിച്ച് ബുദ്ധന്

സമ്മാനിച്ചു. സുദത്തൻ വിഹാരവും ചൈതൃവും നിർമ്മിച്ചു; അതിനു മാത്രം 18 കോടി സ്വർണ്ണനാണയം വേണ്ടിവന്നു.

സംഭവനാഥ തീർത്ഥങ്കരന്റെ ജന്മസ്ഥലമാണ് ശ്രാവസ്തി എന്ന് ജൈനമതസ്ഥർ കരുതുന്നു. അതിനാൽ ശ്രാവസ്തി ജൈനർക്കും പ്രിയപ്പെട്ടതാണ്. ശ്രാവസ്തിയിലെ ശോഭാനാഥ ക്ഷേത്രം ജൈനരുടെ സംഭാവനയാണ്.

ഏഴാം നൂറ്റാണ്ടിൽ ചീന സഞ്ചാരി ഹു-ൻ-സാങ് ശ്രാവസ്തിയിലെത്തുമ്പോൾ നഗരം നശിച്ചു തീർന്നിരുന്നുവെങ്കിലും അക്കാലത്തെ മന്ദിരങ്ങളുടെയും വിഹാരങ്ങളുടെയും വിവരങ്ങൾ അദ്ദേഹത്തിന്റെ സഞ്ചാരക്കുറിപ്പിൽ രേഖപ്പെടുത്തിയിരുന്നു. കാലപ്രവാഹത്തിൽ വിസ്മൃതിയിലാണ്ടുപോയ ഈ നഗര വിസ്മയത്തെ പൊടിതട്ടിയെടുക്കാൻ സഹായിച്ചത് ഈ അമൂല്യ സഞ്ചാരക്കുറിപ്പുകളാണ്.

കാലാനുഗതം സംഭവങ്ങളെ ചിട്ടപ്പെടുത്തി ബുദ്ധചരിതം തയ്യാറാക്കുന്നതിൽ ഇന്നും ഐക്യരൂപം ഉണ്ടായിട്ടില്ല. ബുദ്ധചരിത, ലളിത വിഹാര, മഹാപദാനസൂക്ത, ആചാര്യഭൂതസൂക്ത (സൂക്ത അഥവാ സൂത്രം, പാലി ഭാഷയിൽ 'സുട്ട'യാണ്) മഹാവസ്തു, നിദാനകഥ തുടങ്ങി അശ്വഘോഷനും ബുദ്ധഘോഷനും രചിച്ച നിരവധി ഗ്രന്ഥങ്ങളുണ്ടെങ്കിലും ബുദ്ധന്റെ ജനന-ജീവിതകാലം പോലും കൃത്യമായി പറയാനാവില്ല. താൻ ദൈവമെന്നോ മനുഷ്യനെന്നോ ശ്രീബുദ്ധൻപോലും അവകാശപ്പെട്ടിരുന്നില്ല. എങ്കിലും അന്ധമായ ഭക്തിലഹരിയിൽ അമാനുഷത്തം നല്കി തഥാഗതനെ അവതരിപ്പിക്കുവാൻ ശിഷ്യ പ്രധാനികൾ മത്സരിക്കുകയായിരുന്നു. വർദ്ധമാന മഹാവീരനും ഗോതമ ബുദ്ധനും വിഹരിച്ചിരുന്നത് ഒരേ പ്രദേശത്തും ഒരേ സംസ്കാരത്തിലും ഒരേ ശതകത്തിലുമായിരുന്നതിനാൽ ചരിത്ര സംഭവങ്ങളും കൂടിക്കുഴഞ്ഞു പോയിട്ടുണ്ട്. ജൈനർ മഹാവീരന്റെ 24 പൂർവ്വ ജന്മകഥകൾ അവകാശപ്പെടുമ്പോൾ അതിൽനിന്നുമൊട്ടും പിന്നിലല്ല തങ്ങളെന്ന് ബുദ്ധമതാനുയായികൾ ഒട്ടനവധി ബോധിസത്വരെ കൂട്ടുപിടിക്കുന്നു. ബ്രാഹ്മണ മതത്തിന്റെ (വൈദിക-ചാതുർവർണ്ണ്യം) മേല്ക്കോയ്മക്കെതിരെ ഉയർന്നുവന്ന സുസംഘടിതവും ധൈഷണികവും മതപരവുമായ പ്രസ്ഥാനങ്ങളായിരുന്നു ജൈനമതവും ബുദ്ധമതവും. ആത്മാവ് തുല്യവും വിശുദ്ധവുമാണെന്ന് ജൈനർ. തന്റെ ഉള്ളിലെ ശത്രുവിനെ കീഴടക്കുന്നവൻ ജിനൻ (വിജയി). മോക്ഷത്തിലേക്കുള്ള വഴികാട്ടികളായിരുന്നു 24 തീർത്ഥങ്കരന്മാർ.

ക്രിസ്തുവിനു മുൻപ് ആറാം ശതകത്തിലരങ്ങേറിയ അതിപ്രധാന സംഭവങ്ങൾ ആ നൂറ്റാണ്ടിനെ "ചരിത്രത്തിലെ ജലദ്രോണി" എന്നു പ്രകീർത്തിക്കുന്നു. ബുദ്ധൻ, മഹാവീരൻ, ഹിറാക്ലിറ്റസ്, പൈതോഗറസ്, സൊറാസ്റ്റർ, കൺഫ്യൂഷ്യസ്, ലയോത്സേ തുടങ്ങിയവർ ജന്മമെടുത്ത

ശ്രാവസ്തിയിലെ മഹാബോധി വൃക്ഷത്തെ വലം വക്കുന്ന സിംഹള ഭക്തർ

വിസ്മയകരമായ ശതാബ്ദം. നിരീശ്വരത്വത്തിലൂന്നിയ ചാർവ്വാക മതത്തിന്റെ ഉദയത്തിനു കാരണമായ ചിന്താസരണികളും അക്കാലത്താണ് രൂപം കൊണ്ടത്.

രണ്ട് സഹസ്രാബ്ദങ്ങൾക്കു മുമ്പ് ജനസഞ്ചയമായിരുന്ന കോസാല രാജധാനി ശ്രാവസ്തിയിൽ, ഇന്ന് വിജനതയുടെ നെടുവീർപ്പുകൾ കേൾക്കാം. ശ്രീബുദ്ധൻ നിരവധി മഴക്കാലങ്ങൾ ഇവിടെ ചെലവഴിച്ചുവെന്ന് ചരിത്ര രേഖകൾ. കാലം നിശ്ചയിക്കാൻ വ്യവസ്ഥാപിതമായ കലണ്ടറുകൾ ഉണ്ടാകുന്നതിനു മുമ്പ് ഋതുക്കൾ ആണ് ആധാരമായിക്കണ്ടിരുന്നത്. 24 എന്നും 25 എന്നും അല്ല 29 മഴക്കാലങ്ങളാണെന്നും വ്യത്യസ്ത അഭിപ്രായങ്ങളാണ് ബുദ്ധചരിത്രകാരരുടെ തിരുത്തലുകൾ. ജേതവന ആരാമത്തിന് കിഴക്ക് പൂർവ്വാരാമമെന്ന പേരിൽ ഒരു സംഘാരാമവും വിഹാരവും ബുദ്ധമതക്കാർക്കുണ്ടായിരുന്നു. ബുദ്ധപ്രബോധനങ്ങൾ ശ്രവിക്കാൻ പണ്ഡിതനും പാമരനും രാജാവും കർഷകനും വളരെ അകലങ്ങളിൽ നിന്നുപോലും എത്തിയിരുന്നു. അക്കൂട്ടത്തിൽ എത്തിയ 'വിശാഘ' എന്ന പ്രഭ്വിയുടെ വൈരമാല കൈമോശം വന്നു. അത് ലഭിച്ച അനന്ത (ഉദത്തൻ) ഉടമസ്ഥയ്ക്ക് കൈമാറിയതിന്റെ സന്തോഷത്തിൽ ബുദ്ധന് കാണിക്കയായി സമർപ്പിച്ചുവെന്നും ആ വിലപിടിച്ച ആഭരണം വിലകൊടുത്തു വാങ്ങാൻ കെല്പുള്ളവരാരുമുണ്ടാവാതെ

വന്നതിനാൽ വൈരമാലയുടെ മൂല്യത്തിനൊത്ത് 90 ലക്ഷം സ്വർണ്ണനാണയം മുടക്കി ബുദ്ധനും ശിഷ്യഗണങ്ങൾക്കും പാർക്കാനായി വിശാഘ തന്നെ നിർമ്മിച്ചു നല്കിയതാണ് പൂർവ്വരാമമെന്നും വിശാഘ ശ്രീബുദ്ധ ഉപാസികയായി മാറി എന്നും ചരിത്രം. ഈ പൂർവ്വാരാമത്തിലിരുന്നാണ് ബുദ്ധൻ സൂക്തങ്ങളേറെയും ഉപദേശിച്ചത്, വെളിപാടുകൾ ഉദ്ഘോഷിച്ചത്.

ചെറിയ ചുടുകട്ടകളുടെ വൻകൂനകൾ പലയിടത്തും കണ്ടു. സാകേത് മാഹേത് ഖനനം ചെയ്തപ്പോൾ പുറത്തേയ്ക്കെടുത്തവയാണവ. ശ്രാവസ്തി നഗരഭിത്തിയിലുറപ്പിച്ചിരുന്ന പ്രവേശന കവാടമാണതിലൊന്ന്. ഖനനത്തിലൂടെ നിരവധി ശിലാഫലകങ്ങളും ശാസനക്കുറിപ്പുകളും കണ്ടെടുത്തിരുന്നു. അവ ഡൽഹി മ്യൂസിയത്തിൽ സൂക്ഷിച്ചിട്ടുണ്ട്. ഖനനം ഇപ്പോഴും തുടർന്നുകൊണ്ടേയിരിക്കുന്നു.

ബുദ്ധപാദസ്പർശം കൊണ്ട് ധന്യമായ സാകേത് മാഹേത്, വളരെയകലെയല്ലെന്നറിയിക്കുംവിധം തായ്ലന്റ് ബുദ്ധസംഘം നിർമ്മിച്ച ബുദ്ധ വിഹാരത്തിന്റെ സ്വർണ്ണ മകുടം ആകാശത്തേക്കുയർന്നു നില്ക്കുന്നു. നിരനിരയായി വൃക്ഷങ്ങൾ വിജനമായ റോഡിൽ തണൽ വിരിച്ചിരുന്നു. ശ്രാവസ്തിയിലെ ചരിത്ര ശേഷിപ്പുകൾ സംരക്ഷിക്കപ്പെടുന്ന വിശാല വളപ്പിനു മുന്നിൽ ഞങ്ങളെത്തുമ്പോൾ വളരെക്കുറച്ചു വാഹനങ്ങളേ അവിടെ പാർക്കു ചെയ്തിരുന്നുള്ളൂ. കരകൗശല വസ്തുക്കളും ചാന്ത്, വള, പൊട്ട് സാധനങ്ങളും വില്ക്കുന്ന ഒന്നോ രണ്ടോ കടകൾ, കാന്റീൻ എന്ന ഒരു തട്ടുകട-ഇത്രയുമാണവിടത്തെ വ്യാപാര സ്ഥാപനങ്ങൾ.

സ്തൂപം വൃത്തിയാക്കുന്ന ഭക്തർ

ജിയോളജിക്കൽ സർവ്വേ വകുപ്പിനാൽ സംരക്ഷിക്കപ്പെടുന്ന സാകേത്-മാഹേതിനുള്ളിൽ പ്രവേശിക്കാൻ അഞ്ചു രൂപാ നിരക്കിൽ ടിക്കറ്റെടുക്കണം. പരിശോധകരാരേയും കാണാത്തതിനാൽ മുന്നോട്ടു പോകവെ പിന്നിൽ നിന്നൊരു വിളി "ആയിയേ ടിക്കറ്റ് ദിഖായിയേ."

മരത്തണലിലെ ചാരുബഞ്ചിൽ മലർന്നു കിടന്ന് ഒരു തടിയൻ ഞങ്ങളെ അങ്ങോട്ടു ക്ഷണിച്ചു. മല മമ്മതിനടുത്തേക്ക് പോകണമെന്ന് സാരം. പത്രം വായിച്ചുകൊണ്ടിരുന്ന ഒരു ബുദ്ധസന്ന്യാസിയും ഒപ്പം തടിയൻ ഗേറ്റ് കീപ്പറും.

വൃത്തിയായി ചെത്തിയൊരുക്കിയ പുൽമൈതാനിയിലൂടെ വളഞ്ഞു തിരിഞ്ഞുള്ള നടപ്പാത ഇഷ്ടിക പാകിയതായിരുന്നു. ഉയരം കൂടിയ വൃക്ഷങ്ങൾ തണൽ വിരിച്ച വഴിയിൽ ഞങ്ങളെ തടഞ്ഞുകൊണ്ട് രണ്ടു വാനരശൂരന്മാർ പരസ്പരം കടിച്ചുകീറാനുള്ള ആവേശത്തോടെ വിലങ്ങനെ നിന്നു. ഞങ്ങൾ പത്തുപേരൊരുമിച്ചടുത്തിട്ടും അവ കൂസലെന്യേ നിന്നപ്പോൾ ശരിക്കും ഭയപ്പെട്ടത് ഞങ്ങളായിരുന്നു.

ബഹുവർണ്ണ തോരണങ്ങളാലലംകൃതമായ ഒരു വൃക്ഷത്തിനു ചുറ്റും വലിയ ഒരു സംഘം ശുഭ്ര വസ്ത്രധാരികൾ പ്രദക്ഷിണം വയ്ക്കുകയും ആരാധനാ ക്രമങ്ങളനുഷ്ഠിക്കുകയും ആയിരുന്നു. അതീവ ശ്രദ്ധയോടും അവധാനതയോടും ഉള്ള മൃദുചലനങ്ങൾ, ഏതോ പ്രാർത്ഥന അവരുടെ ചുണ്ടുകളിൽ നിറഞ്ഞു. കുട്ടികളും സ്ത്രീകളും അടങ്ങിയ ആ ഭക്തസംഘം ശ്രീലങ്കയിൽ നിന്നുമെത്തിയ തീർത്ഥാടകവൃന്ദമാണെന്ന് തിരിച്ചറിയാൻ അവരുടെ വസ്ത്രധാരണ രീതി സഹായിച്ചു. പാദരക്ഷകൾ പുറത്തൊതുക്കി വച്ച് ഞങ്ങളും ആ പ്രദക്ഷിണ വലയത്തിൽ ആദരവോടെ ഇടം തേടി. മഹാനായ അനന്തപിണ്ഠിക, ഗയയിൽനിന്നും കൊണ്ടുവന്ന മഹാബോധി വൃക്ഷത്തിന്റെ ശാഖ നട്ടുവളർത്തിയ വൃക്ഷമാണതെന്ന് രേഖപ്പെടുത്തിയ ഫലകം അവിടെ സ്ഥാപിച്ചിട്ടുണ്ട്. ബോധിവൃക്ഷത്തിന് വടക്കുകിഴക്കായി അതിപാവന ജേതവനം. ബുദ്ധനൊപ്പം നിഴൽപോലെ പിന്തുടർന്ന അനന്തപിണ്ഠികനാൽ നിർമ്മിതമായ 'കൊശംബകുടി' ഇവിടെ നിലനിന്നിരുന്നു. വലിയൊരു ക്ഷേത്രമായിരുന്നു കൊശംബകുടി. തറയിൽ ഇഷ്ടിക പാകി ഭഗവാന് ഇതിലേക്ക് നടക്കാനായി ഒരുക്കിയ ഇടനാഴിക്ക് 'ചങ്കാമ' എന്നു പേര്. ക്രിസ്തുവർഷം ഒന്നാം ശതകത്തിൽ നിർമ്മിച്ചതെന്നു പറയപ്പെടുന്ന ഒരു വലിയ ബോധിസത്വ പ്രതിമ കൊശംബകുടിയിൽനിന്നും കണ്ടെടുത്തിരുന്നു. കുശാന വംശ രാജാവ് 'ബാല' സ്ഥാപിച്ചതാണതെന്ന് വിശ്വസിക്കപ്പെടുന്നു. ഹുൻസാങ്ങും ഈ പ്രതിമ കണ്ടിട്ടുള്ളതായി രേഖപ്പെടുത്തിയിട്ടുണ്ട്.

വിസ്താരമുള്ള പരവതാനി നിലത്ത് വിരിച്ച്, അതിൽ അച്ചടക്കത്തോടെ ഇരിക്കുന്ന ചെറുപ്പക്കാർ. വെളുത്തുതുടുത്ത്, മോഡേൺ

വസ്ത്രങ്ങളണിഞ്ഞ ആ യുവതീയുവാക്കൾക്ക് ക്ലാസ് എടുക്കുന്ന ഒരു സ്യൂട്ടുധാരിയും. പുതുയുഗത്തിലെ വിരസമാർന്ന തൊഴിലന്തരീക്ഷത്തിൽ നിന്നുമകന്ന് ആത്മീയ ഉണർവ്വ് നിറയ്ക്കാനെത്തിയവരായിരിക്കാം, ഞാൻ മനസ്സിൽ കരുതി.

2300 വർഷങ്ങൾക്കു മുമ്പുണ്ടായിരുന്നുവെന്ന് പറയപ്പെടുന്ന ബോധി വൃക്ഷത്തിന്റെ സ്ഥാനത്ത് ഇന്നു കാണുന്നത് ശ്രീലങ്കയിൽനിന്നു കൊണ്ടു വന്ന് നട്ടുവളർത്തിയ വൃക്ഷമാണ്. ബോധ്ഗയയിൽ നിന്ന് പുത്രി സംഘ മിത്ര വശം അശോക ചക്രവർത്തി ശ്രീലങ്കയിലെ (സിഹളം) അനുരാധ പുരത്തെത്തിച്ച് വളർത്തിയെടുത്ത ബോധിവൃക്ഷത്തെയും ഇവിടെ ശ്രാവസ്തിയിലെ ബോധിവൃക്ഷവുമായി പൊക്കിൾക്കൊടി ബന്ധം ഉണ്ടെന്ന് ആശ്വസിക്കാം. വാർദ്ധക്യത്തിന്റെ അസ്വസ്ഥതകൾ പ്രകടിപ്പി ക്കുന്നതിനാൽ കൃത്രിമ താങ്ങുകളാൽ ഈ വൃക്ഷം സംരക്ഷിക്കപ്പെടു ന്നു. ഏതു നിമിഷവും ഒടിഞ്ഞു തൂങ്ങാമെന്ന നിലയിലുള്ള ഉയരങ്ങ ളിലെ ശിഖരങ്ങളെ നീണ്ട ലംബത്തിലുള്ള ഇരുമ്പു തൂണുകൾ താങ്ങി നിർത്തുന്നു.

പരന്നു വിസ്താരമുള്ള വെള്ളിത്താലങ്ങളിൽ ചുവന്ന പുഷ്പങ്ങൾ പകർന്ന് ബോധിക്കു നിവേദിക്കാനിരിക്കുന്ന സിംഹള ബുദ്ധഭക്തരെ വിട്ട് ഞങ്ങൾ മുന്നോട്ട് നടന്നു.

ബോധിവൃക്ഷത്തിനു കിഴക്കായി നൂറുവാര അകലെ ഒരു സ്തൂപം. അതിനെ പ്രദക്ഷിണം വയ്ക്കുന്ന വലിയൊരു സംഘം മറൂൺ വസ്ത്ര ധാരികൾ. അവർ ജപ്പാൻകാർ. സ്തൂപം എന്നാൽ നാട്ടിലെ സാധാരണ മായ രക്തസാക്ഷിമണ്ഡപംപോലെ ഏതോ ആണെന്നായിരുന്നു എന്റെ ധാരണ. ബുദ്ധസ്തൂപങ്ങൾ വലിയ ചുറ്റളവിൽ ചെറിയ ഇഷ്ടികകൊണ്ട് കെട്ടിയുയർത്തിയ ഒരു മാസ്സ്, അതായത് കുട്ടികൾ ചിരട്ടയിൽ 'മണ്ണപ്പം' ഉണ്ടാക്കിയ ആകൃതിയിലാണ്. ഉയർന്ന പ്ലാറ്റ്ഫോമിൽ രണ്ടു ദീർഘച തുര മുറികൾ, ഒന്നിനു മുകളിൽ മറ്റൊന്നെന്നപോലെ, ഇരട്ട സ്തൂപം. ബുദ്ധ ഭഗവാന്റെ ഭൗതികാവശിഷ്ടത്തിൽ ചെറിയ ഒരംശം ഇവിടെ അടക്കം ചെയ്യപ്പെട്ടിട്ടുണ്ട്.

സ്തൂപത്തിൽനിന്നു തെല്ലുമാറി അമ്പതോളം പേരടങ്ങുന്ന മറ്റൊരു ബൗദ്ധ സംഘം സദ്സംഗത്തിൽ മുഴുകിയിരിക്കുന്നു. മുണ്ഡിത ശിര സ്കരായ ആ ഭക്തരെ മഹദ്വചനങ്ങൾ ചൊല്ലിക്കേൾപ്പിക്കുന്ന ഒരു സന്ന്യാസിവര്യനും.

വേറെയും ചില സ്തൂപങ്ങൾ കണ്ടു. ചിലതിനരികിൽ ബുദ്ധാനു യായികൾ പ്രാർത്ഥനയിലും ധ്യാനാവസ്ഥയിലും കാണപ്പെട്ടു. സ്വച്ഛമായ അന്തരീക്ഷം. സ്തൂപങ്ങൾക്കരികിൽ അവ നിർമ്മിച്ച ഭിക്ഷുക്കളുടെയും ഉപാസകരുടെയും പേരുകൾ എഴുതിവച്ചിട്ടുണ്ട്. വിസ്മൃതിയിലാണ്ടിരുന്ന

ഈ പ്രശസ്ത നഗരത്തെ പുറം ലോകത്തേക്കാനയിച്ചുകൊണ്ടു വന്നിട്ട് ഒന്നര ശതാബ്ദം തികഞ്ഞിട്ടില്ല. ഒരുകാലത്ത് പ്രതാപത്തിലായിരുന്ന ശ്രാവസ്തി ഇന്ന് വെറും നാന്നൂറ് ഏക്കറിൽ ഒതുങ്ങുന്നു. സാകേത് വനവും അതിനു വടക്കായി മാഹേത് വനവും ഇതിലുൾപ്പെടുന്നുവെന്ന് വിശ്വസിച്ചേ മതിയാകൂ. നഗരത്തിന്റെ കോട്ടവാതിൽ എന്ന് ചൂണ്ടിക്കാണിക്കാൻ ഇന്ന് ഒരു മൺകൂന മാത്രം.

ബുദ്ധചരിത്രത്തിലെ സുപ്രധാന കഥാപാത്രമായ അംഗുലീമാലയുടെ നാമത്തിലുള്ള അംഗുലീമാല സ്തൂപവും ആകൃതിയിലും പ്രകൃതത്തിലും വേറിട്ട ഒന്നല്ല. ശ്രാവസ്തിയിലെ രാജാവ് പ്രസേനജിത്തിന്റെ ഉപദേഷ്ടാവ് ഭാഗ്ഗവഗഗ്ഗയ്ക്കും ഭാര്യ മന്താനിക്കും ഒരു പുത്രൻ ജനിച്ചു. നക്ഷത്ര, ഗ്രഹങ്ങളുടെ സ്ഥാനപ്രകാരം കുഞ്ഞ് ഭാവിയിൽ കൊള്ളക്കാരനോ കൊലപാതകിയോ ആയിത്തീരുമെന്ന് ഭാഗ്ഗവഗഗ്ഗ ഗണിച്ചറിഞ്ഞു. കൊട്ടാരത്തിലെ വാളുൾപ്പെടെ ആയുധങ്ങളിൽനിന്ന് അപ്പോൾ തീപ്പൊരി ചിതറി. നഗരത്തിൽ പലയിടത്തും പലവിധത്തിലുള്ള അപശകുനങ്ങൾ കാണപ്പെട്ടു. ഈ പ്രതിഭാസങ്ങൾക്ക് കാരണമെന്തെന്ന് രാജാവ് ആരാഞ്ഞു. ഭാഗ്ഗവഗഗ്ഗ സത്യം മറച്ചുവച്ചില്ല. തനിക്കുണ്ടായ പുത്രന്റെ ജാതകരഹസ്യം അദ്ദേഹം രാജാവിനോട് വെളിപ്പെടുത്തി. അസാധാരണ ജന്മമാണ് തന്റെ കുഞ്ഞ് എന്ന് വ്യാകുലതയോടെ അറിയിച്ച ആ പിതാവിനോടുതന്നെ പരിഹാരമാർഗ്ഗവും പ്രസേനജിത്ത് ആരാഞ്ഞു.

“കുഞ്ഞിനെ ഉടനെ ഇല്ലാതാക്കണം”. ഭാഗ്ഗവഗഗ്ഗയ്ക്ക് രണ്ടാമതായൊന്നാലോചിക്കാനില്ല. സ്വന്തം ചോരയേക്കാളും രാജ്യനന്മയ്ക്കാണ് അദ്ദേഹം പ്രാധാന്യം നല്കിയത്.

പ്രസേനജിത്തിന് പരിഹാരമാർഗ്ഗം സ്വീകാര്യമായില്ല. ക്രൂരമായ പ്രവൃത്തിയിലൂടെ പിതൃഹൃദയത്തെ നോവിക്കാൻ അദ്ദേഹം തയ്യാറല്ല. രാജാവ് ഉല്ക്കണ്ഠയോടെ ആരാഞ്ഞു.

“അവൻ വളർന്നു വലുതാകുമ്പോൾ സംഘമുണ്ടാക്കുമോ? രാജ്യത്തിനെതിരെ പടയൊരുക്കുമോ?”

“പ്രശ്നവശാൽ അതിനു സാദ്ധ്യത കാണുന്നില്ല.”

“അങ്ങനെയെങ്കിൽ അവൻ നല്ല രീതിയിൽ വളരട്ടെ, നല്ല വിദ്യ അഭ്യസിക്കട്ടെ. ഉന്നതബന്ധങ്ങൾ അവനെ നേർവഴിക്കു നയിക്കുമെന്ന് നമുക്ക് ആശിക്കാം. അഥവാ മറിച്ചാണെങ്കിലോ? ഭീഷണിയാകുമെങ്കിൽ അവന്റെ ശല്യം ഒഴിവാക്കാൻ ഒരു സൈന്യത്തെത്തന്നെ നിയോഗിക്കാമല്ലോ.”

മാതാപിതാക്കൾ കുഞ്ഞിന് അഹിംസകൻ എന്നു പേരിട്ടു. വാത്സല്യത്തോടെ വളർത്തി. അഹിംസകൻ നല്ല സ്വഭാവഗുണങ്ങളോടെ വളർന്നു. ഉന്നത വിദ്യാഭ്യാസത്തിന് അവനെ തക്ഷശിലയിലേക്കയച്ചു.

ലോകോത്തര സർവ്വകലാശാലയാണ് തക്ഷശില. ഗുരുകുല സമ്പ്രദായത്തിൽ അഹിംസകന്റെ വിദ്യാഭ്യാസം പുരോഗമിച്ചു. അതിസമർത്ഥനായിരുന്ന അഹിംസകൻ പരീക്ഷകളിലെല്ലാം ഒന്നാം ശ്രേണിയിൽ വിജയിച്ചു. ബുദ്ധിയിലും സ്വഭാവത്തിലും ഗുണത്തിലും അദ്വിതീയനായി. ഗുരുഭൂതർക്കെല്ലാം പ്രിയങ്കരനായി, കണ്ണിലുണ്ണിയായി എന്നാൽ മറ്റുചിലരിൽ കണ്ണിലെ കരടായി. അസൂയ മൂത്ത സഹപാഠികൾക്ക് അഹിംസകനെ സഹിക്കാനാവുമായിരുന്നില്ല. 'അവന്റെ വളർച്ച അവസാനിപ്പിക്കണം' അവർ ആലോചിച്ചു. 'ഗുരുവിന് അപ്രീതനാക്കണം.'

"ഗുരുവിനോട് ഏഷണി പറയാം."

"ഗുരു വിശ്വസിക്കില്ല, ഗുരുവിന് അവൻ വത്സലനാണ്."

കുബുദ്ധികൾ കളം വരച്ചു; മൂന്ന് സംഘങ്ങളായി. ഒന്നാം സംഘം ഗുരുവിനെ കണ്ടു വന്ദിച്ചു, താഴ്മയായി ഉണർത്തിച്ചു.

"ഗുരുജീ ക്ഷമിച്ചാലും, അഹിംസകന് ചില കൊള്ളാത്ത കൂട്ടുകെട്ടുകളുണ്ട്; അവരുമായിച്ചേർന്ന് അങ്ങയ്ക്കെതിരെ...."

രഹസ്യമായ അറിവെന്നപോലെ അവർ ഗുരുവിന് ആപത്തു വരുന്നുവെന്ന് സൂചിപ്പിച്ചു. പക്ഷേ, ഗുരു കുപിതനായി അവരെ വിരട്ടി ഓടിക്കുകയാണുണ്ടായത്. തന്റെ പ്രിയശിഷ്യനെപ്പറ്റി അപവാദം പറയുന്നുവോ?

ഒന്നാം സംഘം ഉണർത്തിച്ച വിവരം രണ്ടാം സംഘവും മറ്റൊരവസരത്തിൽ ആവർത്തിച്ചു.

"നിങ്ങൾക്ക് ഭ്രാന്താണ്. അഹിംസകനെ ഞാൻ അവിശ്വസിക്കില്ല."

ഗുരു അപ്പോഴും ക്രുദ്ധനായിരുന്നു.

മൂന്നാം സംഘം ഒരുപടി കൂടുതൽ കടന്നു.

"ഗുരുജീ, താങ്കൾക്ക് പ്രായം അധികമായില്ലേ? അദ്ധ്യാപനം അവസാനിപ്പിച്ചു പോകരുതോ?"

അർത്ഥമറിയാതെ പകച്ചുനിന്ന ഗുരുവിനോട് സംഘം തുടർന്നു.

"അഹിംസകന് താങ്കളുടെ സ്ഥാനം കൈക്കലാക്കി അദ്ധ്യാപനം നടത്തണമെന്ന് മോഹമുണ്ട്. താങ്കൾ ജീവിച്ചിരിക്കുന്നിടത്തോളം അത് സാദ്ധ്യമല്ലാ എന്നവനറിയാം."

ഗുരുവിന്റെ മനസ്സിൽ ഭയത്തിന്റെ നിഴൽപ്പാട് കണ്ട വിദ്യാർത്ഥികൾ കൂട്ടിച്ചേർത്തു.

"അവൻ വാളിന് മൂർച്ച കൂട്ടിക്കഴിഞ്ഞു. അങ്ങ് സൂക്ഷിക്കുന്നത് നന്ന്."

മൂന്നാം സംഘം തങ്ങളുടെ ദൗത്യം ലക്ഷ്യത്തിലെത്തിച്ചു. ഗുരുവിന്റെ മനസ്സിൽ അസ്വസ്ഥത വളർന്നു; ഗുരു ഭയന്നു, തന്റെ പ്രായത്തെക്കുറിച്ചു ബോധവാനായ ഗുരു ദാരുണമായ അന്ത്യം ആസന്നമായി എന്ന് ഭയന്നു. അദ്ദേഹം അഹിംസകനെ വിളിച്ചു.

"അഹിംസകാ, നിന്റെ പഠനം പൂർത്തിയായിരിക്കുന്നു, നിനക്ക് തക്ഷശില വിടാൻ സമയമായി."

വിനയാമ്പിതനായി നിന്നിരുന്ന ശിഷ്യനോട് ഗുരു തുടർന്നു.

"പഠനം പൂർത്തിയായ നിലയ്ക്ക് നീ ഗുരുദക്ഷിണ തരണം." അഹിംസകൻ കാതോർത്തുനിന്നു; ഗുരു ആവശ്യപ്പെടുന്ന ദക്ഷിണ എന്തായിരിക്കും?

"വലതു കൈയിലെ ആയിരം മനുഷ്യച്ചെറുവിരലുകൾ"

വെള്ളിടിപോലെ അഹിംസകൻ കേട്ടു, ഗുരുമുഖത്തുനിന്നുള്ള വിചിത്രമായ ആവശ്യം. അരുതെന്ന് പറയാനോ നിഷേധിക്കാനോ ശിഷ്യന് അവകാശമില്ല. ഗുരുദക്ഷിണ സമർപ്പിച്ചില്ലെങ്കിൽ അഭ്യസിച്ച വിദ്യ നിരർത്ഥകമാകും.

അഹിംസാധിഷ്ഠിത കുടുംബമാണ് തന്റേതെന്ന് ആ ബ്രാഹ്മണകുമാരൻ ഗുരുവിനെ ഓർമ്മിപ്പിച്ചുവെങ്കിലും ഗുരുവിന് മനം മാറിയില്ല. ആവശ്യത്തിലുറച്ചു നിന്നു. വലതു ചെറുവിരൽ സമ്പാദനത്തിനിടയിൽ ആരിൽ നിന്നെങ്കിലും മരണമേറ്റുവാങ്ങും എന്ന് ഗുരു മനസ്സിൽ കരുതി. അല്ലാത്തപക്ഷം സൈനിക നടപടിയിലൂടെ എങ്കിലും ബാദ്ധ്യത അവസാനിക്കും എന്ന് ഗുരു ആശ്വാസംകൊണ്ടു.

വലതുകൈയിലെ ചെറുവിരലുകൾക്കായി അഹിംസകൻ മൃതശരീരങ്ങളന്വേഷിച്ചു നടന്നില്ല. കത്തിയും വാളുമായി ജാലിനി വനത്തിലേക്കു പോയി ഇരകൾക്കായി കെണികളൊരുക്കി.

വഴിപോക്കരുടെ വലതു ചെറുവിരലുകൾ നഷ്ടപ്പെടുവാൻ തുടങ്ങി. ശേഖരിച്ച വിരലുകൾ സൂക്ഷിച്ചു വയ്ക്കാൻ അഹിംസകൻ പ്രയാസപ്പെട്ടു. പക്ഷിമൃഗാദികളെ ഭയന്ന് നിലത്തോ, മരപ്പൊത്തിലോ വയ്ക്കാൻ കഴിയില്ല. അതുകൊണ്ട് വിരലുകൾ ചരടിൽ കോർത്ത് മാലയാക്കി കണ്ഠത്തിലണിഞ്ഞു. അംഗുലികൾകൊണ്ടു തീർത്ത മാലയണിഞ്ഞ അഹിംസകൻ 'അംഗുലീമാലയായി.'

അംഗുലീമാല എന്ന ക്രൂരനെ ഭയന്ന് ജാലിനി വനത്തിലൂടെ ആരും സഞ്ചരിക്കാതെയായി. ഇരകളെ ലഭിക്കാതായപ്പോൾ അംഗുലീമാല ഗ്രാമത്തിലേക്കിറങ്ങിച്ചെന്നു. രാത്രിയുടെ മറയും നിശ്ശബ്ദതയും അവന് തുണയായി.

ജനം അസ്വസ്ഥരായി. അംഗുലീമാല എന്ന ഭീകരനിൽനിന്ന് രക്ഷ തേടി അവർ ശ്രാവസ്തിയിലെ പ്രസേനജിത്ത് രാജാവിനെ ശരണം പ്രാപിച്ചു. അംഗുലീമാലയെ ബന്ധനസ്ഥനാക്കാനോ നിഗ്രഹിക്കുവാനോ നിശ്ചയിച്ചുറച്ച് സൈന്യസമേതം രാജാവ് ജാലിനി വനത്തിലേക്ക് പുറപ്പെട്ടു.

അംഗുലീമാലയുടെ പൂർവ്വ കഥകൾ ജനങ്ങൾക്ക് അജ്ഞാതമായിരുന്നു. പക്ഷേ, മന്താനി സംശയിച്ചു; അത് തന്റെ അഹിംസകനല്ലേ? ആ മാതൃഹൃദയം വിതുമ്പി; അവർ ഭാഗ്ഗവഗഗ്ഗയോട് കെഞ്ചി.

"നമ്മുടെ മകന്റെ ജീവൻ രക്ഷിക്കൂ, രാജാവിന്റെ മനസ്സു മാറ്റാൻ ശ്രമിക്കൂ."

ഭാഗ്ഗവഗഗ്ഗ നിസ്സഹായനായിരുന്നു. വൈകിപ്പോയിരിക്കുന്നു, രാജ്യതാല്പര്യത്തിനെതിരെ പ്രവർത്തിക്കാൻ അശക്തനായിരിക്കുന്നു. രാജകല്പന നടക്കട്ടെ എന്ന അഭിപ്രായമായിരുന്നു അദ്ദേഹത്തിന്.

ഹൃദയാലുവായ മാതാവ് ജാലിനി വനത്തിലേക്ക് ഏകയായി നടന്നു; തന്റെ മകനെ കാണാൻ, അവനെ ഉപദേശിക്കാൻ, അവന്റെ മനസ്സു മാറ്റാൻ.

തന്റെ വാസസ്ഥാനത്തേക്ക് ഒറ്റയ്ക്ക് വന്നുകൊണ്ടിരുന്ന സ്ത്രീയെ അംഗുലീമാല തിരിച്ചറിഞ്ഞു, തനിക്ക് ജന്മം നല്കിയ അമ്മ. എങ്കിൽ എന്ത്? 999 ചെറുവിരലുകൾക്കൊപ്പം ചേർക്കാൻ ഒരു വിരൽകൂടി. തന്റെ ലക്ഷ്യം പൂർത്തിയാകാൻ പോകുന്നതിൽ അവൻ സന്തോഷിച്ചു. അത് തന്റെ അമ്മയാണെങ്കിലും 'ഇര'യാണെന്നതിൽ അയാൾക്ക് ഉത്സാഹം വർദ്ധിച്ചതേയുള്ളൂ.

പൊടുന്നനെ ആ അമ്മയ്ക്കും മകനുമിടയിൽ ബുദ്ധൻ വന്നുനിന്നു. അതോടെ അമ്മയെ വെറുതെ വിടാൻ അയാൾ തയ്യാറായി. ഒരു ചെറുവിരൽ, അതിന് ഈ ശ്രമണൻ ധാരാളം. മാലയുടെ അവസാനത്തെ കണ്ണി.

ബുദ്ധൻ നടന്നു, നടന്നുകൊണ്ടേയിരുന്നു.

"നില്ക്കൂ" അംഗുലീമാല ആക്രോശിച്ചു.

ബുദ്ധൻ നിന്നു, അംഗുലീമാല പിന്തുടർന്നു.

"നില്ക്കൂ" അംഗുലീമാല ഗർജ്ജിച്ചു.

"ഞാൻ നിന്നുവല്ലോ" ബുദ്ധൻ തുടർന്നു."ഞാൻ നിന്നു, നീയാണ് നില്ക്കാത്തത്."

ശരിയാണ്, അംഗുലീമാല എത്ര നടന്നിട്ടും നിശ്ചലനായി നിന്ന ബുദ്ധനരികിലേക്ക് എത്താൻ കഴിഞ്ഞില്ല.

ശ്രീബുദ്ധൻ അംഗുലീമാലയ്ക്ക് ധർമ്മം ഉപദേശിച്ചു കൊടുത്തു. അയാൾ വീണ്ടും അഹിംസകനായി; ബുദ്ധന്റെ പാദങ്ങളിൽ വീണു.

അഹിംസകനുമൊത്ത് ശ്രീബുദ്ധൻ ശ്രാവസ്തിയിലേക്ക് നടന്നു. വഴിയിൽ പ്രസേനജിത്തും സൈന്യവും. തഥാഗതനു മുന്നിൽ രാജാവും പരിവാരങ്ങളും ആദരവോടെ വണങ്ങി നിന്നു.

"എങ്ങോട്ടാണ്? യുദ്ധത്തിനിറങ്ങിത്തിരിച്ചിരിക്കുകയാണോ?"

ബുദ്ധൻ അന്വേഷിച്ചു.

"അതെ, ഞങ്ങൾ ഒരു കൊടും കുറ്റവാളിയെ അന്വേഷിച്ചിറങ്ങിയതാണ്; അംഗുലീമാല എന്ന ഭീകരനെ."

"അംഗുലീമാലയെ നിങ്ങൾ കണ്ടുമുട്ടിയാൽ, അയാൾ ഭിക്ഷുവിന്റെ

രൂപത്തിൽ തല മുണ്ഡനം ചെയ്ത് മഞ്ഞ വസ്ത്രം ധരിച്ച് കാണപ്പെട്ടാൽ, അയാളോട് താങ്കൾ എങ്ങനെ പ്രതികരിക്കും?"

"ഒരു ഭിക്ഷുവിനെ ഭിക്ഷുവായി കാണും, ആതിഥ്യമര്യാദകൾ ഒരുക്കി സ്വീകരിക്കും."

"എങ്കിൽ ഇതാ, താങ്കൾ അന്വേഷിക്കുന്ന അംഗുലീമാല."

താൻ അഹിംസകനാണെന്ന സത്യം അയാൾ വെളിപ്പെടുത്തി. ശിഷ്ടജീവിതം അഹിംസകൻ അംഗുലീമാല എന്ന നാമധേയത്തിൽത്തന്നെ ബുദ്ധഭിക്ഷുവായി കഴിഞ്ഞുകൂടി.

ജേതവനത്തിലാണ് രണ്ടാമതായി സ്ഥാപിക്കപ്പെട്ട ബുദ്ധവിഹാരം (Monaestery). ആദ്യത്തേത് രാജ്ഗേഹയിലെ (രാജ്ഗിർ) വേണുവനമാണ് (പാലിയിൽ ബേലുവന). ശ്രീബുദ്ധൻ ഏറ്റവും കൂടുതൽ സൂക്തങ്ങൾ ഉപദേശിച്ചത് ശ്രാവസ്തിയിലെ ജേതവനയിൽ വച്ചാണ്. ബുദ്ധനു സമർപ്പിക്കപ്പെട്ട ജേതവനയിൽ ചന്ദനമാല, മണ്ഡലമാല, മുളഗന്ധകുടി, കോസമ്പകുടി തുടങ്ങിയ നിരവധി മന്ദിരങ്ങൾ ഉണ്ടായിരുന്നുവത്രേ. ജേതവന പൊക്കരൻ എന്ന പേരിൽ ഒരു വലിയ കുളവും.

സാകേതിൽ കുശാന, ഗുപ്ത കാലഘട്ടങ്ങളിൽ നിർമ്മിച്ച സ്തൂപാവശിഷ്ടങ്ങൾ കാണാം. സ്തൂപങ്ങൾ ഓരോന്നും എന്തിനെ, ഏതിനെ സൂചിപ്പിക്കുന്നുവെന്നോ ആരു നിർമ്മിച്ചുവെന്നോ സന്ദർശകർക്ക് പറഞ്ഞുകൊടുക്കുവാൻ ആരെയും നിയോഗിച്ചിട്ടില്ല. ഹു-ൻ സാങ്ങിന്റ ഡയറിക്കുറിപ്പുകളെ അവലംബിച്ചുള്ള പര്യവേക്ഷണം പൂർണ്ണമായിട്ടില്ല. വെളിച്ചത്തു കൊണ്ടുവന്ന സാക്ഷ്യനിർമ്മിതികൾ ചരിത്രഗവേഷക

സ്തൂപത്തിനരികെ സംഘാംഗങ്ങൾ

രുടെ പരിശോധനകളിലും വ്യക്തത കൈവരിച്ചിട്ടില്ല. സങ്കല്പങ്ങളും ഭാവനകളും നിഗമനങ്ങളും വിശ്വാസങ്ങളായി.

പല സ്തൂപങ്ങൾക്കരികിലും ബുദ്ധാനുയായികൾ സംഘം ചേർന്ന് ആരാധനകളിലേർപ്പെട്ടിരിക്കുന്നു. നഗ്നപാദരായി, സൗമ്യരായി, ശാന്ത ഭാവ ചലനങ്ങളോടെ, അവധാനതയോടെ പ്രദക്ഷിണം ചെയ്യുന്ന ഭക്ത രുടെ ഓരോ കാൽവയ്പ്പും ഭൂമിദേവിക്കു വേദനയുണ്ടാകരുതെന്നോണം ആയിരുന്നു.

പ്രസേനജിത്ത് (പെസേൻതി)ശാക്യമുനി ബുദ്ധനെ വളരെയധികം ബഹുമാനിച്ചിരുന്നു. ശാക്യകുലത്തിൽ ജനിച്ച ഒരു രാജകന്യകയെ വിവാഹം ചെയ്യാൻ രാജാവിന് ആഗ്രഹമുണ്ടായി. കോസലരേക്കാൾ ശ്രേഷ്ഠ ജാതിയെന്നു കരുതപ്പെട്ടിരുന്ന ശാക്യർക്ക് അത് ഹിതമായില്ല, രാജഹിതം നിരസിക്കാനുമായില്ല. കോസലത്തിന്റെ അധീനതയിലുള്ള ശാക്യർക്ക് അനുസരിക്കാനേ നിർവ്വാഹമുള്ളൂ. അവർ ദാസീ കന്യക യായ 'വാസവഭത്തി'യെ മഹാനാമ ശാക്യന്റെ മകളാണെന്ന് ധരിപ്പിച്ച് പ്രസേനജിത്തിന് വധുവായി നല്കാൻ കൗശലം പ്രയോഗിച്ചു. കോസ ലത്തു നിന്ന് പ്രതിനിധിയായെത്തിയ മന്ത്രിക്ക് വാസവഭത്തി യോഗ്യ യായ കന്യകയാണെന്ന് ബോദ്ധ്യപ്പെടുകയും ചെയ്തു. മഹാനാമശാ ക്യനൊപ്പമിരുന്ന് ഭക്ഷണം കഴിക്കുകയായിരുന്ന കന്യക ദാസീപുത്രി യാണെന്ന് ധരിക്കേണ്ട കാര്യവുമില്ല. ശുഭമുഹൂർത്തത്തിൽ വിവാഹം നടന്നു, വാസവഭത്തി കോസലത്തിലെ പട്ടമഹിഷിയുമായി. ആ ദമ്പ തികൾക്ക് ജനിച്ച വിദൂഡഭന് 16 വയസ്സു തികഞ്ഞപ്പോൾ മാതൃകുടുംബ ത്തിലേക്ക് എഴുന്നള്ളി. ശാക്യർ രാജകുമാരനെ സ്വീകരിച്ച് സൽക്കരി ച്ചുവെങ്കിലും കുമാരൻ ശ്രാവസ്തിയിലേക്ക് മടങ്ങിപ്പോയയുടൻ അദ്ദേ ഹമിരുന്ന സിംഹാസനം കഴുകിച്ച് ശുദ്ധിവരുത്തി. ഈ വാർത്തയും താൻ വെറും ദാസീപുത്രനാണെന്ന വാസ്തവവും വിദൂഡഭൻ അറിഞ്ഞു. അപ മാനിതനായ രാജകുമാരൻ പ്രതികാരദാഹിയായി. കോസലത്തിന്റെ അധി കാരം പിടിച്ചെടുത്ത് സ്വപിതാവിനെ നാടുകടത്തി. (പ്രസേനജിത്ത് തന്റെ ഭാഗിനേയൻ അജാതശത്രുവിൽ അഭയം പ്രാപിക്കുവാൻ രാജ്ഗേഹത്തി ലേക്ക് (രാജ്ഗിർ, മഗധ) പ്രച്ഛന്ന വേഷത്തിൽ ഒളിച്ചോടി. പ്രസേന ജിത്തിന്റെ സഹോദരി ചെല്നയെ വിവാഹം കഴിച്ചിരുന്നത് രാജാ ബിംബി സാരനാണല്ലോ. വളരെയധികം യാതനകൾ സഹിച്ച്, മഗധയിലെത്തി ച്ചേരുന്നതിനു മുമ്പ് ഏതോ ധർമ്മശാലയിൽ കിടന്ന് ആ 'രാജാവ്' ജീവൻ വെടിഞ്ഞു.)

വിദൂഡഭന് ശാക്യരോട് തീരാത്ത പകയുണ്ടായി. ശാക്യരെ ആക്ര മിക്കാനുള്ള അയാളുടെ ഉദ്യമം ബുദ്ധന്റെ ഉപദേശപ്രകാരം രണ്ടു തവണ ഉപേക്ഷിച്ചുവെങ്കിലും മൂന്നാം തവണ അതു നിർവ്വഹിക്കുകതന്നെ

ചെയ്തു. ആബാലവൃദ്ധം ശാക്യരെ നിഷ്ഠുരമായി വധിച്ച് ആ രക്തംകൊണ്ട് തന്റെ സിംഹാസനം കഴുകിച്ചു. വിദൂഡഭൻ ഏകാധിപതിയായിരുന്നു. ശാക്യ ഉന്മൂലനശേഷം ശ്രാവസ്തിയിലേക്ക് മടങ്ങവെ അചീരവതീ തീരത്ത് (രപ്തി) വിശ്രമാർത്ഥം താവളമടിച്ചു. അകാല വർഷത്തിൽ നദിയിലുണ്ടായ വെള്ളപ്പൊക്കം വിദൂഡഭനെ സൈന്യസമേതം കാലപുരിക്കെത്തിച്ചു.

സാകേതിൽ വാനരർ നെഞ്ചു വിരിച്ചു നടന്നു. ഞങ്ങളേതോ അപരാധികളാണെന്ന് അവ കുരുതിയിട്ടുണ്ടാവും.

ഉദത്തൻ ബുദ്ധാനുയായി ആയശേഷം സ്വീകരിച്ച 'അനന്തപിണ്ഠിക' എന്ന നാമത്തിന് പാലിഭാഷയിൽ 'അനാഥർക്കും അഗതികൾക്കും ആശ്രയം നല്കുന്നവൻ' എന്നാണർത്ഥം. അനന്തപിണ്ഡിക സ്തൂപത്തിനു മുകളിലേക്കു കയറുവാൻ പടിക്കെട്ടുകളുണ്ട്. സ്തൂപത്തിനരികിൽ നിലത്ത് വലിയ കമ്പളം വിരിച്ച് ചമ്രം പടിഞ്ഞിരുന്ന് ഏകാഗ്രതയോടെ ഗുരുപ്രഭാഷണം ശ്രവിക്കുന്ന വിദേശികൾ. അംഗുലീമാല സ്തൂപത്തിന് മുകളിൽ പീതാംബരധാരികളായ വിശ്വാസികൾ, അവർ തായ്‌ലന്റുകാരോ മ്യാൻമർകാരോ ആയിരിക്കണം, സ്തൂപ ശുചീകരണത്തിലും ചെരാതുകളൊരുക്കുന്നതിലും വ്യാപൃതരായിരുന്നു. യൂണിഫോമണിഞ്ഞ സ്കൂൾ വിദ്യാർത്ഥികളെപ്പോലെ മറ്റൊരു സംഘം ശ്വേതാംബരധാരികൾ ചന്ദനത്തിരികളും പുഷ്പങ്ങളുമായി മറ്റേതോ സ്തൂപം ലക്ഷ്യമാക്കി വരിവരിയായി നടന്നുപോകുന്ന മനോഹരമായ കാഴ്ച.

പേരുപോലെതന്നെ വനമെന്നു തോന്നുംവിധം വ്യത്യസ്ത വൃക്ഷജാലങ്ങൾ നിറഞ്ഞു കാണപ്പെട്ട ജേതവനത്തിനരികിലൂടെ പുറത്തേക്കിറങ്ങവെ പരന്ന താലങ്ങളിലെ വർണ്ണപുഷ്പങ്ങൾക്കു പിന്നിൽ ശുഭ്രവസ്ത്രധാരികൾ അപ്പോഴും നമ്രശിരസ്സുകളോടെ ധ്യാനത്തിലായിരുന്നു.

റസ്റ്റോറന്റെന്ന ചായത്തട്ടു കടയിലെ ചായ മോന്തുമ്പോൾ ഒരു ഡസൻ കൈകളെങ്കിലും ഭിക്ഷയാചിച്ച് ഞങ്ങളുടെ നേർക്ക് നീണ്ടു. ജനവാസമില്ലാത്ത സാകേത്-മാഹേത്, യാചകരുടെ തൊഴിൽസ്ഥലം കൂടിയാണെന്നു തോന്നുന്നു. അപൂർവ്വമായെത്തുന്ന സഞ്ചാരികളും ദിവസേനയെത്തുന്ന വിദേശ വിശ്വാസികളും മടങ്ങുന്നതോടെ പ്രവൃത്തിസമയം കഴിഞ്ഞ യാചകരും അവരവരുടെ ഗ്രാമങ്ങളിലേക്ക് മടങ്ങുന്നു.

ആദ്യം കണ്ട വലിയ ബുദ്ധപ്രതിമയുടെ നിർമ്മാണം പൂർത്തീകരിച്ചു വരുന്നതേയുള്ളൂ. സാകേത്-മാഹേതിനു പിന്നിലാണ് ഈ പ്രതിമ.

അഞ്ഞൂറ് മീറ്റർ മാറി തായ്‌ലന്റുകാരുടെ വക ബുദ്ധവിഹാരമുണ്ട്. സ്വർണ്ണവർണ്ണ ബുദ്ധപ്രതിമ വളരെ ദൂരെനിന്നേ കാണാം. വിസ്തൃതമായൊരു വൃക്ഷത്തോട്ടത്തിന് മദ്ധ്യേയാണ് വിഹാരം. ഞങ്ങളവിടെ എത്തു

മ്പോൾ പ്രദോഷമായി. കൃത്യം അഞ്ചു മണിക്കുതന്നെ പ്രവേശനകവാടം അടയ്ക്കും. ഞങ്ങളെക്കൂടാതെ മറ്റാരും സന്ദർശകരായി അവിടെ ഉണ്ടായിരുന്നില്ല. കവാടത്തിനു സമീപം കാവലാളായി നിന്നിരുന്ന ചെറുപ്പക്കാരി തായ്‌ലന്റു സുന്ദരി വെള്ള വസ്ത്രം ധരിച്ച മുണ്ഡിത ശിരസ്കയായിരുന്നു. കേരളമെന്ന തെക്കുദേശത്തുനിന്ന് മൂവായിരത്തിൽപ്പരം കിലോമീറ്റർ താണ്ടിവന്ന് വെറുംകൈയോടെ മടങ്ങിപ്പോകുന്നതിൽ നിരാശയുണ്ടെന്ന് ആ യുവതിയെ ധരിപ്പിച്ചപ്പോൾ അവരുടെ മനസ്സ് അലിഞ്ഞു. ഉപരിഘടകത്തിന്റെ അനുമതി വാങ്ങി വരാമെന്നു പറഞ്ഞ് അവർ പോയി. കുറച്ചകലെയാണവരുടെ കാര്യാലയമെങ്കിലും വിഹാരനിയമങ്ങൾക്ക് അയവു വരുത്താൻ തുനിയാതെ, ക്ലേശമെന്നു പറഞ്ഞ് വിമുഖത കാട്ടാതെ അവർ പോയി. മടങ്ങിവന്നത് സുസ്മേരവദനയായി, സന്തോഷവതിയായാണ്.

"അന്തർ ആയിയേ" പതിഞ്ഞ സ്വരത്തിൽ അവൾ മൊഴിഞ്ഞു. വിഹാരത്തിനുള്ളിലേക്ക് ഞങ്ങളെ പ്രവേശിപ്പിക്കുവാൻ കഴിഞ്ഞതിലെ ചാരിതാർത്ഥ്യം മറച്ചുവയ്ക്കാതെ അവർ തുടർന്നു.

"മൊബേൽ, കേമരാ, സബ് ബാഹർ റക്കിയേ"

ശബ്ദമുണ്ടാക്കാതെ അനുഗമിക്കാനാവശ്യപ്പെട്ട് അവർ മുമ്പേ നടന്നു, സ്ലോമോഷനിൽ. ബോധിസത്വനോടുള്ള ഭക്ത്യാദരവുകൾ ആ ഉപാസകയുടെ ഓരോ ചുവടുവയ്പിലും വായിച്ചെടുക്കാമായിരുന്നു. സിദ്ധാർത്ഥനിൽ നിന്ന് ശ്രീബുദ്ധനിലേക്കുള്ള പകർന്നാട്ടത്തിൽ അദ്ദേഹത്തിന്റെ അന്തരാത്മാവിൽനിന്ന് വിഹായസ്സിലേക്ക് നിർഗ്ഗമിച്ച അഞ്ചു തേജോ പ്രകാശങ്ങളെ അനുസ്മരിപ്പിക്കുന്ന ചുവപ്പ്, മഞ്ഞ, പച്ച, നീല, വെള്ള വർണ്ണങ്ങളിലുള്ള പതാകകൾ പാതയ്ക്കിരുവശങ്ങളിലും ഒരേ അകലങ്ങളിൽനിന്ന് കാറ്റത്ത് ഇളകിയാടി.

ശ്രീബുദ്ധപ്രതിമ വളരെ ഉയർന്ന പീഠത്തിലാണ്. ആ പ്രദേശത്തെവിടെ നിന്നാലും ദർശിക്കാവുന്ന വലിയ പ്രതിമ. അതിനു സമീപത്തായി ഒരു പഗോഡയുടെ നിർമ്മാണം പുരോഗമിക്കുന്നു.

ഞങ്ങളെ നയിച്ചു നടന്നിരുന്ന സന്ന്യാസിനി ഞങ്ങൾക്കിരിക്കാൻ വലിയൊരു കമ്പളം നിവർത്തി. എല്ലാവരോടും ബോധിസത്വനെ വണങ്ങി ധ്യാനത്തിലിരിക്കാൻ അഭ്യർത്ഥിച്ചു. ആരും ഒഴിഞ്ഞുമാറാതെ പത്മാസനത്തിലിരുന്നു. തായ്‌ലന്റ് സുന്ദരിക്ക് സന്തോഷമായിക്കാണണം. അവർക്ക് നന്ദി പറഞ്ഞ് ഞങ്ങൾ വിഹാരത്തിനു വെളിയിൽ വന്നു.

എട്ടു പത്തു ബാലന്മാർ ഞങ്ങൾക്കൊപ്പം കൂടി. സമീപഗ്രാമങ്ങളിൽ നിന്നുള്ളവർ, കുളിച്ചിട്ടോ നനച്ചിട്ടോ കാലങ്ങളേറെയായിട്ടുണ്ടാവും, ചില്ലറയ്ക്കായി കൈ നീട്ടി. ചില്ലറ വിതരണം ചെയ്തശേഷം കൃഷ്ണകുമാർ ക്യാമറ ക്ലിക്ക് ചെയ്തു. കുട്ടികൾ ഉത്സാഹത്തോടെ ഫോട്ടോയ്ക്ക് പോസ്

ചെയ്തുവെന്നു മാത്രമല്ല ഫോട്ടോ ഷൂട്ടിന് പ്രതിഫലം ആവശ്യപ്പെട്ട് പിന്നാലെ കൂടുകയും ചെയ്തു.

ശ്രാവസ്തിയിൽനിന്ന് ബൽരാംപൂർ ടൗണിന് 17 കിലോമീറ്റർ ദൂരമുണ്ട്; ലക്നൗവിൽനിന്ന് 160 ഉം. ടൗണിലെത്തുന്നതുവരെ റോഡ് വിജനമായിരുന്നു. എല്ലാത്തരം വ്യാപാരങ്ങളും യാത്രാവാഹനങ്ങളും ഈ കൊച്ചുപട്ടണത്തിലുണ്ട്. എരുമയും പന്നിയും പശുവും റോഡിൽ സ്വൈരവിഹാരത്തിലാണ്. അവയുടെ വിസർജ്ജ്യങ്ങൾ കാൽനടയാത്ര ദുസ്സഹമാക്കി.

ഞങ്ങൾക്കു താമസിക്കാൻ സൗകര്യമേർപ്പെടുത്തിയിരുന്ന ഹോട്ടൽ പഥിക്കിന്റെ ബാല്ക്കണിയിൽ നിന്നാൽ തിരിച്ചറിയാവുന്ന അതിരുകൾക്കുള്ളിൽ ജില്ലാ ആസ്ഥാനം ഒതുങ്ങുന്നു. ഉത്തർപ്രദേശിലെ ബൽരാംപൂർ ജില്ല പഞ്ചസാര മില്ലുകൾക്ക് പ്രസിദ്ധമാണ്.

4

കപിലവസ്തു

ബൽരാംപൂർ പട്ടണം തണുത്ത പ്രഭാതത്തിൽ ഉണരുന്നത് കാണാനുള്ള കൗതുകത്തോടെ ഞാൻ ഹോട്ടൽ പഥിക്കിന്റെ ബാല്ക്കണിയിൽ നിന്നു. പൂച്ചെടികൾക്കിടയിൽ, കുളിരുമായെത്തുന്ന ഇളം കാറ്റിന്റെ തലോടലിനായി ശരീരം പാകമാക്കി നിന്നു.

നോക്കുവെട്ടത്തൊന്നും ചായപ്പീടിക കണ്ടില്ല. അര കിലോമീറ്റർ മാത്രം ദൂരത്താണ് ചൗരസ്ത എന്ന നാല്ക്കവല. പ്രഭാത സവാരിക്കനുയോജ്യമായ വീഥിയല്ല. നിയന്ത്രണമില്ലാതെ അലഞ്ഞു നടക്കുന്ന നാല്ക്കാലികളുടെ വിസർജ്ജ്യം താറുമാറാക്കിയ റോഡിലൂടെ പ്രയാസപ്പെട്ട് നടന്ന് ചൗരസ്തയിലെ ഹോട്ടലിനു മുന്നിൽ ചായക്കായി നിന്നു. വലിയ ഒരു ഇരുമ്പുചട്ടിയിൽ തിളയ്ക്കുന്ന എണ്ണയിലേക്ക് സമോസച്ചേരുവകൾ ഉരുളകളാക്കി നിക്ഷേപിക്കുന്നതും നോക്കി നില്ക്കവെ ചായ എത്തി. കടുകെണ്ണയുടെ രൂക്ഷഗന്ധം ഹോട്ടലിൽ നിറഞ്ഞു നിന്നു.

പ്രഭാത സവാരി ബാക്കി കിടക്കുന്നു. സമയമുണ്ട്. റെയിൽവേ സ്റ്റേഷനിലേക്കുള്ള വഴിയിലൂടെ ചൂണ്ടുപലകയെ ആശ്രയിച്ച് അര കിലോമീറ്റർ നടന്നപ്പോൾ റോഡിൽ ആളനക്കം അശ്ശേഷം ഇല്ലാതായി. ഭയം തീണ്ടി, ഞാൻ മടങ്ങി.

രപ്തി നദിയുടെ തീരത്താണ് ബൽരാംപൂർ പട്ടണം. മുൻപ് ഇത് ഗോണ്ട ജില്ലയിലായിരുന്നു. നേപ്പാൾ അതിർത്തിയോടു ചേർന്നു കിടക്കുന്ന ബൽരാംപൂരിൽ ഒരു പ്രധാന ജൈന ക്ഷേത്രമുണ്ട്. മൂന്നാം തീർത്ഥങ്കരൻ സംഭവ്നാഥ് ജനിച്ചത് ബൽരാംപൂരിലത്രേ.

രാവിലെ 8.00 മണിക്കുതന്നെ കപിലവസ്തുവിലേക്കുള്ള ഞങ്ങളുടെ പ്രയാണം ആരംഭിച്ചു. ദേശീയപാത '1'എ വളവുതിരിവുകളില്ലാതെ നീണ്ടുകിടന്നു. രാജ-സോനുമാർ വാഹനമോടിക്കുന്നതിൽ സമർത്ഥരാണെന്ന് ഞങ്ങളെ ബോദ്ധ്യപ്പെടുത്തി. റോഡിനിരുവശങ്ങളിലും പൂത്തു

ലഞ്ഞു കിടന്നിരുന്ന നെല്പാടങ്ങളും ഗോതമ്പു വയലുകളും കണ്ടിട്ടും കണ്ടിട്ടും മതിവരാത്ത കാഴ്ചയായി. വയലുകളിൽ പണികളിലേർപ്പെട്ടിരുന്നവരിലേറെയും സ്ത്രീകളോ പെൺകുട്ടികളോ ആയിരുന്നു. രപ്തിക്കു കുറുകെയുള്ള പാലം കടന്ന് ഞങ്ങൾ തുളസിപ്പൂർ എന്ന കൊച്ചു പട്ടണത്തിലെത്തി. ബൽരാംപൂരിൽനിന്ന് 27 കിലോമീറ്റർ ദൂരത്തുള്ള തുളസിപ്പൂരിന് 'ദേവി പട്ടൻ' എന്ന പേര് കൂടിയുണ്ട്. 'ജയ പാതേശ്വരി ശക്തിമാതാ' ക്ഷേത്രമാണ് തുളസിപ്പൂരിലെ ആകർഷണ കേന്ദ്രം.

ദക്ഷയാഗത്തിൽ സംബന്ധിക്കാനെത്തി അപമാനിതയായതിൽ മനം നൊന്ത് ആത്മഹത്യ ചെയ്ത സതീദേവിയുടെ മൃതശരീരം 51 കഷണങ്ങളാക്കി ഛേദിക്കപ്പെട്ടപ്പോൾ ദേവിയുടെ വലതു തോൾഭാഗം വന്നുവീണത് ദേവി പട്ടനിൽ ആയിരുന്നുവെന്നാണ് സങ്കല്പം. എല്ലാ വർഷവും ചൈത്രമാസത്തിൽ ദേവീ ദർശനത്തിനായി നാനാദേശങ്ങളിൽനിന്നും ഭക്തർ ഇവിടെ എത്താറുണ്ട്. വിക്രമാദിത്യ മഹാരാജാവ് ആണത്രേ ഈ ക്ഷേത്രം നിർമ്മിച്ചത്. ദേശീയപാതയ്ക്ക് സമാന്തരമായി ഇടത്തോട്ടു മാറിയാണ് ക്ഷേത്രം സ്ഥിതിചെയ്യുന്നത്. ദേവിക്ക് സമർപ്പിക്കാൻ തൊങ്ങലുകൾ തുന്നിച്ചേർത്ത ചുവന്ന പട്ടു തൂവാലകൾ ക്ഷേത്ര പരിസരത്തുള്ള കടകളിൽ വില്പനയ്ക്ക് വച്ചിരിക്കുന്നു. ക്ഷേത്രവളപ്പിലെ അരയാൽമരത്തിൽ ബഹുശ്ശതം തൂവാലകൾ ചാർത്തിയിരിക്കുന്നതു കണ്ടു. വലിയ തലപ്പാവു ചൂടിയ പൂജാരി മന്ത്രോച്ചാരണങ്ങളോടെ, ഭക്തരിൽനിന്ന് 'പട്ടു തൂവാല നിവേദ്യം' സ്വീകരിക്കുന്നതും കണ്ടു. ക്ഷേത്രം ഒരു കോൺക്രീറ്റ് ബംഗ്ലാവുപോലെ തോന്നിച്ചു. ശക്തി സാന്നിദ്ധ്യത്തിനു ചേർന്നുള്ള നിർമ്മിതിയല്ല.

കഴിഞ്ഞ ദിവസത്തെ ഹോളി ഇന്നാട്ടുകാർ ശരിക്കും ആഘോഷിച്ചു കാണണം; പട്ടിക്കുട്ടികളും പശുക്കുട്ടികളും പന്നിക്കുട്ടികളും വരെ ടെക്നികളറിൽ അലഞ്ഞുനടന്നു.

> താമരപ്പൂക്കൾക്ക് മങ്ങലേല്പിക്കുന്ന രാമാജനങ്ങളുടെ മുഖേന്ദുക്കൾ കണ്ട് സംപ്രീതനായിട്ടാണ് സൂര്യൻ പശ്ചിമ സമുദ്രത്തിൽ മുങ്ങാൻ പൊയ്ക്കൊണ്ടിരുന്നത്. ശാക്യന്മാർ ആർജ്ജിച്ച യശസ്സിനോട് സാമ്യം വഹിക്കുന്ന ചന്ദ്രന്റെ മാറിലെ കളങ്കം മായ്ച്ചുകളയാനെന്നവണ്ണം ഇളകിപ്പാറുന്ന പതാകകളോടുകൂടിയ ധ്വജങ്ങൾ ഉയർത്തപ്പെട്ടിരുന്നു. രാത്രികാലത്ത് രജതാലയങ്ങളിൽ ചന്ദ്രകിരണങ്ങളേറ്റു പുഞ്ചിരിക്കുന്ന ആമ്പൽപ്പൂക്കൾ പകൽസമയത്ത് സൗവർണ്ണ സൗധങ്ങൾ വഴി കടന്നു ചെല്ലുന്ന സൂര്യരശ്മികൾ തട്ടി പൊൻതാമരപ്പൂക്കളുടെ ശോഭ സഹിച്ചു (*ബുദ്ധചരിതം*, അശ്വഘോഷൻ)

ഇങ്ങനെ സൗഭാഗ്യ സമ്പൂർണ്ണമായി വിരാജിച്ച കപിലവസ്തുവിനെ ക്രിസ്തുവർഷം ഒന്നാം ശതകത്തിൽ ജീവിച്ചിരുന്ന അശ്വഘോഷൻ രചിച്ച്

എൻ കെ ദാമോദരൻ പുനരാഖ്യാനം ചെയ്ത ബുദ്ധചരിതത്തിലെ ഒന്നാം ഭാഗം ആരംഭിക്കുന്നു.

ശാക്യമുനി സിദ്ധാർത്ഥ ഗോതമ (സമ്മസംബുദ്ധ എന്ന് പാലി ഭാഷയിൽ) ജനിച്ചത് ഹിമാലയ പാദങ്ങളിലെ ശാക്യ ഗണതന്ത്രയിൽ (ശാക്യ റിപ്പബ്ലിക്) ക്രിസ്തുവിനു മുമ്പ് 563 ൽ ആണെന്നും നിർവ്വാണം പ്രാപിച്ചത് 483 ൽ ആണെന്നും കരുതപ്പെടുന്നു. ഇത് അനുമാനംമാത്രം; നിരവധി തർക്ക-വിതർക്കങ്ങളുള്ള വിഷയം. ബുദ്ധചരിത, ലളിത വിസ്താര സൂക്ത, മഹാവസ്തു, നിദാനകഥ തുടങ്ങിയ വംശ ചരിത്രങ്ങൾ ബുദ്ധന്റെ ജനനം വ്യത്യസ്ത വർഷങ്ങളിലായാണ് സൂചിപ്പിക്കുന്നത്. ബുദ്ധൻ ജനിച്ചത് കപിലവസ്തുവിലാണെന്നതിൽ തർക്കമില്ല എങ്കിലും കപിലവസ്തു ഇന്നത്തെ ഭാരതത്തിലാണോ നേപ്പാളിലാണോ എന്ന കാര്യത്തിൽ ഇരു രാജ്യങ്ങളും അവകാശമുന്നയിക്കുന്നുണ്ട്. "ഗോതമബുദ്ധ വുർദേ നേപ്പാൾ" എന്ന് നേപ്പാളികൾ. കപിലവസ്തു പാലി ഭാഷയിൽ 'കപിലവട്ട്തു' ആണ്.

യാത്ര തുടർന്നു. നെല്പാടങ്ങളെത്തഴുകിയെത്തിയ കാറ്റിന് സുഗന്ധവുമിണങ്ങിയിരുന്നു. റോഡിൽ അപൂർവ്വമായി മാത്രം വാഹനങ്ങൾ, വയലുകളിൽ അപൂർവ്വമായി മാത്രം കർഷകത്തൊഴിലാളികൾ. ഒരു ബൈക്കിലിരുവശങ്ങളിലും തൊട്ടിലുകൾ കെട്ടി രണ്ടു മുട്ടനാടുകളെ കിടത്തിക്കൊണ്ടു പോകുന്നതു കണ്ടു. പിൻസീറ്റുകാരന്റെ മടിയിൽ രണ്ടാടുകൾ, വണ്ടിയോടിക്കുന്നയാൾക്കൊപ്പം ഒരു കുഞ്ഞാടും. വാഹനത്തിന്റെ ഒഴുക്ക് ആസ്വദിച്ചുള്ള സഞ്ചാരം അനുഭവിച്ചാസ്വദിക്കുകയാണ് ആടുകളുടെ പിക്നിക് സംഘം. ആടിയാടി സുഖിച്ചു പോകുന്ന അജവീരന്മാരറിയുന്നുണ്ടോ ഈ ഉല്ലാസപ്രയാണമേതറ്റംവരെയാണെന്ന്?

ശ്രീയെ പ്രദാനം ചെയ്യുന്നതിൽ വിധാവിനെയും, തമസ്സു നീക്കുന്നതിൽ സൂര്യനെയും, താപം ശമിപ്പിക്കുന്നതിൽ ചന്ദ്രനെയും വെല്ലുന്ന അതുല്യ പ്രഭാവനായ അർഹതന്നു നമസ്കാരം:

> മേഘമാലകൾപോലെ പാർശ്വഭാഗങ്ങളിൽ സ്ഥിതിചെയ്യുന്ന വിശാലോന്നതകളായ പർവ്വതനിരകളാലും അംബരചുംബികളായ മണിമന്ദിരങ്ങളാലും പരിശോഭിതമായ കപിലവസ്തു എന്നൊരു നഗരം പണ്ടുണ്ടായിരുന്നു. വെണ്മയിലും ഔന്നത്യത്തിലും അത് കൈലാസത്തെ അധഃകരിച്ചു. രത്നപ്രഭാസ്വരമായ ഈ നഗരത്തിൽ തമസ്സിനും ദാരിദ്ര്യത്തിനും സ്ഥാനമുണ്ടായിരുന്നില്ല. സമൃദ്ധ സൗഭാഗ്യരായ പൗരരുടെ സാന്നിദ്ധ്യംകൊണ്ട് രാജലക്ഷ്മി സദാ പുഞ്ചിരി തൂകുംപോലെ തോന്നി. തോരണങ്ങളും വേദികളും സിംഹകർണ്ണങ്ങളും ചേർന്ന മണിസൗധങ്ങൾ, അവയ്ക്കു കിടനില്ക്കുന്ന മറ്റൊന്നും ഭൂമിയിൽ ഇല്ലായ്കയാൽ പരസ്പരം സ്പർശിച്ചു. (*ബുദ്ധചരിതം*, അശ്വഘോഷൻ)

കപിലവസ്തുവിലെ ബുദ്ധഭിക്ഷുക്കൾ

ഫാഹിയാൻ (Faxian) ഹു ൻ സാങ് (Xu an zang) എന്നീ ചീന സഞ്ചാരികൾ ശ്രീബുദ്ധന്റെ ജന്മസ്ഥലം കപിലവസ്തു ആണെന്ന് രേഖപ്പെടുത്തിയിട്ടുണ്ട്. കപിലവസ്തു" നേപ്പാളിലെ തിലാർക്കൂട്ട് (Tilaurkot) ആണെന്ന് നേപ്പാളും ഉത്തർപ്രദേശിലെ സിദ്ധാർത്ഥ് നഗറിൽപ്പെട്ട 'പിപ്രാഹ്വ' ഗ്രാമത്തിലാണെന്ന് ഇന്ത്യയും അവകാശപ്പെടുന്നു. പിപ്രാഹ്വ നേപ്പാളിനോട് ചേർന്നുകിടക്കുന്ന ഇന്ത്യൻ ഗ്രാമമാണ്. പിപ്രാഹ്വയിൽ 1971 മുതൽ 1975 വരെ പര്യവേക്ഷണങ്ങൾക്കു നേതൃത്വം കൊടുത്ത കെ എം ശ്രീവാസ്തവ, കപിലവസ്തു ഇന്ത്യയിൽ ഉൾപ്പെടുന്നുവെന്ന് തെളിവുകൾ സഹിതം സ്ഥാപിക്കുന്നു. "ഓം ദേവപുത്ര വിഹാര കപിലവസ്തു" ഭിക്കു സംഘാസ (ഭിക്ഷു സംഘം) തുടങ്ങിയ മുദ്രകൾ പിപ്രാഹ്വയിൽ ഖനനംചെയ്ത് എടുത്തവയാണ്. പിപ്രാഹ്വയിൽനിന്ന് ലഭിച്ച പേടകങ്ങളും അസ്തികളുംമറ്റും ന്യൂഡൽഹിയിലെ നാഷണൽ മ്യൂസിയത്തിൽ സൂക്ഷിച്ചിട്ടുണ്ട്.

സോൻപുർ, ഗൈസാൻലി, പച്ചർഹ്വയിലൂടെ ഞങ്ങൾ കപിലവസ്തുവിൽ എത്തി; ഇന്ത്യയിലെ കപിലവസ്തുവിൽ, ശാക്യ തലസ്ഥാനമായ, ശുദ്ധോദന ശാക്യന്റെ രാജധാനിയായ കപിലവസ്തുവിൽ.

ബി സി 249 ൽ അശോക ചക്രവർത്തി ഇവിടം സന്ദർശിക്കുകയും സ്തംഭങ്ങൾ സ്ഥാപിക്കുകയും ചെയ്തു. അശോകൻ സ്ഥാപിച്ച സ്തൂപം പിപ്രാഹ്വയിൽനിന്നും കണ്ടെടുത്തിട്ടുണ്ട്. ഇഷ്ടികകൊണ്ട് വർത്തുളാ

കൃതിയിൽ നിർമ്മിച്ച സ്തൂപത്തിന് 127 അടി വ്യാസവും മൂന്നടി ഉയരവുമാണുള്ളത്. അതിനു മുകളിൽ 116 അടി വ്യാസത്തിലും 22 അടി ഉയരത്തിലുമുള്ള മറ്റൊരു സ്തൂപവും.

ശാന്തസുന്ദരമായ പ്രകൃതി. ഇഷ്ടിക പാകിയ നടപ്പാതയിലൂടെ സ്തൂപത്തിനരികിലെത്തി. അറുപതുകൾ പിന്നിട്ട നാല് ബുദ്ധസന്ന്യാസിമാർ സ്തൂപത്തിൽനിന്ന് കുറച്ചു മാറി ഒരു മരത്തണലിൽ ധ്യാനത്തിലിരിക്കുന്നുണ്ടായിരുന്നു. മുണ്ഡിത ശിരസ്കർ, കടും മറൂൺ നിറത്തിലുള്ള വസ്ത്രം ധരിച്ചവർ, അവർക്കു സമീപം ഞങ്ങളിൽ ചിലരും ഇരുന്ന് ധ്യാനാന്വിതരായി. ഞങ്ങളുടെ സാമീപ്യം ഇഷ്ടപ്പെട്ടുവെന്ന അർത്ഥത്തിൽ അവർ പുഞ്ചിരിച്ചു. പച്ചപ്പുല്ലു പരവതാനിയാക്കിയ മൈതാനത്തിനറ്റത്ത് ആ നാല്വരും അവർക്കു പിന്നിൽ നിവർത്തിയ കുടപോലെ പേരാലും.

“താങ്കൾ രാത്രികാലങ്ങളിൽ എവിടെ പാർക്കും?”

അടുത്തെവിടെയും പാർപ്പിടങ്ങൾ കാണപ്പെടാത്തതിനാൽ ഞാൻ അവരോട് കുശലം ചോദിച്ചു. നാഷണൽ ജിയോളജിക്കൽ സർവ്വേ ഏറ്റെടുത്തിരിക്കുന്ന കപിലവസ്തുവിൽ മുമ്പു കണ്ട സ്തൂപവും കപിലവസ്തുവെന്നെഴുതിയ ശിലാഫലകവും അല്ലാതെ മറ്റൊന്നും കാൺമാനുണ്ടായിരുന്നില്ല.

നാലു സന്ന്യാസിമാരും സമീപഗ്രാമങ്ങളിൽനിന്നും വന്നവരാണ്. അനുഷ്ഠാനംപോലെ ദിനവും രാവിലെ ഇവിടെ എത്തി പ്രദോഷംവരെ ധ്യാനത്തിലിരുന്ന ശേഷം മടങ്ങിപ്പോകുന്നു.

“അപ്പോൾ ഭക്ഷണം?”

ശുദ്ധോധനന്റെ കൊട്ടാരാവശിഷ്ടം, സിദ്ധാർത്ഥൻ കളിച്ചു വളർന്ന സ്ഥലം

എന്റെ സംശയത്തിനുള്ള മറുപടി അവർ മന്ദഹാസത്തിലൊതുക്കി.

കാളിദാസ് നൂറു രൂപയുടെ നോട്ട് ആ സന്ന്യാസിമാർക്കു മുന്നിൽവച്ച് വണങ്ങി. നാലുപേരും കുട്ടിയുടെ ശിരസ്സിൽ കൈകൾ വച്ച് അനുഗ്രഹിച്ചു.

ഞങ്ങൾ കപിലവസ്തുവിൽനിന്നു മടങ്ങുമ്പോഴും ആ 100 രൂപാ നോട്ട് ആരാലും കൈവശപ്പെടുത്താതെ അവർക്കു മുന്നിൽ ഉണ്ടായിരുന്നു.

കപിലവസ്തു സന്ദർശിക്കാൻ ഞങ്ങളെക്കൂടാതെ രണ്ടോ മൂന്നോ പേരേ ഉണ്ടായിരുന്നുള്ളൂ. ഇവിടെനിന്നും അര കിലോമീറ്റർ മാറിയാണ് ശുദ്ധോദന രാജാവിന്റെ കൊട്ടാരം നിലനിന്നിരുന്നത്. 'ഗൻവാരി' എന്നാണ് ആ സ്ഥലത്തിന് ഇപ്പോഴത്തെ പേര്. ഖനന പര്യവേക്ഷണങ്ങളിലൂടെ വെളിപ്പെട്ടത്, ശുദ്ധോദനന്റെ കൊട്ടാരം ഗൻവാരിയിലും, ആത്മീയ കാര്യങ്ങൾക്ക് പിപ്രാഹ്‌വയും മാറ്റി വയ്ക്കപ്പെട്ടിരുന്നുവെന്നാണ്. സിദ്ധാർത്ഥൻ 29 വർഷം ഈ കൊട്ടാരത്തിലാണ് ജീവിച്ചിരുന്നത്. ഇവിടെനിന്നാണ് മഹാ പ്രസ്ഥാനത്തിന് ഇറങ്ങിത്തിരിച്ചത്. ഗൻവാരിയ ആർക്കിയോളജിക്കൽ സൈറ്റ് എന്നൊരു ബോർഡു മാത്രമേ ഇപ്പോഴിവിടെ കാണാനുള്ളൂ. വിസ്തൃതമായ മൈതാന മദ്ധ്യേ ഇഷ്ടിക ഉപയോഗിച്ചു നിർമ്മിക്കപ്പെട്ട വലിയ ഒരു മന്ദിരത്തിന്റെ അവശിഷ്ടങ്ങൾ കാണാം. നിർമ്മാണത്തിന്റെ മദ്ധ്യഘട്ടത്തിൽ ഉപേക്ഷിക്കപ്പെട്ടതുപോലെ ശുദ്ധോദനന്റെ കൊട്ടാരത്തിന്റെ അർദ്ധഭാഗം നിലനില്ക്കുന്നു. 25 മുറികൾ, ഗാലറിയോടെ നടുത്തളം, കിഴക്കുവശത്ത് 21 മുറികൾ. തറനിരപ്പിൽനിന്ന് അഞ്ചോ ആറോ അടി മാത്രം ഉയർന്നു നില്ക്കുന്ന ഭിത്തിക്ക് മൂന്നര അടി ഘനം ഉള്ളതിനാൽ കൊട്ടാരത്തിന് രണ്ടിലേറെ നിലകളുണ്ടായിരുന്നുവെന്ന് അനുമാനിക്കാം. ചെറിയ ചുടുകല്ലുകളാണ് നിർമ്മാണത്തിനുപയോഗിച്ചിരിക്കുന്നത്.

നടുത്തളത്തിൽ ഒരു കിണറുണ്ട്. കിണറു സൂക്ഷിപ്പുകാരനെപ്പോലെ ഒരു വൃദ്ധനും ആ മനുഷ്യനെ സഹായിക്കാൻ പന്ത്രണ്ടുകാരൻ പയ്യനും. അവൻ കിണറ്റിൽനിന്നും ജലം കോരി ഞങ്ങൾക്ക് കുടിക്കാൻ തന്നു. ആഴമധികമില്ലായെങ്കിലും അതിപുരാതനമായ ആ കിണറ്റിലെ ശുദ്ധജലത്തിന് നല്ല സ്വാദ്. കൊട്ടാരത്തെപ്പറ്റി കൂടുതലറിയാൻ നിർവ്വാഹമില്ല. വല്ലപ്പോഴും വന്നെത്തുന്ന സന്ദർശകരിൽനിന്ന് പാരിതോഷികം പ്രതീക്ഷിച്ച് ഒരു വൃദ്ധനും ബാലനും മാത്രം.

റോയൽ പാലസിന് 200 മീറ്റർ മാറി കുശാന കാലഘട്ടത്തിൽ നിർമ്മിക്കപ്പെട്ട വിഹാരത്തിന്റെ ശേഷിപ്പുകൾ കാണാൻ പടവുകൾ കയറി. ശ്രീബുദ്ധന്റെ ഭൗതികാവശിഷ്ടം എട്ടായി വിഭജിച്ചതിൽ ഒരംശം കപിലവസ്തുവിൽ കൊണ്ടുവരപ്പെടുകയും ഈ സ്തൂപത്തിനുള്ളിൽ അടക്കപ്പെടുകയുമായിരുന്നു. ഖനനം ചെയ്തപ്പോൾ ടെറാക്കോട്ട ഫലകത്തിൽ ബ്രാഹ്മി ലിപിയിൽ മുദ്രണംചെയ്ത 21 മുദ്രകൾ പര്യവേക്ഷണ സംഘത്തിന് ലഭിച്ചിരുന്നു. "ഓം ദേവപുത്ര വിഹാര കപിലവസ്തു" എന്ന്

എഴുതപ്പെട്ട മുദ്രകൾ കപിലവസ്തു എന്ന രാജധാനി പിപ്രാഹ്വയിലായിരുന്നുവെന്നതിന് തെളിവാണ്. മുദ്രകൾ ഡൽഹിയിലെയും മഥുരയിലെയും മ്യൂസിയങ്ങളിൽ സൂക്ഷിച്ചിരിക്കുന്നു.

വെയിലിന് ചൂടു കൂടുതലായിരുന്നു. കപിലവസ്തുവിൽനിന്ന് സിദ്ധാർത്ഥ് നഗറിലേക്ക് (നൗഗാർഹ്) 20 കിലോമീറ്റർ ദൂരമുണ്ട്. ഗോരഖ്പൂരിന് 94 ഉം കുശിനഗറിന് 148 ഉം ലുംബിനിക്ക് 86 കിലോമീറ്ററും ദൂരം. ദേശീയപാത 1 എ യിലൂടെ ഞങ്ങളുടെ സഞ്ചാരം തുടർന്നു. 70 കിലോമീറ്റർ യാത്ര ചെയ്ത് 'സൊനൗലി'യെന്ന ഇന്തോ നേപ്പാൾ ബോർഡറിലെത്തി. കഷ്ടിച്ച് ഒരു മണിക്കൂറേ ഇത്രയും ദൂരം താണ്ടാൻ വേണ്ടിവന്നുള്ളൂ.

5

സൊനൗലി

നേപ്പാളിലേക്ക് സ്വാഗതം

"**ലോ**കത്തെ ഏക ഹിന്ദുരാഷ്ട്രത്തിലേക്ക് സ്വാഗതം" നേപ്പാളിയിലും ഹിന്ദി ഭാഷയിലും എഴുതിയ സൈൻബോർഡ് അതിർത്തിയിലെ കവാടത്തിനു മുന്നിൽ നാട്ടിയിരുന്നു. നേപ്പാളിനും ഭാരതത്തിനും സൊനൗലി സൊനൗലി തന്നെ. സാങ്കേതികമായി നേപ്പാളിലെ 'ബേലഹ്യ'യാണ് സൊനൗലി. ഏക ഹിന്ദുരാഷ്ട്രമെന്ന ഖ്യാതിയൊഴിഞ്ഞ് മതേ

തര രാജ്യമെന്ന പദവി സ്വീകരിച്ചിട്ട് വർഷങ്ങളേറെപ്പിന്നിട്ടിട്ടും "നേപ്പാൾ ഹിന്ദു സ്വയം സേവക സംഘം" സ്ഥാപിച്ച ബോർഡ് എടുത്തു മാറ്റിയിട്ടില്ല. അതിർത്തി കടക്കാനുള്ള അനുമതി വാങ്ങാൻ ഞങ്ങളെല്ലാവരുടെയും തിരിച്ചറിയൽ കാർഡുകളുമായി രൂപേഷ് പോയി. ഞങ്ങൾ വാഹനത്തിനുള്ളിൽത്തന്നെ ഇരുന്നു. പുറത്ത് നല്ല ചൂടും അകത്ത് നല്ല വിശപ്പും. വൃത്തിഹീനമായ ചുറ്റുപാട്, പട്ടാളക്കുപ്പായങ്ങളണിഞ്ഞ ആയുധധാരികളും ധാരിണികളും ധാരാളം. അവരുടെ വായയും മൂക്കും തൂവാലകൊണ്ട് മൂടിയിരുന്നത് റോഡിലെ പൊടിപടലങ്ങൾ കാരണമാണെങ്കിലും കാഴ്ചയിൽ യൂണിഫോമിന്റെ ഭാഗമായി തോന്നിച്ചു. എല്ലാത്തരം വാഹനങ്ങളും കാതടപ്പിക്കുന്ന ശബ്ദത്തോടെ കടന്നുപോയി. സൊനൗലിയിൽ റോഡാകെ കുണ്ടും കുഴിയുമായിരുന്നു. ടാർ ചെയ്തിരുന്നുവോ എന്നുപോലും സംശയിച്ചുപോയി.

അന്യരാജ്യമാണെങ്കിലും ഇന്ത്യാക്കാരന് നേപ്പാളിൽ പ്രവേശിക്കാൻ വിസയും പാസ്പോർട്ടുമൊന്നും വേണ്ട. പക്ഷേ, പോക്കുവരവ് വിവരം കൃത്യമായി രേഖയാക്കണം. അതിനാണ് 'എൻട്രി പോയിന്റ്' (Entry point), ടെലഫോൺ ബൂത്തുകൾ പോലെ 'മണി ചേഞ്ചർ ബൂത്തുകൾ'ക്കിടയിൽ എൻട്രി പോയിന്റിനും ഒരു ബൂത്ത്. മണി ചേഞ്ചറുകളിലൂടെ ഇന്ത്യൻ കറൻസിയെ നേപ്പാളി 'റുപ്പീ'യാക്കാം. നേപ്പാളി രാഷ്ട്ര ബാങ്കിന്റെ ലൈസൻസുള്ള കൗണ്ടറുകൾ ധാരാളമായിരുന്നു. ശ്രീ ഗണേശ മണി ചേഞ്ചർ, രാജാ ജ്ഞാനേന്ദ്ര മണി ചേഞ്ചർ, പശുപതിനാഥ മണി ചേഞ്ചർ എന്നിങ്ങനെ. നൂറു രൂപ വരെ മൂല്യമുള്ള കറൻസികൾ, ലോക്കൽ വ്യാപാരികൾ നേരിട്ട് കൈകാര്യം ചെയ്യും.

സൊനൗലിയിലാദ്യം കണ്ട ഭക്ഷണ സ്ഥാപനമാണ് 'പഞ്ചാബി ധാബ മയൂരി' ചാവൽ ഉണ്ടോ എന്നന്വേഷിച്ചു. ചാവലുണ്ട്, ചപ്പാത്തിയുണ്ട്, ആലൂ, ചീര, മുളക്, തൈര് എല്ലാം ഉണ്ട്. ബോധിസത്വന്റെ ചെറുതും വലുതുമായ പ്രതിമകൾ ചുറ്റിനുമുണ്ട്. 24 മണിക്കൂറും തുറന്നിരിക്കുന്ന ബോർഡർ, എപ്പോഴും ഉണർന്നിരിക്കുന്ന ചെക്ക്പോസ്റ്റും ധാബയും.

"ബൈഠിയേ ജീ"

ധാബയ്ക്കു മുന്നിൽ തുറസ്സായ നിലത്ത് നിരത്തിയിട്ടിരുന്ന തീൻ മേശകൾക്കു ചുറ്റും ഞങ്ങൾ ഇരുന്നു. മേശ കസേരകൾക്കെല്ലാം പച്ച നിറം. പഞ്ചാബി ധാബ മയൂരിയുടെ മാനേജർ നേപ്പാളി തന്നെ; സുമുഖൻ. ധാബയ്ക്ക് പഞ്ചാബി ടച്ചിനു വേണ്ടിയായിരിക്കണം ഈ പേര് ചേർത്തത്. ഭംഗിക്ക് ഇരുന്നോട്ടെ, ആർക്കും നഷ്ടമില്ലല്ലോ. ധാബയോടൊപ്പം 'ഹിമാലയൻ അഡ്വഞ്ചർ ടൂർസ് ആന്റ് ട്രാവൽസ്' എന്ന സ്ഥാപനവും പ്രവർത്തിക്കുന്നു; ഒരു ബൂത്തിനുള്ളിൽ.

"സബ്കോ താലി ദീജിയേ"

താലിയാവുമ്പോൾ ചോറും റൊട്ടിയും സബ്ജിയും പപ്പടം തൈരും അച്ചാറുമെല്ലാമുണ്ടാവും. 'സ്പെസലുകൾ' (specials) വേറെ വാങ്ങണം.

അഡ്വാൻസായി ഈച്ചകളെത്തി പിന്നാലെ പച്ചമുളകും ഉള്ളിയും. താലിയെത്താൻ താമസമുണ്ടാവും. അതുവരെ ഈച്ചയെ ആട്ടിപ്പായിച്ചിരിക്കാം. ഭക്ഷണമെത്തുന്നതുവരെ രണ്ടു കൈകളും ഉപയോഗിക്കാം.

ചൂടുള്ള ഭക്ഷണത്തിന് സ്വാദുമുണ്ടായിരുന്നു. ബില്ലു കൈയിലെത്തിയപ്പോൾ നെഞ്ചിടിപ്പു കൂടി. പത്തുപേർ ഭക്ഷണം കഴിച്ചപ്പോൾ രണ്ടായിരത്തിഅഞ്ഞൂറു രൂപയോ? ഇത് പഞ്ചനക്ഷത്രൻ അല്ലല്ലോ, ധാബയല്ലേ?

കൗണ്ടർ മാനേജർ ലക്കി സിങ്ങിനോട് കഴിച്ച ഭക്ഷണ പദാർത്ഥങ്ങളുടെ ഇനം തിരിച്ചുള്ള വില ചോദിക്കാനോ കൂടുതലായി എന്നു തർക്കിക്കാനോ (നാടൻ ഭാഷയിൽ യച്ചിത്തരം) മനസ്സു വന്നില്ല. ഇന്ത്യയുടെ അന്തസ്സു ചോരരുതല്ലോ. എങ്കിലും സംശയം, കണക്കിലെ പിശക് ആണെങ്കിലോ (arithematical error). എന്തായാലും ഞാൻ കണക്കു ചോദിച്ചില്ല. ഒന്നുമുരിയാടാതെ രണ്ടായിരത്തിഅഞ്ഞൂറ് ഉറുപ്പിക എണ്ണി മേശപ്പുറത്തു വച്ചു. ലക്കിസിങ് അതിൽനിന്ന് ആയിരം രൂപ മടക്കിത്തന്നു, പിന്നെ കുറെ ചില്ലറ നാണയങ്ങളും. ഇന്ത്യൻ കറൻസിക്ക് വിനിമയ മൂല്യം കൂടുതലാണെന്ന 'നല്ല' വസ്തുത ഞാൻ ഓർത്തിരുന്നില്ല. നഷ്ടപ്പെട്ട സന്തോഷം തിരികെ വന്നു.

അഞ്ഞൂറിന്റെയും ആയിരത്തിന്റെയും കറൻസികൾ പുറമേ മാറാൻ അനുവാദമില്ല. ലക്കിസിങ് സാധാരണക്കാരനായിരിക്കില്ല.

നേപ്പാളിലെ നാണയങ്ങൾ കാണാൻ നല്ല ചന്തമാണ്. നിർമ്മാണം നിക്കലിലല്ല. സ്വർണ്ണംപോലെ തിളങ്ങുന്ന നാണയങ്ങൾക്കായി ഞാൻ 20 രൂപ കൊടുത്തു. ലക്കിസിങ് രണ്ടു 'പിടി'തുട്ടുകൾ വാരി എനിക്കു തന്നു. എണ്ണിനോക്കാൻ അയാൾക്ക് സമയമുണ്ടായിരുന്നില്ല. എല്ലാം പവൻപോലെ തിളങ്ങി. അവിടത്തെ നാണയങ്ങളുടെ സ്റ്റോക്ക് തീരാൻ അധിക സമയം വേണ്ടിവന്നില്ല.

'പഞ്ചാബി ധാബ മയൂർ' ഹോട്ടൽ മാത്രമായിരുന്നില്ല. ഉപ്പുതൊട്ടു കർപ്പൂരംവരെ, എന്തും അവിടെ വില്പനയ്ക്ക് നിരത്തിവച്ചിരുന്നു. കൂട്ടത്തിൽ മദ്യവും. പല ബ്രാന്റുകളിലുള്ള മദ്യക്കുപ്പികൾ ക്യാഷ് മേശയ്ക്ക് ചുറ്റും വശ്യഭാവങ്ങളോടെ നിരന്നുനിന്നു.

ധാബയിലെ തിരക്കിൽനിന്നും മാറി ലക്കിസിങ്ങിന് നന്ദി ചൊല്ലി ലുംബിനിയിലേക്കുള്ള യാത്ര തുടർന്നു.

6

ലുംബിനി

"അനന്തരം കലിയുഗം വരുമ്പോൾ അസുരന്മാരെ മോഹിപ്പിക്കുന്നതിന് ബുദ്ധൻ എന്നു പേരായ അജനപുത്രൻ കീകട ദേശത്തിൽ ജനിക്കും."

സാമാന്യ ഹിന്ദുജനതയ്ക്ക് ബുദ്ധാവതാരത്തെപ്പറ്റി വിശേഷമായൊന്നും അറിയില്ല. പണ്ഡിതരും പുരാണശ്രവണം ചെയ്യുന്ന ഭക്തരായ ഹിന്ദുക്കളും ബുദ്ധനെ മനസ്സിലാക്കുന്നത് വിഷ്ണുപുരാണത്തിലോ ഭാഗവതത്തിലോ പ്രസ്താവിച്ചിട്ടുള്ളതിൽനിന്നാണ്. ഹിന്ദുക്കൾ ബുദ്ധനെ മഹാവിഷ്ണുവിന്റെ ഒമ്പതാം അവതാരമായി ഗണിക്കുന്നു. (ഭഗവാൻ ബുദ്ധൻ-ധാർമ്മാനന്ദ കോസാമ്പി)

ബുദ്ധൻ മഹാവിഷ്ണുവിന്റെ അവതാരമെന്ന് ചിലർ സങ്കല്പിക്കുന്നു. ദേവാസുര യുദ്ധത്തിൽ ദേവന്മാർ ദൈത്യരോട് തോറ്റ് മഹാവിഷ്ണുവിനെ അഭയം പ്രാപിച്ചു. വിഷ്ണു ശുദ്ധോദനന്റെ പുത്രനായി സിദ്ധാർത്ഥൻ എന്ന നാമധേയത്തിൽ അവതരിച്ചു. അതിനുശേഷം ബുദ്ധൻ ദൈത്യന്മാരെ (അസുരരെ) ചെന്നു കണ്ട്, അവരെക്കൊണ്ട് വേദധർമ്മത്തെ ഉപേക്ഷിപ്പിച്ചു. അപ്പോൾ ദൈത്യന്മാരെല്ലാം ബൗദ്ധന്മാരായിത്തീർന്നു. ഇങ്ങനെ ദൈത്യന്മാരെ ബൗദ്ധന്മാരാക്കി നരകത്തിലേക്ക് നയിക്കാനുള്ള കുടില തന്ത്രവുമായാണ് മഹാവിഷ്ണു ബുദ്ധനായി അവതരിച്ചതെന്ന കഥ *അഗ്നിപുരാണം* 16-ാം അദ്ധ്യായത്തിൽ കാണുന്നു. (പുരാണിക് എൻസൈക്ലോപീഡിയ-വെട്ടം മാണി എം എ)

സിദ്ധാർത്ഥ ഗോതമൻ കപിലവസ്തുവിലെ ലുംബിനിയിൽ ക്രിസ്തുവിനു മുൻപ് 562 ഏപ്രിൽ എട്ട് വൈശാഖ പൗർണ്ണമി നാളിൽ രാജാ ശുദ്ധോദനനും രാജ്ഞി മഹാമായയ്ക്കും (മായാദേവി) മകനായി ജനിച്ചു. ഒമ്പതാം നാളിൽ മാതാവ് മരണമടഞ്ഞു. (ഏഴാം നാളെന്നും പറയ

പ്പെടുന്നു), മായാദേവിയുടെ ഇളയ സഹോദരി 'പ്രജാപതി ഗോതമി' ശുദ്ധോദന പത്നിയായി സിദ്ധാർത്ഥന്റെ മാതൃസ്ഥാനം കൈക്കൊണ്ടു. രാജകുമാരൻ ഇളയമ്മയുടെ സംരക്ഷണയിൽ വളർന്നു. 16-ാം വയസ്സിൽ കോലിയ രാജ്യത്തെ സുപ്പാബുധ രാജാവിന്റെയും പമിത രാജ്ഞിയുടെയും ഏകപുത്രി യശോധരയെ വിവാഹം ചെയ്തു. സിദ്ധാർത്ഥന്റെ 29-ാം വയസ്സിൽ അവർക്ക് ഒരു പുത്രൻ ജനിച്ചു. അവനെ രാഹുലൻ എന്നു നാമകരണംചെയ്തു. തുടർന്ന് ദുരിത നിവാരണത്തിനായി ലൗകിക സുഖങ്ങൾ വെടിഞ്ഞു.... (യശോധരയെ അപദാന ഗ്രന്ഥത്തിൽ 'ഗോപ' എന്ന പേരിലും സൂചിപ്പിക്കുന്നു. അവർ തന്റെ 78-ാം വയസ്സിൽ, അതായത് ശ്രീബുദ്ധന്റെ പരിനിർവ്വാണത്തിനും രണ്ടു വർഷം മുമ്പ് മരണമടഞ്ഞു. (ബുദ്ധനും യശോധരയും സമപ്രായക്കാരായിരുന്നു).

സിദ്ധാർത്ഥന്റെ ജനനകാലം നിശ്ചയിക്കാൻ ബുദ്ധശിഷ്യരുടെയും വിശ്വാസികളുടെയും പണ്ഡിതരുടെയും നിഗമനങ്ങളെയും സ്തുതിഗാനങ്ങളെയും ആശ്രയിക്കുകയല്ലാതെ വസ്തുനിഷ്ഠമായ രേഖകൾ പ്രാപ്തമല്ല. സ്തുതിഗീതങ്ങളിൽ കൂട്ടിച്ചേർക്കലുകളും അതിഭാവുകത്വവും കലർന്നും കടന്നും കാണുന്നതിനാൽ ആധികാരിത അവകാശപ്പെടാൻ ഒരു ചരിത്രകാരനും കഴിഞ്ഞിട്ടില്ല.

"ഹിമാലയംപോലെ വെളുത്ത നിറവും ആറു കൊമ്പുകളും മദജലവാസനയുമുള്ള ഒരു ഗജവീരൻ തുസിത സ്വർഗ്ഗത്തിൽനിന്ന് തന്റെ ജാരത്തിൽ കടന്നുവന്ന് ഗർഭം പറ്റിയതായി മായാദേവി സ്വപ്നം കണ്ടു; ദിവ്യ ഗർഭം. ഗർഭം പൂർത്തിയായപ്പോൾ കപിലവസ്തുവിൽനിന്ന് നാനാജാതി വൃക്ഷങ്ങളാൽ പരിശോഭിതമായ ലുംബിനി വനത്തിലൂടെ കോലിയ രാജ്യത്തുള്ള തന്റെ മാതൃഗൃഹത്തിലേക്ക് യാത്രയായി. പ്രസവം നടക്കേണ്ടത് അവിടെയാണല്ലോ; കടിഞ്ഞൂൽ പ്രസവം. ഇഷ്ടതോഴിമാർ കൂട്ടിനുണ്ടായിരുന്നു. ലുംബിനിയിലെ പുഷ്കരിണിയിലിറങ്ങി ദേഹശുദ്ധി വരുത്തി (പ്രസൂതി സ്നാനം) കരയ്ക്കുവന്നപ്പോൾ പേറ്റുനോവനുഭവപ്പെടുകയും കൈയിൽ തടഞ്ഞ സാലവൃക്ഷത്തിന്റെ ശിഖരത്തിൽ ശരീരഭാരം താങ്ങാനായി ഒരു കൈ അതിൽ പിടിച്ചുകൊണ്ട് നിന്ന നില്പിൽ പ്രസവിക്കുകയും ചെയ്തു. പൂയം നക്ഷത്രത്തിലായിരുന്നു ജനനം.

കൊട്ടാരത്തിലെത്തിയശേഷം (കപിലവസ്തു) ജ്യോതിഷപണ്ഡിതരായ ഏഴു ബ്രാഹ്മണർ കുഞ്ഞിനെ ദർശിക്കാനെത്തി. കുഞ്ഞ് പ്രതാപിയായ ചക്രവർത്തിയാകുമെന്ന് ആറ് പണ്ഡിതർ പ്രവചിച്ചു. ഏഴാമൻ കുലഗുരു അസിത മഹർഷി (അസിത കാല ദേവലൻ) ശിശുവിന്റെ പാദങ്ങളിൽ 'ചക്രരേഖ' ദർശിച്ചു. അദ്ദേഹം കരഞ്ഞു. പിന്നീട് ആഹ്ലാദിച്ചു. ധർമ്മദൃഷ്ടിയാൽ, ജനതയെ സമ്പുഷ്ടമാക്കാൻ അവതരിച്ച ദിവ്യപുരുഷന്റെ സാമീപ്യം അനുഭവിക്കാൻ തനിക്കിനി ദീർഘകാല ജീവിതമില്ലല്ലോ എന്ന വ്യഥയാണ് മഹർഷിയുടെ കണ്ണുനീരായി പുറത്തുവന്നത്.

കുമാരന്റെ ജനനത്തോടെ രാജ്യത്ത് അനല്പമായ അഭിവൃദ്ധി എല്ലാ രംഗത്തും ഉണ്ടായി. അതിനാൽ അഞ്ചാം ദിവസം രാജാവ് കുഞ്ഞിന് 'സർവാർത്ഥ സിദ്ധൻ' (സിദ്ധാഹ്ട്ട്ഹ് എന്ന് പാലിയിൽ ഉച്ചാരണം) എന്നു പേരിട്ടു. മഹാമായയുടെ പിതാവ് അഞ്ജന ശാക്യ ദണ്ഡപാണിയും മാതാവ് സുലക്ഷണയും (സുലക്ഖണ) ആണ്. കൊട്ടാരം ദേവ്ദഹ നഗരം, ഗോത്രനാമം അർക്കബിന്ദു. ശാക്യസിംഹൻ, ശൗദ്ധോദനി, സർവാർത്ഥ സിദ്ധൻ, ഗോതമൻ, ഗൗതമ സിദ്ധാർത്ഥൻ തുടങ്ങിയ പേരുകളിലെല്ലാം ശ്രീബുദ്ധൻ പരാമർശിക്കപ്പെടുന്നു. ബി സി 486 ലോ 487 ലോ ആയിരിക്കണം ബുദ്ധൻ ജനിച്ചത് എന്ന അഭിപ്രായവും ചരിത്ര പണ്ഡിതർക്കുണ്ട്. എന്നാൽ പ്രൊഫസർ കുഞ്ഞിപ്പക്കിയും പ്രൊഫസർ പി കെ മുഹമ്മദാലിയും ഇന്ത്യാ ചരിത്രം ഒന്നാം ഭാഗത്തിലൂടെ അവകാശപ്പെടുന്നത് ബി സി 567 ൽ ആണെന്നാണ്.

സർവാർത്ഥസിദ്ധ ഗോതമൻ അഥവാ സിദ്ധാർത്ഥ ഗോതമൻ ബോധിസത്വനാണെന്ന് പില്ക്കാല ബുദ്ധസന്ന്യാസിമാർ പാടിപ്പറഞ്ഞു നടന്നു. ഗോതമൻ എന്ന ഗോത്രനാമം മാതാവുവഴി എത്തിയതാണ്.

ശ്രേഷ്ഠമായ രത്നത്തെപ്പോലെ അതുല്യനായ ബോധിസത്വൻ ലുംബിനി ജനപദത്തിൽ ശാക്യരുടെ ഗ്രാമത്തിൽ മാനവഹിതത്തിനും സുഖത്തിനുമായി ജനിച്ചു. ബോധി = ജ്ഞാനം, സത്വം = ജീവി. ജ്ഞാനത്തിനായി യത്നിക്കുന്ന സത്വം. സംബോധി ജ്ഞാനം ലഭിക്കുന്നതു വരെ ബോധിസത്വൻ. പൂർവ്വജന്മകഥകൾ അങ്ങനെ സൃഷ്ടിക്കപ്പെട്ടു.

സൂര്യവംശത്തിലെ ഇഷ്വാകു കുലത്തിൽപ്പെട്ട രാജാവത്രെ ശുദ്ധോദനൻ. അദ്ദേഹം മഹാരാജാവായിരുന്നില്ല; നാട്ടുരാജാവോ ഗോത്രമുഖ്യനോ മാത്രമായിരുന്നിരിക്കാമെന്നും ശാക്യജനത ശ്രാവസ്തിയിലെ പ്രസേനജിത്ത് രാജാവിന്റെ അധീനതയിലായിരുന്നുവെന്നും ഗണതന്ത്ര ജനത (റിപ്പബ്ലിക്)യായിരുന്നുവെന്നുമൊക്കെ ചരിത്രാന്വേഷികൾ അഭിപ്രായപ്പെടുന്നു.

വളരെ മനോഹരം (Lovely) എന്നാണ് ലുംബിനിക്ക് നേപ്പാളിയിൽ അർത്ഥം. ലുംബിനി നേപ്പാൾ രാജ്യത്തിലെ രൂപൻദേഹി ജില്ലയിൽപ്പെടുന്നു. ലുംബിനി, ബോധ്ഗയ, സാരാനാഥ്, കുശിനഗർ എന്നിങ്ങനെ നാലു പ്രധാന കേന്ദ്രങ്ങളാണ് ശ്രീബുദ്ധ ചരിത്രവുമായി ഇണങ്ങിച്ചേർന്ന പുണ്യസ്ഥലങ്ങൾ.

രാജകുമാരനു ലഭിക്കാവുന്ന എല്ലാ സുഖഭോഗങ്ങളോടും ഉന്നത വിദ്യാഭ്യാസത്തോടും ആണ് സിദ്ധാർത്ഥൻ വളർന്നത്. സമപ്രായക്കാരിയും കുടുംബ ബന്ധുവുമായ യശോധരയെ വിവാഹം ചെയ്യുമ്പോൾ കേവലം 16 വയസ്സ്. 29-ാം വയസ്സിൽ (21 ൽ എന്നും ചിലർ) എല്ലാ കുടുംബ ബന്ധങ്ങളും ലൗകിക സുഖങ്ങളും ഇട്ടെറിഞ്ഞ് ദുഃഖ കാരണ, നിവാരണ മാർഗ്ഗങ്ങളന്വേഷിച്ച് കൊട്ടാരം വിട്ടിറങ്ങുമ്പോൾ നിദ്രയി

ലാണ്ടിരുന്ന യശോധരയുടെ മുഖമോ, പിഞ്ചുകുഞ്ഞ് രാഹുലന്റെ മുഖമോ, ആ 'മഹാ ഉപേക്ഷിച്ചു പോക്കിൽ' നിന്നും സിദ്ധാർത്ഥനെ പിന്തിരിപ്പിക്കാൻ പ്രേരിപ്പിച്ചില്ല.

(രോഗ, മരണ, ദാരിദ്ര്യ ദുഃഖങ്ങളുടെ ദൈന്യത സിദ്ധാർത്ഥ കുമാരന്റെ കാഴ്ചയിൽപ്പെടാതിരിക്കാൻ ശുദ്ധോദന രാജാവ് ശ്രദ്ധിച്ചിരുന്നുവെന്നും ഒരുദിനം യാദൃച്ഛികമായാണ് രോഗിയെയും വൃദ്ധനെയും മൃതശരീരത്തെയും കാണാനിടയായതെന്നും ബുദ്ധ ചരിത്രമെഴുതിയവർ പ്രതിപാദിക്കുന്നു. ആ പ്രസ്താവന തീർത്തും അബദ്ധമാണെന്നും 29 വയസ്സുവരെയുള്ള കാലം വിദ്യാഭ്യാസത്തിനും വേദ, ആയോധന പഠനങ്ങൾക്കും വിനിയോഗിച്ച ഒരാളെ സംബന്ധിച്ച് യുക്തിസഹമല്ല എന്നും മറ്റുചില പണ്ഡിതഭാഷ്യം).

കാന്തകം എന്ന കുതിരയെ പൂട്ടിയ വണ്ടി (രഥം) തെളിച്ചത് ഛന്ദൻ (ചന്ദൻ/ചന്നൻ). മഹാപ്രസ്ഥാനത്തിനുള്ള പുറപ്പാട് നിർവ്വിഘ്നമാകാൻ കൊട്ടാരമാകെ പൂർണ്ണ നിദ്രയിലാഴ്ത്തിയത്രേ ദേവന്മാർ. രക്ഷാഭടന്മാരോ ദ്വാരപാലകരോ പ്രതിബന്ധമാകാതിരിക്കാൻ കുതിരക്കുളമ്പടി ശബ്ദരഹിതമാക്കിയത്രേ ദൈവങ്ങൾ.

ജനതയുടെ കഷ്ടതകൾ കണ്ട് മനസ്സുനൊന്ത് ആത്മീയ ജീവിതത്തിലേക്ക് ആണ്ടുപോകുമോ എന്നു ഭയന്ന് മൂന്നു കൊട്ടാരങ്ങളിലായാണ് ശുദ്ധോദനൻ പുത്രനെ വളർത്തിയത്. ഒരു യാചകനെയും രോഗിയായ വൃദ്ധനെയും ശവമഞ്ചത്തെയും യാദൃച്ഛികമായി കാണാനിടയായ സിദ്ധാർത്ഥനെ ഈ ദുര്യോഗങ്ങൾക്ക് കാരണമെന്തെന്നറിയാനുള്ള 'ജിജ്ഞാസ' അലട്ടിയിരുന്നുവെന്നും മനസ്സിനെ മഥിച്ചുകൊണ്ടിരുന്നുവെന്നും ബുദ്ധചരിതം പറയുന്നു. 29 വയസ്സിനിടയിൽ മരണവും രോഗവും ദാരിദ്ര്യവും പെട്ടെന്നുണ്ടായ അറിവാകാൻ തരമില്ല. എന്നാൽ എല്ലാ കാഴ്ചകളും അനുഭവങ്ങളും മനസ്സിനെ പിടിച്ചുലയ്ക്കാൻ പോന്നതാവണമെന്നും ഇല്ല. കൊട്ടാരത്തിനു പുറത്തേക്കു രഥവുമായെത്തിയ ഛന്ദനും കാന്തകനും അദൃശ്യ പ്രേരണയാലെന്നപോലെ, നിയോഗം പോലെ ചലിച്ചുവെന്നാണ് കഥകൾ. രഥമുപേക്ഷിച്ച് കാൽനടയായി യാത്ര തുടരാൻ നിശ്ചയിച്ച സിദ്ധാർത്ഥൻ തന്റെ രാജകീയ വസ്ത്രങ്ങളും ആഭരണങ്ങളുമെല്ലാമഴിച്ച് ഛന്ദനെ ഏല്പിച്ചുവെന്നും ഒറ്റ വസ്ത്രം മാത്രമണിഞ്ഞ് പരിവ്രാജകനാകാനുള്ള തന്റെ തീരുമാനം പിതാവിനെയും കൊട്ടാരത്തിലെ മറ്റു ബന്ധുക്കളെയും അറിയിക്കുവാൻ ചുമതലപ്പെടുത്തിയെന്നും പരിഭ്രമിച്ചു വിവശനായ ഛന്ദനെ സാന്ത്വനപ്പെടുത്തി സ്വന്തം തലയിൽ ചൂടിയിരുന്ന മകുടം, സകേശം മുറിച്ച് ആടയാഭരണങ്ങൾക്കൊപ്പം അടയാള സൂചകമായി പിതാവിനു കൈമാറാൻ ഏല്പിച്ചുവെന്നും *ബുദ്ധചരിത*ത്തിൽ വിവരിക്കുന്നു. ഇതിനെല്ലാം സാക്ഷിയായ കുതിര കന്തകൻ ഹൃദയഭാരം താങ്ങാനാവാതെ രംഗമൊഴിഞ്ഞ് എങ്ങോ മറഞ്ഞുവത്രേ.

ലോകചരിത്രത്തിൽ അതിപ്രധാന ഗതിമാറ്റത്തിനു തുടക്കമിട്ട ഈ സംഭവം എന്തെല്ലാം സാമൂഹിക, സാംസ്കാരിക, രാഷ്ട്രീയ മാറ്റങ്ങൾക്കാണ് നാന്ദി കുറിച്ചതെന്ന് പില്ക്കാല ചരിത്രം പരിശോധിച്ചാൽ മതിയാകും. കോസലമെന്ന മഹാ ജനപദത്തിലെ കപിലവസ്തുവിൽനിന്ന് പരിവ്രാജനായ സിദ്ധാർത്ഥ ഗൗതമന്റെ തുടർന്നുള്ള ചരിത്രം തിരിച്ചറിയുന്നത് നാന്നൂറിൽപ്പരം കിലോമീറ്റർ അകലെ മഗധീനം എന്ന മഹാ ജനപദത്തിൽപ്പെട്ട ഗയയിലെ, നിരഞ്ജന നദിക്കരയിലെ ഉരുവേലം എന്ന കുഗ്രാമത്തിൽനിന്നാണ്.

ഗഹനവും സാധാരണ ജനതയുടെ ആത്മീയാവശ്യങ്ങൾ നിറവേറ്റുന്നതിൽ അപര്യാപ്തവുമായ വൈദിക മതങ്ങൾ, യാഗങ്ങളും ഹിംസാത്മകമായ ബലികർമ്മങ്ങളും മറ്റു ക്രൂരവാസനകളും മുഖമുദ്രയാക്കിയപ്പോൾ, അവരുടെ ചാതുർവർണ്ണ്യ മേല്ക്കോയ്മയിൽ നിന്ന് മോചിതരാകാൻ വൈശ്യ ശൂദ്ര ജാതികൾ ആഗ്രഹിച്ചിരുന്നു; അല്ലെങ്കിൽ ഒറ്റപ്പെട്ട സംഘർഷങ്ങളിൽ ഏർപ്പെട്ടിരുന്നു. ബ്രാഹ്മണർ ചൂഷകരും ബഹുഭൂരിപക്ഷം സാധാരണ ജനങ്ങൾ ചൂഷിതരുമായ അടിമ-ഉടമ മത്സരങ്ങളിലൂടെ സാമൂഹിക പരിവർത്തനത്തിന് കേളികൊട്ട് മുഴക്കിയിരുന്ന കാലം കൂടിയായിരുന്നു അത്. ബ്രാഹ്മണ മേധാവിത്വത്തിനെതിരായ പ്രക്ഷോഭം തത്ത്വശാസ്ത്രത്തോടെ ജനകീയ പ്രസ്ഥാനമായി മാറി. വൈദിക മതത്തെയും പൗരോഹിത്യത്തെയും പാടേ നിഷേധിച്ചുകൊണ്ട് മനുഷ്യസ്നേഹത്തിലും സമത്വത്തിലും അധിഷ്ഠിതമായ പുത്തൻ സാമൂഹ്യവ്യവസ്ഥയ്ക്കായുള്ള കാഹളം ജൈന-ബുദ്ധ പ്രബോധനങ്ങളിലൂടെ ജനം തിരിച്ചറിഞ്ഞു. ജൈനമതവും ബുദ്ധമതവും ചാതുർവർണ്ണ്യത്തെ നിരുത്സാഹപ്പെടുത്തി. വേദങ്ങളുടെ പ്രാമാണ്യത്തെ നിഷേധിച്ചു, അഹിംസാ തത്ത്വത്തെ മുറുകെപ്പിടിച്ചു. സരളവും സുഗ്രഹവുമായ സദാചാര രീതികൾ നിർദ്ദേശിച്ചു, സർവ്വർക്കും പ്രവേശനം അനുവദിച്ചു. താരതമ്യേന യുക്തിവാദത്തിലും ഹേതുവാദത്തിലും അധിഷ്ഠിതമായ മത പ്രബോധനങ്ങൾ സാധാരണ ജനതയ്ക്കു മനസ്സിലാകുന്ന പ്രാദേശിക ഭാഷകളായ പാലിയിലും മാഗധിയിലുമായിരുന്നു; സംസ്കൃതത്തിലായിരുന്നില്ല. പാരത്രിക സൗഖ്യമല്ല, ഐഹിക ദുഃഖങ്ങളിൽനിന്നുള്ള മോചനമായിരുന്നു സിദ്ധാർത്ഥന്റെ ലക്ഷ്യം.

ബുദ്ധതത്ത്വങ്ങളുടെ സാരാംശം നാല് ആര്യസത്യങ്ങളാണ്. ജനനംപോലും ദുഃഖമാണെന്നും ജീവിതചക്രമാകെ അത് നിഴലിക്കുന്നുവെന്നും അദ്ദേഹം കണ്ടെത്തി. തൃഷ്ണയാണ് രണ്ടാമത്തെ ദുഃഖകാരണം. തൃഷ്ണയുടെ നിരോധനമാണ് നിവാരണ മാർഗ്ഗവും. ദുഃഖനിവാരണത്തിന് ബുദ്ധൻ അഷ്ടാംഗമാർഗ്ഗം ഉപദേശിച്ചു, ശരിയായ വീക്ഷണം, ശരിയായ സങ്കല്പം, ശരിയായ ധർമ്മം, ശരിയായ വാക്ക്, ശരിയായ ജീവിതം, ശരിയായ പരിശ്രമം, ശരിയായ സ്മരണ, ശരിയായ

സമാധി എന്നിവയാണ് അഷ്ടാംഗ മാർഗ്ഗം. ഭോഗ ലോലുപത്തിന്റെയും ആത്മനിഗ്രഹത്തിന്റെയും ഇടയിലുള്ള കൂടുതൽ പ്രായോഗിക മാർഗ്ഗമായതുകൊണ്ട് ഈ മാർഗ്ഗത്തെ മദ്ധ്യമാർഗ്ഗമെന്നും പറയുന്നു. മദ്ധ്യമാർഗ്ഗമനുസരിച്ച് ജീവിക്കുന്നവന് പരാജയം സംഭവിക്കില്ല എന്നും അവനവനെ കീഴടക്കിയ മനുഷ്യന്റെ വിജയത്തെ തടസ്സപ്പെടുത്താൻ ദേവനുപോലും സാദ്ധ്യമല്ലെന്നും ബുദ്ധൻ ഉപദേശിച്ചു.

വൈദികമതത്തിലെ ഹിംസാത്മക യാഗങ്ങളെയും യജ്ഞങ്ങളെയും അധിക്ഷേപിക്കുകയും വേദങ്ങളുടെ ആധികാരികതയെ ചോദ്യം ചെയ്യുകയും ചെയ്ത ബുദ്ധൻ ജാതിവ്യവസ്ഥകൾക്കെതിരായിരുന്നു. അഹിംസയെ ജീവിത തത്ത്വമാക്കാനുപദേശിച്ച ബുദ്ധൻ, ശാരീരിക പീഡനം നിവാരണ മാർഗ്ഗമായംഗീകരിച്ചില്ല.

സൊനൗലിയിൽനിന്ന് 17 കിലോമീറ്റർ യാത്ര ചെയ്ത് 'ഭൈരാഹ്വയിലെത്തി (Bhairhawa), അവിടെനിന്നും മൂന്നു കിലോമീറ്റർ തെക്കുമാറിയാണ് ലുംബിനിയെന്ന 'ലവ്ലി' വനം. ഭൈരാഹ്വയിൽനിന്ന് ലുംബിനിയിലേക്ക് ലോക്കൽ വാഹനങ്ങളേ പാടുള്ളൂ എന്ന് രൂപേഷ് പറഞ്ഞു. ഇന്ത്യൻ വാഹനമായതുകൊണ്ടാണോ വലിയ ശകടമായതിനാലാണോ എന്നറിയില്ല രണ്ടു ലോക്കൽ ടാക്സികൾ ഞങ്ങൾക്കു വേണ്ടി വന്നു. രാംബഹദൂർ എന്ന നേപ്പാളി ഡ്രൈവർ മദ്ധ്യവയസ്കനും സൗമ്യപ്രകൃതക്കാരനുമായിരുന്നു. സദാ പുഞ്ചിരിക്കുന്ന മുഖഭാവം. ലുംബിനിയിലെ പ്രധാന ക്ഷേത്രത്തിന് 200 വാര അടുത്ത് ഞങ്ങളെ കൊണ്ടിറക്കിയശേഷം രാം ബഹദൂർ വഴി കാണിച്ചുതന്നു. "ഇതിലേ പോയാലും, മടങ്ങി വരുമ്പോൾ ഞാനുണ്ടാകും." ജീൻസ് പോക്കറ്റിൽ ഒരു കൈയും കോട്ടിന്റെ പോക്കറ്റിൽ മറുകൈയും തിരുകി പുഞ്ചിരിച്ചുകൊണ്ടയാൾ പറഞ്ഞു.

പാതവക്കിലെ കൂറ്റൻ മണി ഞങ്ങളെ സ്വാഗതം ചെയ്യുന്നതുപോലെ, റോഡിനിരുവശങ്ങളിലും നട്ടുവളർത്തിയ വനവൃക്ഷങ്ങൾ നിബിഡമായി ലുംബിനിയെന്ന പേരിനോടിണങ്ങി. മുടി വിടർത്താടും പനമരങ്ങൾ വൃക്ഷക്കൂട്ടായ്മക്കിടയിൽ തലയുയർത്തിനിന്നു. വിഹാരത്തോടടുക്കുംതോറും സന്ദർശകരുടെ സംഖ്യ വർദ്ധിച്ചുകൊണ്ടിരുന്നു; ഞങ്ങളും അതിൽ കണ്ണികളായി, ഘോഷയാത്രയെ അനുഗമിച്ചു. സരോവരത്തിനു മുകളിലെ പാലത്തിലൂടെ ബുദ്ധക്ഷേത്രത്തിലെത്തി.

ശ്രീബുദ്ധൻ ഭൂജാതനായപ്പോൾ ഭൂസ്പർശമേറ്റ സ്ഥലം പുണ്യക്ഷേത്രമാക്കി പരിരക്ഷിച്ചു പോരുന്നു. ക്ഷേത്രവും അതിനോടനുബന്ധിച്ചുള്ള മറ്റു സ്ഥാപനങ്ങളും അടയാളപ്പെടുത്തിയ 'ലൊക്കേഷൻ മാപ്പ്' തായ്‌ലന്റു ബുദ്ധ സംഘത്തിന്റെ വകയായി സ്ഥാപിച്ചിരിക്കുന്നു. തായ്ഭാഷ പഠിച്ചിരുന്നുവെങ്കിൽ വായിച്ചു മനസ്സിലാക്കാമായിരുന്നു.

സന്ദർശന വിവരം ഒരു രജിസ്റ്ററിൽ രേഖപ്പെടുത്തിയശേഷം പാദുകങ്ങൾ പുറത്തുവച്ച് നഗ്നപാദരായി ആരാധനാ കേന്ദ്രത്തിലേക്ക് കടന്നു. എങ്ങുനിന്നെന്നറിയാതെ മൗനം ഞങ്ങളിൽ സന്നിവേശിച്ചു. ദീർഘനിശ്വാസംപോലും അരുതായ്കയാണെന്ന ബോധത്തോടെ ജനസഞ്ചയം അവിടെ നിറഞ്ഞു കണ്ടു. 'മൈം' കലാകാരന്മാരെപ്പോലെ ബുദ്ധസന്ന്യാസിമാർ ഏതോ മഹാ സംരംഭത്തിന് ഒരുക്കങ്ങൾ നടത്തുകയാണ്. അവരുടെ ഏകാഗ്രതയ്ക്ക് ഭംഗം വരാതിരിക്കാൻ ശ്രദ്ധിച്ച് വിഹാരത്തിന്റെ ഉത്തരഭാഗത്തേക്ക് നടന്നു. നിരവധി സ്തൂപങ്ങളും സ്തൂപാവശിഷ്ടങ്ങളും കടന്ന് ചെറിയൊരു ജലാശയത്തിനരികിൽ ഞങ്ങൾ നിന്നു. പുഷ്കരിണി എന്ന പുണ്യ ജലാശയം. 25 ശതാബ്ദങ്ങൾക്കു മുമ്പ് ഭർത്തൃകൊട്ടാരത്തിൽനിന്നും പൂർണ്ണ പ്രസൂതിയായ മഹാമായയെന്ന മായാദേവി തോഴിമാരുമൊത്ത് വേദ്‌വാഹയിലേക്കുള്ള യാത്രാമദ്ധ്യേ ക്ഷീണമകറ്റാനിറങ്ങി ദേഹശുദ്ധി വരുത്തിയ പുഷ്കരിണി. ദേഹാസ്വാസ്ഥ്യമുണ്ടായപ്പോൾ ആശ്രയമേകിയ സാല വൃക്ഷം (പിലാശുമരം) അതിന്റെ ശിഖരം താഴ്ത്തിനിന്നതിവിടെ. തോഴിയുടെ തോളത്തു ചാരി വൃക്ഷശിഖരത്തിൽ പിടിച്ചുനിന്ന് മായാദേവി കുഞ്ഞിന് ജന്മം നല്കി; ഞെട്ടിൽനിന്ന് പുഷ്പം അടർന്നു വീഴുംപോലെ, ബുദ്ധൻ ഭൂമിയിൽ അവതരിച്ചു.

അശോകചക്രവർത്തി സ്ഥാപിച്ച സ്തംഭം

പുഷ്കരിണിയിൽ തെളിഞ്ഞ നീല ജലം, പുണ്യതീർത്ഥം, ഭക്തർ കുപ്പികളിൽ ശേഖരിക്കുന്നു. തീർത്ഥക്കരയിലെ സാലമരച്ചുവട്ടിൽ ഭക്ത സംഘം വട്ടമിട്ട് മൗനികളായി ഇരിക്കുന്നു.

ശ്രീബുദ്ധൻ തന്റെ ആദ്യസ്പർശംകൊണ്ട് ധന്യമാക്കിയ മന്ദിരത്തിനകത്തു പ്രവേശിക്കാൻ ഞങ്ങൾ വരിയിൽനിന്നു. മൊബൈൽ, കാമറ

തുടങ്ങിയവയ്ക്ക് വിലക്കുണ്ട്. ദേഹ പരിശോധനയ്ക്കുശേഷം ഉള്ളിൽ കടക്കുന്നതിനു മുമ്പ് കിട്ടിയ ചെറിയ ഇടവേളയിൽ ക്രമസമാധാനപരിപാലനത്തിന് നിയോഗിക്കപ്പെട്ട ഒരു ചെറുപ്പക്കാരനോട് ഞാൻ ശബ്ദം താഴ്ത്തി ചോദിച്ചു.

"എല്ലാ ദിവസങ്ങളിലും ഇതുപോലെ തിരക്കുണ്ടാവുമോ" അയാൾക്ക് എന്റെ ഇംഗ്ലീഷ് മനസ്സിലായിക്കാണില്ല. ഞാൻ ഹിന്ദിയിൽ ചോദ്യമാവർത്തിച്ചു; ഹിന്ദിയും അറിയില്ല.

"നേപ്പാളി."

അല്ല എന്ന അർത്ഥത്തിൽ ചെറുപ്പക്കാരൻ തലയാട്ടി. ഏതു ഭാഷക്കാരനായാലും അയാൾ സുന്ദരക്കുട്ടപ്പനായിരുന്നു.

ശ്രീബുദ്ധപാദസ്പർശമേറ്റു വാങ്ങിയ 'മണ്ണ്' ഒരു ചില്ലുകൂട്ടിനുള്ളിൽ ആർക്കും കാണാവുന്ന പാകത്തിൽ പ്രദർശിപ്പിച്ചിട്ടുണ്ട്. വൈദ്യുതി വെളിച്ചം ആ ഫ്രേമിനുള്ളിൽ കടത്തിവിടുന്നതിനാൽ വ്യക്തമായി കാണാം. മൂന്ന് സന്ന്യാസിമാർ ആ ചില്ലുകൂടിനെത്തന്നെ ഇമവെട്ടാതെ നോക്കിനില്പുണ്ട്. പത്തു സെക്കന്റിൽ കൂടുതൽ നില്ക്കാൻ സന്ദർശകന് അനുവാദമില്ല. രണ്ടര സഹസ്രാബ്ദത്തിന്റെ പഴക്കം ആ മണ്ണിനുണ്ടെന്ന് നമുക്ക് വിശ്വസിക്കാം.

ബുദ്ധ ആരാധനാ കേന്ദ്രങ്ങളിലൊരിടത്തും സംഭാവന, പൂജ, ദക്ഷിണ, പുനരുദ്ധാരണം തുടങ്ങിയ ശീർഷകങ്ങളിൽ സന്ദർശകരെ ചൂഷണം ചെയ്ത അനുഭവം ഉണ്ടായിട്ടില്ല. ഉദാരമായി സംഭാവന ചെയ്യുവാനാവശ്യപ്പെട്ടുകൊണ്ടുള്ള കാണിക്കപ്പെട്ടികളും എവിടെയും സ്ഥാപിച്ചു കണ്ടിട്ടില്ല. ഇവിടെയും വ്യത്യസ്തമല്ല; പക്ഷേ, വിവിധ രാജ്യങ്ങളിലെ കറൻസികളും നാണയങ്ങളും ദീപത്തിനുചുറ്റും ചിതറിക്കിടന്നിരുന്നു.

ഭിത്തികളുടെ ചെറുതും വലുതുമായ അവശിഷ്ടങ്ങൾക്കിടയിലൂടെ പുറത്തിറങ്ങി. പുഷ്കരിണിക്ക് അമ്പതടി മാറി ഒരു സംഘം ശ്വേതാംബരധാരികളും മറ്റൊരമ്പതടി മാറി പീതാംബരധാരികളും വെവ്വേറെ വട്ടമിട്ടിരുന്ന് ധ്യാനകർമ്മം ചെയ്യുന്നുണ്ടായിരുന്നു. മന്ദിരത്തിനു സമീപമുള്ള അശോകസ്തംഭം യാതൊരു കേടുമേല്ക്കാതെ സംരക്ഷിക്കപ്പെട്ടിരിക്കുന്നു. തറനിരപ്പിൽനിന്ന് മുപ്പതടിയോളം ഉയരമുള്ള സ്തംഭം ചുവന്ന മൺകല്ലിൽ (Red sand stone) നിർമ്മിച്ചതാണ്. അതിന്റെ പുരോഭാഗത്ത് ബ്രാഹ്മിലിപിയിൽ സന്ദേശം രേഖപ്പെടുത്തിയിരിക്കുന്നു.

"ലുംബിനി ഗാമേ ഉബാലികേ കതേ"

അശോക സ്തംഭത്തിനരികെ അശോക ചക്രവർത്തിയുടെ ഒരു ശാസനം ഹിന്ദിയിലും ഇംഗ്ലീഷിലും പരിഭാഷപ്പെടുത്തി പ്രദർശിപ്പിച്ചിട്ടുണ്ട്.

> King Piadasi (Asoka), the beloved of Gods in the twentieth year of his reign himself made a royal visit. Sakyamuni Bud-

> dha was born here. Therefore the (birth spot) marker stone was worshipped and a stone pillar is erected. The land having been born here, the tax of the Lumbini village was reduced to the eighth part (only).

ക്രിസ്തുവിനു മുൻപ് 249 ൽ അശോകൻ (പിയാദശി = ഈശ്വരൻ പ്രിയദർശൻ) മൂന്നാം മൗര്യ ചക്രവർത്തി തന്റെ ഗുരു ഉപഗുപ്തനുമായി ലുംബിനി സന്ദർശിക്കുമ്പോൾ ഇവിടെ സമ്പദ് സമൃദ്ധമായ ഗ്രാമമായി രുന്നു. ഇവിടെ നാലു സ്തൂപങ്ങളും ഒരു സ്തംഭവും അദ്ദേഹം സ്ഥാപിച്ചു. സ്തംഭത്തിനു മുകളിൽ ഒരു കുതിരയുടെ ശില്പവും. സ്തംഭ ത്തിൽ ഇങ്ങനെ രേഖപ്പെടുത്തിയിരിക്കുന്നു.

> ദേവന്മാർക്കു പ്രിയങ്കരനായ രാജാ പിയാദശി (പ്രിയദർശൻ) സ്ഥാനാരോഹിതനായതിന്റെ 20-ാം വർഷം രാജകീയ സന്ദർശനം നടത്തി. ബുദ്ധ ശാക്യമുനി ഇവിടെ ജനിച്ചു. സ്തംഭം ഭഗവാനായി സ്ഥാപിച്ചു. ലുംബിനി ഗ്രാമത്തിന്റെ നികുതി എട്ടിൽ ഒന്നായി ചുരു ക്കിയിരിക്കുന്നു.

1895 വരെ വിസ്മൃതിയിലായിരുന്ന ലുംബിനി, പ്രസിദ്ധ ജർമ്മൻ പുരാവസ്തു ശാസ്ത്രജ്ഞൻ 'ഫ്യൂറർ' ഹിമാലയൻ താഴ്വരയായ ചുരി യയിലൂടെ നടന്നു പോകവെ ക്ഷേത്രാംശം കണ്ടുവെന്നും തുടർന്ന് 1896 ൽ ആർക്കിയോളജിസ്റ്റ് 'ഖഡ്ഗസംഷർ റാണ' ഖനനത്തിലൂടെ അശോക സ്തംഭം കണ്ടെത്തിയെന്നതും പില്ക്കാല ചരിത്രം. ലുംബിനി ഇന്ന് ബുദ്ധ മത വിശ്വാസികളുടെ 'മെക്ക'യാണ്.

പച്ചവാഴയിലകൾ ഉപയോഗിച്ച് ആയിരക്കണക്കിന് ചെരാതുകൾ കോട്ടി അവയ്ക്കുള്ളിൽ കട്ടിയുള്ള മെഴുകുതിരിയിൽ ദീപങ്ങൾ തെളി യിക്കാനുള്ള തിരക്കിലാണ് സന്ന്യാസിമാർ. അവർ ജപ്പാനികളോ കൊറി യരോ, തായ്‌ലന്റുകാരോ ആവാം. ചടങ്ങിന് ആതിഥ്യമരുളാൻ എത്തി യേക്കാവുന്ന വിശിഷ്ട വ്യക്തിയെ സൽക്കരിച്ചിരുത്താനുള്ള ഇരിപ്പിടം കമനീയമായലങ്കരിച്ചിരിക്കുന്നു. ലുംബിനി ഡവലപ്മെന്റ് ട്രസ്റ്റും തായ്‌ലന്റ് ജനതയും സംയുക്തമായി നേതൃത്വം നല്കി വരുന്ന "ശ്രീബുദ്ധ ജന്മസ്ഥല പുനരുദ്ധാരണ പദ്ധതി"യുടെ ഉദ്ഘാടന ഒരുക്ക ങ്ങളാണ് നടക്കുന്നത്. ബുദ്ധമത വിശ്വാസികളുടെയാകെ തീർത്ഥാടന ത്തിന് പ്രയോജനപ്പെടാവുന്ന നിർമ്മാണ പ്രവർത്തനങ്ങൾ ഉദ്ഘാടനം ചെയ്യാനെത്തുന്നത് തായ്‌ലന്റ് രാജാവ് 'രാജാ ഭൂമിബോൽ അതുല്യ തേജും' മഹാറാണി 'സിരികിതും' ആണ്. ചടങ്ങിനുശേഷം സദ്യക്ക് വിളമ്പാനുള്ള പേരറിയാത്ത ഭോജ്യ പദാർത്ഥങ്ങൾ സമീപത്ത് ഒരുക്കി യിരിക്കുന്നു. (കാണാനും വായിൽ വെള്ളം നിറയ്ക്കാനും മാത്രമേ നമുക്ക് അവകാശമുള്ളൂ). ജോലിക്കൂടുതലും സമയക്കുറവും അലട്ടുന്നുണ്ടെ

ങ്കിലും സന്ന്യാസിമാരുടെ മുഖങ്ങളിൽ ശാന്തതയും ഉത്സാഹവും സ്ഥായിയായി. സ്തൂപങ്ങളുടെയും ക്ഷേത്ര ഭിത്തിയുടെയും ലഭ്യമായ അവശിഷ്ടങ്ങൾ സംപൂജ്യമായി സംരക്ഷിച്ചു പോരുന്നുവെന്നു മാത്രമല്ല, ആതുറസ്സായ പരിസരമാകെ പുല്ലും പൂന്തോട്ടവുംകൊണ്ട് കമനീയവുമാക്കിയിരിക്കുന്നു.

പുരാവസ്തു ഗവേഷകർ ലുംബിനിയിലും പ്രാന്തപ്രദേശങ്ങളിലുമായി 62 സൈറ്റുകൾ തെരഞ്ഞെടുത്ത് പര്യവേക്ഷണം ചെയ്തുപോരുന്നു. തിലാർക്കുട്ട്, കുടാൻ, ഗോത്തിഹ്, നിഗ്ളിന്വ, സാഗർഹ്വ, ആരാരകോട്, ദേവ്ഗാഹ്, രാമഗ്രാമ തുടങ്ങിയതാണ് സൈറ്റുകൾ. ശ്രീബുദ്ധന്റെ മാതൃഗൃഹം ദേവ്ദാഹയിലായിരുന്നുവല്ലോ. കോലിയ രാജകുടുംബത്തിന്റെ രാജധാനിയായിരുന്ന ദേവ്ദാഹ ലുംബിനിക്ക് വടക്കുകിഴക്കായി 35 കിലോമീറ്റർ മാറി സ്ഥിതിചെയ്യുന്നു.

ഇന്ത്യയിലെ പിപ്രാഹ്വയാണ് കപിലവസ്തുവെങ്കിൽ അവിടെനിന്ന് ലുംബിനിക്ക് ദൂരം 70 കിലോമീറ്ററാണ്. പൂർണ്ണ ഗർഭിണിയായ മായാദേവിയും തോഴിമാരും ഇത്രയും ദൂരം സഞ്ചരിച്ചുവെന്നത് ആശ്ചര്യംതന്നെ. മായാദേവി സാലവൃക്ഷ ശാഖയിൽ പിടിച്ച് തോഴിയുടെ തോൾ ചേർന്നു നില്ക്കുന്ന രംഗം രൂപമാക്കിയ ഒരു പുരാതന ശിലാഫലകം ഇവിടെ കാണാം. പ്രതിവർഷം നാലു ലക്ഷത്തിൽപ്പരം സന്ദർശകർ ഈ പുണ്യഭൂമി സന്ദർശിക്കുന്നു.

നദിയുമായി ബന്ധിപ്പിച്ച ഒരു കനാൽ, കനാലിനിരുവശങ്ങളിലും നടപ്പാതകൾ, അതിനോട് ചേർന്ന് വൃക്ഷവൃന്ദം; ലുംബിനി വനമെന്ന പേര് അന്വർത്ഥം. കനാലിലൂടെ യന്ത്രം ഘടിപ്പിച്ച ബോട്ടിൽ ഉല്ലാസസവാരിക്കൊരുങ്ങി കാത്തു നില്ക്കുന്ന സഞ്ചാരികൾ. സഞ്ചാരികളിലേറെപ്പേരും ദക്ഷിണേഷ്യൻ രാജ്യങ്ങളിൽനിന്നെത്തിയവർ.

ഉയർന്ന ഒരു പീഠത്തിൽ ബാല സിദ്ധാർത്ഥ പ്രതിമയും, മുന്നിൽ കെടാവിളക്കുമുണ്ട്. പീഠത്തിനു പിന്നിലെ മാർബിൾ ശിലയിൽ "1986 നവംബർ ഒന്നിന് ജ്ഞാനേന്ദ്ര രാജകുമാരൻ ബീർ ബിക്രം ഷാ (വീര വിക്രമൻ എന്നു മലയാളം) ജ്വലിപ്പിച്ച കെടാവിളക്ക്" എന്നു രേഖപ്പെടുത്തിയിട്ടുണ്ട്.

നിരവധി ബുദ്ധവിഹാരങ്ങൾ (monastery) ലുംബിനിക്കു ചുറ്റുപാടും നിരനിരയായി കാണാം. ഈ പ്രദേശം ബുദ്ധവിഹാരമേഖലയായി തിരിച്ചിരിക്കുന്നു. മറ്റു പാർപ്പിടങ്ങളോ വാണിജ്യ സ്ഥാപനങ്ങളോ അനുവദനീയമല്ല. തിളങ്ങുന്ന സുവർണ്ണ പഗോഡ മ്യാൻമറിന്റേതാണ്. 'ലോകമണികുല പഗോഡ' എന്നാണതിന്റെ പേര്. 'രാഷ്ട്രാന്തര ഗോതമി ബുദ്ധ ഭിക്ഷുണി' സംഘത്തിനുള്ളതാണത്. ബുദ്ധാനുയായികളിൽ സ്ത്രീ സംഘങ്ങൾ രൂപീകരിക്കുന്നത് ബുദ്ധന് സ്വീകാര്യമായിരുന്നില്ല. എന്നാൽ ഗോതമി പ്രജാപതിയുടെ (ഇളയമ്മ) നിരന്തര പ്രാർത്ഥനയ്ക്കു വഴങ്ങി സംഘ രൂപീകരണം അംഗീകരിക്കുകയാണുണ്ടായത്. സംഘം ഗോത

മിയുടെ പേരിനൊപ്പം അറിയപ്പെട്ടു. ചൈനയിലെ ബുദ്ധിസ്റ്റ് അസോസിയേഷൻ സ്ഥാപിച്ച ക്ഷേത്രം, ദേ സുങ് സുഖ് ഗാ സാ (Dae Sung Suk Ga-sa) എന്ന കൊറിയൻ ക്ഷേത്രം തുടങ്ങി ചെറുതും വലുതുമായ നിരവധി വിഹാരങ്ങൾ നിരന്നുകാണാം. ആകൃതിയിലും നിറത്തിലും വ്യത്യസ്തതയുള്ള മനോഹര മന്ദിരങ്ങൾ പ്രകൃതത്തിലും സ്വഭാവത്തിലും സാമ്യത സൂക്ഷിക്കുന്നു. വിയത്നാം, തായ്‌ലന്റ്, മംഗോളിയ, കമ്പൂച്ചിയ, ഫ്രാൻസ്, ജർമ്മനി, ശ്രീലങ്ക എന്നീ രാജ്യങ്ങൾ നിർമ്മിച്ചിരിക്കുന്ന വിഹാര മന്ദിരങ്ങൾക്കിടയിൽ ഭാരത ബുദ്ധസംഘം വക വിഹാരവും അന്തസ്സു പുലർത്തിക്കണ്ടു. ക്ഷേത്രവും പരിസരവും എത്രത്തോളം ലാളിത്യത്തോടെ കമനീയമാക്കാമെന്നതിന് ഉത്തമ ഉദാഹരണങ്ങളാണ് ഈ മൊണായ്‌സ്ട്രികൾ. ഞങ്ങൾ ഓരോരോ വിഹാരമായി കയറിയിറങ്ങി. ആരോടും അനുവാദം വാങ്ങിയില്ല, ആരും ഞങ്ങളെ തടഞ്ഞില്ല, ആരാധനാക്രമങ്ങൾ അനുഷ്ഠിക്കാനാവശ്യപ്പെട്ടില്ല, സംഭാവന പിരിച്ചില്ല, ദക്ഷിണ ആവശ്യപ്പെട്ടില്ല.

ഇന്ത്യൻ ബുദ്ധവിഹാരത്തിൽ വില്പനയ്ക്കു വച്ചിരുന്ന മതഗ്രന്ഥങ്ങൾക്കൊപ്പം രണ്ടര സഹസ്രാബ്ദങ്ങൾക്കു മുമ്പ് പ്രാബല്യത്തിലിരുന്ന നാണയങ്ങളും താളിയോലകളും ഭുജ്പത്ര രേഖകളും പ്രദർശിപ്പിച്ചിരുന്നു. ലോഹ ശില്പങ്ങളുടെ ശേഖരത്തിൽനിന്നും കേടുപാടുകളില്ലാത്ത, രണ്ടിഞ്ചിൽ താഴെ മാത്രം വലുപ്പമുള്ള, വ്യത്യസ്ത ഭാവങ്ങളിലുള്ള അഞ്ചു ബുദ്ധ ശില്പങ്ങൾ കൃഷ്ണകുമാർ തെരഞ്ഞെടുത്തു. ആർക്കിടെക്ടെന്ന നിലയിൽ നിർമ്മിച്ചു നല്കുന്ന വാസഗൃഹങ്ങളിലെല്ലാം ഒരു ബുദ്ധശില്പമെങ്കിലുമുണ്ടാവണമെന്ന് അദ്ദേഹത്തിന് നിർബ്ബന്ധമുണ്ട്. അതിനായി കന്യാകുമാരി ജില്ലയിലെ മയിലാടി ഗ്രാമത്തിൽനിന്ന് ശിലാശില്പങ്ങൾ വാങ്ങിക്കൂട്ടാറുമുണ്ട്. ബുദ്ധശില്പ സാമീപ്യം മാനസിക സമ്മർദ്ദങ്ങൾക്കും അശാന്തിക്കും അയവുണ്ടാക്കുമെന്ന് അദ്ദേഹം വിശ്വസിക്കുന്നു

ഇരുട്ട് വീണു കഴിഞ്ഞിരുന്നുവെങ്കിലും, ഷോപ്പടയ്ക്കാൻ സമയമായെങ്കിലും, ചൈത്യത്തിലെ വില്പനക്കാരി പെൺകുട്ടി ശില്പങ്ങൾ തെരഞ്ഞെടുക്കാൻ ഞങ്ങളെ സഹായിച്ചുനിന്നു. ഓരോന്നായി പരിശോധിച്ച് പ്രത്യേകതയും വിലയും പറഞ്ഞു തന്നുകൊണ്ടിരുന്നതിനൊപ്പം സമയവും ദീർഘിച്ചു. ഞങ്ങൾ പുറത്തിറങ്ങിയപ്പോൾ ആ കുട്ടിയും ഒപ്പം കൂടി. ഭൈരാഹ്‌വയിൽ ചെന്നിട്ടു വേണം സിദ്ധാർത്ഥ് നഗറിലേക്കുള്ള ബസ് തേടാൻ. താമസിപ്പിച്ചതിൽ ഖേദം പ്രകടിപ്പിച്ച ഞങ്ങൾക്ക് ഷോപ്പ് സന്ദർശിച്ചതിന് നന്ദി പറഞ്ഞ് ചിരിച്ചുകൊണ്ട് ആ രാജ്യാന്തര ഉദ്യോഗസ്ഥ നടത്തയുടെ വേഗത കൂട്ടി.

നിപ്പൺ ഡോൺക്യോ ഹോജി (Nippon donkyo hoji) നിർമ്മിച്ച ജപ്പാൻ ശാന്തി സ്തൂപം (peace pagoda) രൂപത്തിലും നിറത്തിലും എല്ലാംകൊണ്ടും ഇതര ശാന്തി സ്തൂപങ്ങൾക്ക് സമാനമായിരുന്നു. പകൽ

കഴിഞ്ഞിരുന്നുവെങ്കിലും വെൺനിലാവിൽ ആ ധവളഹർമ്മ്യം ശോഭിച്ചു. വൈദ്യുതി ദീപങ്ങളുടെ അഭാവം അതിന്റെ മാറ്റ് കുറച്ചില്ല. പഗോഡയുടെ മുകളിലത്തെ നിലയിൽനിന്ന് ചുറ്റുവട്ടത്താകെ കണ്ണോടിച്ചു. തൊട്ടടുത്ത വനത്തിൽ ആരൊക്കെയോ പതുങ്ങി ഇരിക്കുന്നു. അന്ധകാരത്തിൽ പഴുതുകൾ തീർത്ത് കുറെയധികം ജ്വലിക്കുന്ന കണ്ണുകൾ. ബുദ്ധകഥയിൽ പരാമർശിക്കപ്പെടുന്ന ക്ഷുദ്ര സങ്കല്പം മാരന്റേതാണോ? ഒന്നു പകച്ചു, പിന്നെ ആശ്വസിച്ചു; ഒരുപറ്റം മാനുകളായിരുന്നു അവ.

പീസ് പഗോഡയ്ക്കു സമീപമുള്ള കാന്റീൻ എന്ന തട്ടുകടയിലിരുന്ന് ചായ കഴിച്ചു. ഒരു ചായക്ക് പത്തു രൂപാ ക്രമത്തിൽ നൂറു രൂപ കൊടുത്തപ്പോൾ കാന്റീൻ മാനേജർ മുപ്പതു രൂപ മടക്കിത്തന്നു.

ഭൈരാഹ്വയിലെ ഹോട്ടൽ അശോക് ഇന്റർനാഷണലിൽ എട്ടു മണിയോടെ എത്തി. അത്താഴം കഴിഞ്ഞ് ക്ഷീണം കാരണം വേഗമുറങ്ങണമെന്ന ആഗ്രഹം നടന്നില്ല. ശീതീകരണിക്ക് കേടു തീർക്കാൻ മെക്കാനിക്കെത്തുന്നതും കാത്തിരുന്ന എന്റെ ഉറക്കം മുറിഞ്ഞു പോയി. ഹോട്ടൽ ബാല്ക്കണിയിൽ നില്ക്കവെ കാറ്റ് വന്ന് തഴുകി. ഭൈരാഹ് പട്ടണം നിദ്രയിലാണ്ടിരിക്കുന്നു. അങ്ങു ദൂരെ ആകാശത്തിൽ പ്രഭാപൂരം ദൃശ്യമായി. ലുംബിനിയിലെ ദീപങ്ങളിൽ നിന്നുയരുന്ന പ്രകാശധാരയാകാം. നിശീഥിനിയുടെ നിശ്ശബ്ദതയിൽ എന്റെ ചിന്ത രണ്ടായിരം വർഷം പിന്നോട്ടു സഞ്ചരിച്ചു.

7

കുശിനാര

തലേന്നു രാത്രിയിൽ വൈദ്യുതി പലതവണ പിണങ്ങി. എങ്കിലും അന്തരീക്ഷം തണുത്തിരുന്നതിനാൽ മൂടിപ്പുതച്ചുറങ്ങി. വൈദ്യുതി 'രുക്കാവട്ട്' ഇവിടെ പതിവാണത്രെ. പുലർച്ചെ അഞ്ചു മണിക്കുണരുന്ന ശീലം നേപ്പാളിലും തെറ്റിച്ചില്ല. ബാല്ക്കണിയിലൂടെ കുറെ നേരം നടന്നു. താഴെ റോഡു വക്കത്ത് ഒരു പെട്ടിക്കടയിൽ ചിമ്മിനിവിളക്കെരിയുന്നു. വാമദേവനുമൊത്ത് ഞാൻ പടിക്കെട്ടുകളിറങ്ങിച്ചെന്നു. നല്ല തണുത്ത കാറ്റ്, ചെറിയ കുളിര്, രണ്ടു ചായ. സ്റ്റാർ ഹോട്ടലിന്റെ ജാഡയില്ലെന്നേയുള്ളൂ. ചായ സ്വയമ്പൻ തന്നെ.

ചായയുണ്ടാക്കുകയായിരുന്ന സ്ത്രീ ഞങ്ങളോടെന്തോ പിറുപിറുത്തു. "ദോ ചാ, ഷുഗർ നഹിം ചാഹിയേ" ഞങ്ങൾ മറുപടി പറഞ്ഞു. ചായ കഴിക്കുവാൻ മോഹനും കൃഷ്ണകുമാറും വന്നു, നേപ്പാളം ചായുടെ മേന്മ വിലയിരുത്തി.

നേപ്പാളിൽനിന്ന് ഇന്ത്യയിലേക്ക് യാത്ര തിരിക്കുന്നതിനു മുമ്പ്, ഹോട്ടൽ ലോഞ്ചിലിരിക്കവെ ഒരു ഫോൺ വന്നു.

"സുഖമാണോ? യാത്രയിൽ പ്രശ്നങ്ങളൊന്നും ഇല്ലല്ലോ, ക്ലൈമറ്റെങ്ങനെ?"

തിരുവനന്തപുരത്തുനിന്ന് അരുണിന്റെ ക്ഷേമാന്വേഷണം. വാമദേവന്റെ മകനാണ് അരുൺ. വാമദേവന്റെ ഫോൺ സ്വിച്ച് ഓഫ് ആയിരുന്നു.

"സുഖം, പ്രശ്നരഹിതം, നല്ല കാലാവസ്ഥ." ഞാൻ മറുപടി നല്കി. ഉടൻ Tata Docomo യുടെ സന്ദേശമെത്തി "ഇനി ബാലൻസ് പത്തു രൂപാ മാത്രം."

"ഇതെന്നാ ഭാവിച്ചാ? മൊബൈലിൽ 190 രൂപാ ബാലൻസുണ്ടായി

രുന്നതല്ലേ?" വിശ്വസിക്കാനാവാതെ ഞാൻ പറഞ്ഞു പോയി. ഡോക്കോമോ അതു കേട്ടില്ല എങ്കിലും ഒപ്പമുണ്ടായിരുന്നവർ കേട്ടു. ഭൈരാഹ്വ ഇന്ത്യയിലല്ല എന്ന് അവർ എന്നെ ഓർമ്മിപ്പിച്ചു; അത് ഇന്റർനാഷണൽ കോളാണ്, ചെലവേറും.

ബ്രഡ് ബട്ടർ, മുട്ട ഓംലെറ്റ് (ആംപ്ലേറ്റ്) തുടങ്ങിയ ലഘു പ്രഭാത ഭക്ഷണത്തിനുശേഷം ഞങ്ങൾ കുശിനഗറിലേക്ക് തിരിക്കുമ്പോൾ സമയം 8 മണി. ഗോരഖ്പൂർ വഴി കുശിനഗറിലേക്ക് ദൂരം 160 കിലോമീറ്റർ.

സൊനൗലിയിലെ പരിശോധനാ ചടങ്ങുകൾ കഴിഞ്ഞ് ട്രാവ്ലർ ഇന്ത്യയിലേക്ക് പ്രവേശിച്ചു.

"നമുക്ക് കഫ്താൻ ഗഞ്ചു വഴി പോകാം, ഗോരഖ്പൂർ ഒഴിവാക്കാം" രാജയും സോനുവും ഒരേ ശബ്ദത്തിൽ പറഞ്ഞു.

"അപ്പോൾ ഗോരഖ്നാഥനെ കാണണ്ടേ"?

പ്രസിദ്ധമായ ഗോരഖ്നാഥ ക്ഷേത്രം ഞങ്ങളുടെ പരിക്രമണ വഴിയിൽ ഉൾപ്പെടുത്തിയിരുന്നു.

ഗോരഖ്പൂരിലെ ഗതാഗതക്കുരുക്കിൽ നിന്നൂരിമാറാൻ രണ്ടു മണിക്കൂർ സമയം അധികം വേണ്ടിവരുമെന്ന് രാജ പറഞ്ഞു; സോനു പിന്താങ്ങി. അയാൾ തുടർന്നു.

"കഫ്താൻ ഗഞ്ച് കുണ്ടുകുഴികളാൽ സമൃദ്ധം, എന്നാലും ഗോരഖ്പൂർ, ഭയമാണ്.

"എന്നാൽ അങ്ങനെതന്നെ, രഥം കഫ്താൻ ഗഞ്ച് വഴി നീങ്ങട്ടെ" ഞാൻ ആജ്ഞാപിച്ചു. കപ്പിത്താൻ ഗഞ്ച് എന്ന് മലയാളിയും കാപ്റ്റൻ ഗഞ്ച് എന്ന് അംഗ്രേസിയും പറയുന്ന കഫ്താൻ ഗഞ്ച് റോഡ് വീതി കുറഞ്ഞതും പൊട്ടിപ്പൊളിഞ്ഞതുമായിരുന്നു. റോഡിനിരുവശങ്ങളിലും 'തുരുതുരെ കൊക്കു പറക്കും പാടങ്ങൾ'. നെല്ലും ഗോതമ്പും ഇടവിട്ടിടവിട്ട പാടങ്ങൾ പൊന്നിൻ നിറം പൂണ്ടു കണ്ടു. പാടങ്ങൾക്കു മുകളിൽ വട്ടമിട്ടു പറന്ന മാടപ്രാവുകൾ 'കേടറ്റ നെല്ലിൻ കതിർ കാമ്പുകൾ' പരതുകയാവണം.

റോഡിന്റെ അവസ്ഥ പക്ഷേ, കുഴികളിൽ വീണാടിയുലഞ്ഞ് മദഗജംപോലെ ട്രാവ്ലർ ഓടി. സീറ്റിൽ നിവർന്നിരുന്നപ്പോൾ ചാരി ഇരിക്കാനും ചാരി ഇരുന്നപ്പോൾ നിവർന്നിരിക്കാനും തോന്നി.

കഫ്താൻ ഗഞ്ച് തരക്കേടില്ലാത്ത പട്ടണമാണ്. പാടങ്ങൾ മാത്രം കണ്ടുകണ്ടു വരവേ പെട്ടെന്നൊരു മാറ്റം. റോഡിനിരുവശങ്ങളിലും ഞെങ്ങിഞെരുങ്ങിയ പഴയ കെട്ടിടങ്ങളും പീടികകളും. വൃത്തിയില്ലാത്ത പട്ടണം. ആർഭാടമില്ലാത്ത വാണിജ്യ സ്ഥാപനങ്ങൾക്കായുള്ള പട്ടണം.

സൊനൗലി വിട്ടതിൽ പിന്നെ ചായയൊന്നും കഴിച്ചിരുന്നില്ല. രണ്ടു മണിക്കൂറിലേറെ വണ്ടിക്കുള്ളിൽ ചാരിയും ചരിഞ്ഞുമിരുന്ന് മുഷിഞ്ഞതല്ലേ, ഒന്നു റിലാക്സ് ചെയ്യണം. പക്ഷേ, കഫ്താൻ ഗഞ്ചിൽ ചായക്ക

ടയില്ല. അതികഠിനമായ ചൂട്. സൊനൗലിയിലെ ശീതളാന്തരീക്ഷത്തിനെത്ര വേഗമാണ് വിപരീത ഭാവം സംഭവിച്ചത്? ഞങ്ങൾ ഓറഞ്ചും ആപ്പിളും മിനറൽ വാട്ടറും വാങ്ങി. പച്ചയ്ക്കു തിന്നാൻ 'കക്കടി' വാങ്ങി. (നീർക്കോലി രൂപത്തിൽ പടവലം കണക്കെ നീണ്ടുചുരുണ്ട വെള്ളരി) വാഴപ്പഴം കിട്ടിയില്ല.

ഗോരഖ്പൂരിൽ നിന്ന് ദേശീയ പാത 28 ലൂടെ 52 കിലോമീറ്റർ സഞ്ചരിച്ചാൽ കുശിനഗറിലെത്താം. ഗോരഖ്പൂർ പട്ടണമൊഴിവാക്കിയാൽ ദൂരമെത്ര അധികമാകുമെന്ന് ആരും ചിന്തിച്ചില്ല. ട്രെയിൻ മാർഗ്ഗം കുശിനഗറിലെത്തണമെങ്കിൽ 'ദിയോരിയ'യിലിറങ്ങി 35 കിലോമീറ്റർ ദൂരം മറ്റു യാത്രാ മാർഗ്ഗങ്ങൾ തേടണം. ഹാട്ട, പദൗന, ദിയോരിയ തുടങ്ങിയ പട്ടണങ്ങളാണ് കുശിനഗറിനു ചുറ്റിനും. കുശിനഗറിൽനിന്ന് കപിലവസ്തുവിലേക്കും രാജ്ഗിറിലേക്കും തുല്യദൂരമാണ്; സമദൂരം.

വജ്ജീനത്തിനു കിഴക്കായും കോസലത്തിനു പടിഞ്ഞാറായും സ്ഥിതി ചെയ്തിരുന്ന മഹാജനപദമാണ് 'മല്ല'. കോസലംപോലെ മല്ലയിലും ഗണതന്ത്ര ഭരണം (ജനാധിപത്യം) ആയിരുന്നു അക്കാലത്ത് നിലവിലിരുന്നതെങ്കിലും അന്തഃഛിദ്രംമൂലം പാവാ, കുശനാര എന്നിങ്ങനെ 'മല്ല' ജനപദം രണ്ടായി പിരിഞ്ഞു. കുശനാരയാണ് പിന്നീട് കുശിനഗർ ആയത്. ശ്രീരാമ പുത്രൻ കുശൻ ഇവിടം തലസ്ഥാനമാക്കി രാജ്യം വാണിരുന്നു.

ജാതകകഥകളിൽ 'കുശവതി' കൂടുതൽ തവണ പരാമർശിക്കപ്പെട്ടിട്ടുണ്ട്. ശ്രീബുദ്ധന്റെ ജീവിതചക്രത്തിലെ ലുംബിനിയും ബോധ്ഗയയും സാരാനാഥും പോലെ പ്രധാന പുണ്യനഗരമാണ് കുശി നഗറും. ഇവിടെയാണ് ഭഗവാൻ ശ്രീബുദ്ധൻ മഹാപരിനിർവ്വാണം (മഹാ സമാധി) പ്രാപിച്ചത്.

"പരിനിർവ്വാണ ദിവസം ഭഗവാൻ, 'ചുന്ദൻ' എന്ന ലോഹകാരന്റെ (കൊല്ലൻ) ഗൃഹത്തിൽനിന്നും സൂകര മാംസം (പന്നിയിറച്ചി) ഭക്ഷിച്ചു."

ബുദ്ധഘോഷാചാര്യൻ ഈ പ്രസ്താവനയെ അടിവരയിട്ട് വ്യാഖ്യാനിക്കുന്നു. അഹിംസയെ പരമധർമ്മമായി ഗണിച്ചിരുന്ന ബുദ്ധന്റെയും അനുയായികളുടെയും മാംസ ഭോജനം ക്ഷമിക്കാവുന്നതാണോ? എന്ന ചോദ്യത്തിനാണ് ഈ വ്യാഖ്യാനം.

"സൂകര മദ്ദപം എന്നത് വളരെ ചെറുപ്പമോ വളരെ പ്രായം ചെന്നതോ അല്ലാത്ത മദ്ധ്യപ്രായത്തിലുള്ള സൂകരത്തെ (പന്നിയെ) പാകം ചെയ്ത ഭക്ഷണമാണ്. അത് മൃദുവും സ്നിഗ്ദ്ധവുമാണ്. ചിലർ പറയുന്നത് സൂകരം മദ്ദിച്ച പ്രദേശത്തു മുളയ്ക്കുന്ന അഹിച്ഛത്രം (കൂൺ) ആണ് എന്നാണ്." എന്നാൽ ബുദ്ധൻ സൂകര മാംസം ഭക്ഷിച്ചുവെന്നു തന്നെയാണ് ബുദ്ധഘോഷൻ സ്ഥാപിക്കുന്നത്. (*ഭഗവാൻ ബുദ്ധൻ*, ധർമ്മാനന്ദ കോസംബി).

ജൈന ശ്രമണരും മാംസം ഭക്ഷിച്ചിരുന്നുവെന്നും ചില നിബന്ധന കൾക്കു വിധേയമായി മാംസ ഭക്ഷണം ഭിക്ഷയായി സ്വീകരിച്ചിരുന്നു വെന്നും പറയപ്പെടുന്നു. ധാരാളം എല്ലുകളുള്ള മാംസവും ധാരാളം മുള്ളു കളുള്ള മത്സ്യവും ഉപേക്ഷിക്കണമെന്നും അഥവാ സ്വീകരിച്ചാൽ മാംസ ഭാഗം മാത്രം ഭക്ഷിച്ച് എല്ലും മുള്ളും തുടച്ച് വൃത്തിയാക്കി ചില പ്രത്യേക സ്ഥലങ്ങളിൽ മാത്രം സംയമനപൂർവ്വം നിക്ഷേപിക്കണമെന്നുമായിരുന്നു ആ നിബന്ധനകൾ.

ബുദ്ധൻ അമിത ഭക്ഷണം കഴിച്ചുവെന്ന് ദുഷ്പ്രചരണമുണ്ട്. പരി നിർവ്വാണത്തിനു മുമ്പ് ബുദ്ധൻ വൈശാലിയിൽ രോഗഗ്രസ്തനായി, ബലഹീനനായിരുന്നു. മരണഹേതു ചുന്ദനിൽ ആരോപിക്കപ്പെടാതിരി ക്കാൻ പ്രഥമ ശിഷ്യൻ അനന്തപണ്ഡികനെ ബുദ്ധൻ ചട്ടം കെട്ടിയിരുന്നു. തപശ്ചര്യ ത്യജിച്ച്, ലൗകിക ജീവിതം വെടിഞ്ഞ്, മദ്ധ്യ മാർഗ്ഗത്തിലൂടെ ജീവിച്ച് ശേഷജീവിതം ബഹുജന സുഖത്തിനായി, മിതവസ്ത്രവും മിത ഭക്ഷണവും മാത്രം സ്വീകരിച്ചു. ഉഷസ്സിൽ ഉണർന്ന് ചുറ്റുപാടും നടക്കും. ഒന്നാം യാമത്തിൽ തന്നെ ഭിക്ഷാടനത്തിനിറങ്ങും. ജാതി വ്യത്യാസം കൂടാതെ ഭിക്ഷ സ്വീകരിച്ച് ഗ്രാമത്തിനു വെളിയിൽ പോയി ഭക്ഷിക്കും. തുടർന്ന് ധ്യാനത്തിലേർപ്പെടും. സന്ധ്യാ സമയത്ത് നടക്കും. രാത്രിയിൽ ഏതെങ്കിലും ക്ഷേത്രാങ്കണത്തിലോ, സത്രത്തിലോ ധർമ്മശാലയിലോ, വൃക്ഷച്ചുവട്ടിലോ പോയി നിദ്ര പ്രാപിക്കും. നീണ്ടു നിവർന്നുള്ള പ്രേതശയ്യയോ ഇടതുവശം ചേർന്നുള്ള കാമഭോഗശയ്യയോ അദ്ദേഹം അവലംബിച്ചിരുന്നില്ല. മദ്ധ്യയാമത്തിൽ വസ്ത്രശയ്യയിൽ കൈ തലയ ണയാക്കി വലതു കാലിന്മേൽ ഇടതുകാൽ വച്ച് ഇന്ന സമയത്ത് ഉണര ണമെന്ന ജാഗ്രതയോടെയുള്ള 'സിംഹശയ്യ'യാണ് അദ്ദേഹം നിദ്രയ്ക്ക് അവലംബിച്ചിരുന്നത്. നാലു ധ്യാനങ്ങൾ അവലംബിച്ചുള്ള സമാധി സ്ഥിതിയിലിരിക്കുന്നതിനെ 'തഥാഗത ശയ്യ'യെന്നു പറയുന്നു.

ഭിക്ഷു സംഘത്തിന് എന്ത് അന്ത്യോപദേശമാണ് നല്കാനുള്ളതെ ന്നാരാഞ്ഞ അനന്തനോട് ബുദ്ധൻ പറഞ്ഞു:

> ബുദ്ധസംഘം എന്നിൽ നിന്നെന്തു മനസ്സിലാക്കണമെന്നാഗ്രഹി ക്കുന്നു? എന്റെ ധർമ്മം ഞാൻ തുറന്നു പറഞ്ഞിട്ടുണ്ട്. ഒന്നും രഹ സ്യമല്ല. തഥാഗതന് ഭിക്ഷുസംഘത്തിന്റെ നായകനാകണമെന്നോ ഭിക്ഷുസംഘം തഥാഗതനെ ആശ്രയിക്കണമെന്നോ ആഗ്രഹിക്കു ന്നില്ല. ഞാൻ ഇപ്പോൾ വൃദ്ധനും ജരാജീർണ്ണനും ആയിരിക്കുന്നു. എനിക്ക് 80 വയസ്സായി. ഞാൻ നിരോധ സമാധി ഭാവന ചെയ്യു മ്പോൾ എന്റെ ദേഹം സ്വസ്ഥമാണെന്നു തോന്നുന്നു. ആനന്ദാ... നിങ്ങൾ സ്വാവലംബികളും സ്വാശ്രയരും ആയിത്തീരുവിൻ, സ്വയം ദീപമാകുക, ധർമ്മത്തെ ദീപമാക്കുക, തന്നെത്തന്നെ ശരണം പ്രാപിക്കുക.

ശ്രീബുദ്ധൻ ബേലുവന (വേണുവനം) ഗ്രാമത്തിൽനിന്ന് യാത്ര ചെയ്ത് വൈശാലിയിൽ മടങ്ങിയെത്തി. മഹാവനത്തിലെ കൂടാഗാരശാലയിൽ വച്ച് സംഘത്തിന് ഉപദേശങ്ങൾ നല്കി. അനന്തരം സംഘത്തോടൊത്ത് ഭാണ്ഡഗ്രാമം, ആമ്ര ഗ്രാമം, ജംബു ഗ്രാമം, ഭോഗനഗരം മുതലായ സ്ഥലങ്ങളിലൂടെ സഞ്ചരിച്ച് ഭാവാ നഗരത്തിൽ (പാവാ) വന്ന് കൊല്ലപ്പണിക്കാരനായ ചുന്ദന്റെ മാന്തോപ്പിൽ താമസിച്ചു. ചുന്ദൻ വിളമ്പിയ 'സൂകര മദ്ദവ' എന്ന ഭക്ഷണ പദാർത്ഥം കഴിച്ചു; അതുമൂലം അതിസാരം പിടിപെട്ടു. ആ വേദനയും സഹിച്ച് കുകുത്ഥ, ഹിരണ്യവതി എന്നീ നദികളും കടന്ന് 'കുസിനാരം' വരെ സഞ്ചരിച്ചു(ഈ യാത്രയിൽ വേദന മൂലം 20 ഇടത്ത് വിശ്രമിച്ചു). അവിടെ മല്ലരുടെ ശാലവനത്തിൽ രണ്ടു സാലവൃക്ഷങ്ങൾക്കിടയിൽ, രാത്രിയുടെ അന്ത്യയാമത്തിൽ പരിനിർവ്വാണം പ്രാപിച്ചു.

ബുദ്ധചരിത രചയിതാവ് ബുദ്ധഘോഷനോ അശ്വഘോഷനോ ജീവിച്ചിരുന്ന കാലം വ്യക്തമല്ല. ക്രിസ്തുവിനു മുമ്പ് രണ്ടാം നൂറ്റാണ്ടിലാണ് അശ്വഘോഷന്റെ കാലം എന്ന് ധർമ്മാനന്ദ കോസമ്പി സ്ഥാപിക്കുന്നു. നൂറ് അശ്വഘോഷന്മാർ ഉണ്ടായിരുന്നതായും ബുദ്ധസന്ന്യാസികൾ വിശ്വസിക്കുന്നു.

ബുദ്ധന്റെ കാലത്ത് ആറ് ശ്രമണ സംഘങ്ങൾ ഉണ്ടായിരുന്നു. അതിൽ പാർശ്വമുനി സ്ഥാപിച്ച 'നിർഗ്രന്ഥ ശ്രമണ സംഘ'ത്തിന് ആണ് പ്രഥമ സ്ഥാനം. തപസ്സും ഉപദേശങ്ങളുമായി അവർ ജനമദ്ധ്യത്തിൽ ജീവിച്ചു. അക്കാലത്തെ തപസ്സനുഷ്ഠാനമെങ്ങനെയായിരുന്നുവെന്ന് ബുദ്ധൻ തന്റെ പ്രിയ ശിഷ്യൻ സാരിപുത്തനോട് പറയുന്നു.

> ഞാൻ നഗ്നനായി തപസ്സു ചെയ്തു. ലൗകിക ആചാരങ്ങളൊന്നും ചെയ്തില്ല. ഭിക്ഷ കൈയിൽ വാങ്ങിക്കഴിച്ചിരുന്നു. ക്ഷണിച്ചാലും പ്രത്യേകം തയ്യാറാക്കിയാലും, പാകം ചെയ്ത പാത്രത്തിലും കല്ലുകൊണ്ടുള്ള പാത്രത്തിലായാലും, പടിവാതിലിനപ്പുറത്തു നിന്നുകൊണ്ടു നല്കുന്നതും, ഭക്ഷിച്ചു കൊണ്ടിരിക്കവെ തരുന്നതും, ഗർഭിണികളിൽനിന്നും, പുരുഷന്മാരോടു കൂടി ഏകാന്തമായി പാർത്തിരുന്ന സ്ത്രീകളിൽനിന്നും ഭിക്ഷ വാങ്ങിച്ചിരുന്നില്ല. ശാകം, ശ്യാമകം, നീവാരം, ചർമ്മകാരന്മാർ കളയുന്ന തോൽക്കഷണങ്ങൾ, വൈശാലം(പായൽ), തവിട്, കരിഞ്ഞ ആഹാരം, പിണ്ണാക്ക്, പുല്ല്, ഇളം പശുവിൻ ചാണകം എന്നിവ തിന്നും ഞാൻ ജീവിച്ചു. തുണ്ടുതുണി മാത്രമുടുത്തു. ചിലപ്പോൾ പ്രേതങ്ങളെ ആവരണം ചെയ്തിരുന്ന വസ്ത്രങ്ങളും കീറത്തുണികളും വല്ക്കലവും മാൻതോലും കുശപ്പുല്ലുകൊണ്ട് നെയ്ത ആടയും ചെടികളുടെ നാരുകൊണ്ടുള്ള വസ്ത്രവും മനുഷ്യകോശം കൊണ്ടുള്ള കരിമ്പടവും മൂങ്ങയുടെ തോൽകൊണ്ടുള്ള വസ്ത്രവും ധരിച്ചു.

ഞാൻ താടിയും മീശയും കേശവും കളഞ്ഞ് ഒരേ നില്പിലും മുട്ടിന്മേൽ ദീർഘനേരം നിവർന്നുനിന്നും തപസ്സു ചെയ്തു. ഞാൻ മുള്ളിന്മേൽ ഉറങ്ങി, മൂന്നു പ്രാവശ്യം കുളിച്ചു. പശുവിനെ കെട്ടിയിരുന്ന സ്ഥലത്തെ, പശുക്കൾ മേഞ്ഞിട്ടു പോയാലുടനെ കൈകാലുകൾ കുത്തിനടന്ന് പശുക്കിടാങ്ങളുടെ ചാണകം തിന്നുപോന്നു. മലമൂത്ര വിസർജ്ജനത്തിന് തടസ്സമുണ്ടാകാതെ ഇങ്ങനെ 'മഹാവികട ഭോജനം' നടത്തി.

വിസർജ്ജ്യങ്ങൾ ഭക്ഷിക്കുന്നത് വിചിത്രവും അതിശയോക്തിപരവുമാണെന്ന് തോന്നാം. എന്നാൽ ശ്രമണരുടെ ഇടയിൽ മലമൂത്ര വിസർജ്ജ്യങ്ങൾ ഭക്ഷിക്കുന്നവരുമുണ്ടായിരുന്നു; കാശി (വാരണാസി) യിൽ പണ്ട് 'തേലംഗി' എന്നൊരു പ്രസിദ്ധ സന്ന്യാസിവര്യനുണ്ടായിരുന്നു. ഒരു നഗ്ന സന്ന്യാസി. ഇത്തരം നിരവധി നഗ്ന സന്ന്യാസിമാർ അന്ന് കാശിയിലുണ്ടായിരുന്നു. ഇന്നും കുറവല്ല. തപസ്സിന്റെ ഭാഗമായി ഗുഹയ്ക്കുള്ളിലും മണ്ണിനടിയിലും മലമുകളിലും മരക്കൊമ്പിലും ജലാന്തർ ഭാഗങ്ങളിലും ഉണ്ണാതെ, കുളിക്കാതെ, ഉടുക്കാതെ ഭ്രാന്തമായി അലഞ്ഞു നടന്നിരുന്ന വിവിധ വിഭാഗങ്ങളിൽപ്പെട്ട സന്ന്യാസിമാർ നിറഞ്ഞ വാരണാസിയിൽ 'ഗോഡ്‌വിൻ' എന്നൊരു ബ്രിട്ടീഷുകാരൻ കളക്ടറായി ചുമതലയേറ്റു. നാട്ടുകാർ അദ്ദേഹത്തെ 'ഗോവിന്ദ സാഹിബ്' എന്ന് വിളിച്ചു. ഗോഡ്‌വിൻ എന്ന പേര് നാവിന് വഴങ്ങിക്കാണില്ല. നഗ്നത പ്രദർശിപ്പിച്ച് അലഞ്ഞുനടന്നിരുന്ന സന്ന്യാസിമാരെല്ലാം സായിപ്പിന്റെ കണ്ണിൽ കാടന്മാരും അപരിഷ്കൃതരുമായി. 'സംസ്കൃതനായ' ഗോഡ്‌വിൻ സായിപ്പ് ഈ സന്ന്യാസിമാരെയെല്ലാം പിടിച്ച് തുണിയുടുപ്പിക്കുവാൻ തുടങ്ങി. വിവസ്ത്രരെയെല്ലാം സമക്ഷം ഹാജരാക്കാൻ കിങ്കരന്മാർക്ക് നിർദ്ദേശം കൊടുത്തു. ജഡാധാരികളും ശൂലപാണികളും കപാലമേന്തിയവരും ഭസ്മലേപിതരും മറ്റും മറ്റും കളക്ടറാഫീസിൽ ഹാജരാക്കപ്പെട്ടു.

"പരമഹംസനാണോ?" സായിപ്പ് അപരാധിയോട് ചോദിക്കും. മുഖാമുഖത്തിന്റെ ആദ്യഘട്ടത്തിൽ 'അതേ' എന്നാണ് ഉത്തരമെങ്കിൽ സായിപ്പ് അവരോട് ഭക്ഷണം കഴിക്കാനാവശ്യപ്പെടും. മാംസം കലർന്ന ഇംഗ്ലീഷ് ഭക്ഷണം. പരീക്ഷണത്തിന്റെ രണ്ടാം ഘട്ടം തരണം ചെയ്യുക താപസന്മാർക്ക് എളുപ്പമല്ല. തനതു ശീലങ്ങൾ വച്ചുപുലർത്തുന്ന സസ്യഭുക്കുകൾക്ക് സായിപ്പിന്റെ മാംസഭക്ഷണം എങ്ങനെ പഥ്യമാകും?

"പരമഹംസർക്ക് ഭേദബുദ്ധി പാടില്ല, ഒന്നും വർജ്ജ്യമല്ല, ഇഷ്ടാനിഷ്ടങ്ങളില്ല."

സായിപ്പ് തന്റെ ഫിലോസഫി കുടഞ്ഞിടും. പരമഹംസർ വിവസ്ത്രരായി നടക്കുന്നതിൽ തെറ്റില്ല എന്ന് ഗോഡ്‌വിൻ കരുതിക്കാണണം. അവർ സ്വതന്ത്രരാകുന്നതിൽ സദാചാര ഭ്രംശമില്ല. നഗ്നനായി നടന്നുവന്ന് വേഷമണിഞ്ഞ് മടങ്ങിപ്പോകുന്നവരെ നോക്കി ഗോഡ്‌വിൻ സമാശ്വസിച്ചിരുന്നു.

തേലംഗി സ്വാമിയും ഗോഡ്വിൻ കളക്ടർക്കു മുന്നിൽ കൊണ്ടു നിർത്തപ്പെട്ടു.

“പരമഹംസരാണോ?” സായിപ്പിന്റെ പതിവു ചോദ്യം.

“അതേ” തേലംഗിയുടെ ഉറച്ച മറുപടി.

തേലംഗി സ്വാമിയെ വിചാരണ ചെയ്യുന്നതു കാണാൻ പ്രമാണിമാരും പൗരമുഖ്യരുമടങ്ങിയ വലിയൊരു സംഘം കളക്ടറേറ്റിൽ തടിച്ചുകൂടിയിരുന്നു. “ഇന്നെന്തെങ്കിലും നടക്കും.”

തേലംഗിസ്വാമിയെ അറിഞ്ഞവർ പരസ്പരം പറഞ്ഞു.

“പരമഹംസർ എന്റെ ഭക്ഷണം കഴിക്കൂ.”

“താങ്കൾ എന്റെ ഭക്ഷണം കഴിക്കുമെങ്കിൽ”

പരമഹംസർ മറു ചോദ്യം ചോദിച്ചു. അപ്രതീക്ഷിതമായിരുന്നു തേലംഗിയുടെ ചോദ്യമെങ്കിലും ഗോഡ്വിനെന്ന ഗോവിന്ദ സായിപ്പ് പതറിയില്ല. സസ്യഭോജി മാംസം കഴിക്കില്ലെങ്കിലും മാംസഭോജിക്ക് സസ്യം വർജ്ജ്യമല്ലല്ലോ. രണ്ടാമതൊന്നാലോചിക്കാതെ സായിപ്പ് സമ്മതം മൂളി.

തേലംഗി സ്വാമി തന്റെ കൈകളിലേക്ക് സ്വന്തം മലം വിസർജ്ജിച്ചു. എന്നിട്ടത് സായിപ്പിനു നേരേ നീട്ടി.

“ഇതാ കഴിക്കൂ, ഇതാണെന്റെ ഭക്ഷണം”

തേലംഗിയുടെ ആഹാരപദാർത്ഥം കണ്ട് സായിപ്പ് ഞെട്ടി.

“ഇത്, ഇത് വിസർജ്ജ്യമല്ലേ” സായിപ്പിന്റെ കണ്ഠമിടറി. ആരെങ്കിലും വിസർജ്ജ്യം കഴിക്കുമോ?'' കാണികളായ പുരുഷാരത്തെ സാക്ഷിയാക്കി, സായിപ്പ് തേലംഗി സ്വാമിയെ പരിഹസിച്ചു.

തേലംഗി സ്വാമിക്ക് ഭാവമാറ്റമുണ്ടായില്ല. സായിപ്പിന്റെ മുന്നിൽവച്ച് പുരുഷാരത്തെ സാക്ഷിയാക്കി സ്വമലം ഭക്ഷിച്ചു.

ഗോവിന്ദൻ സായിപ്പിന്റെ തുണിയുടുപ്പിക്കൽ കർമ്മം പരിപാടി അന്നത്തോടെ അവസാനിച്ചു.

താപസന്മാരും വൈരാഗികളും, എന്തും സഹിക്കാനും ത്യജിക്കാനും മടിയില്ലാത്തവരാണ്. ശ്രീബുദ്ധൻ ഒരു ദിവസത്തേക്കുള്ള ആഹാരമായി ഒരു ജുജുംബ (ഒരിനം ചെറിയ പഴം) മാത്രം കഴിച്ചു. ശരീരം അത്യധികം കൃശമായി, ശരീരമാകെ മുഴകൾ വന്നു, സന്ധികൾ സ്പഷ്ടമായി പുറത്തേക്കുന്തി, കടിബന്ധം ഒട്ടകക്കാലുപോലെയായി, നട്ടെല്ല് നൂൽ യന്ത്രത്തിലെ ചക്ര പരമ്പരപോലെയായി. ശരീരം അസ്ഥിപഞ്ജരമായി, കൺമണികൾ കുണ്ടുകളിൽ വലിഞ്ഞു, ഉണങ്ങിയ ചുരയ്ക്കപോലെ ശിരോചർമ്മം വരണ്ടു. ഉദരത്തിൽ സ്പർശിച്ചാൽ നട്ടെല്ലിൽ തട്ടുമായിരുന്നു. വിസർജ്ജനത്തിനിരുന്നാൽ അവിടെ വീണു പോകുമായിരുന്നു. ശരീരത്തിലെ രോമങ്ങൾ തടവുമ്പോൾ കൊഴിഞ്ഞിരുന്നു. ചില ദിവസങ്ങളിൽ ഒരു എള്ളോ ഒരു പയറോ ഒരു അരിയോ മാത്രം ഭക്ഷിച്ചു കഴിഞ്ഞു.

ഗോരഖ്പൂർ കസിയ റോഡിൽ (എൻ എച്ച്-28) ആണ് കുശിനഗർ, അതായത് കുശാവതി. ഇത് ഗോരഖ്പൂറിന് കിഴക്കുള്ള ഒരു പഞ്ചായത്ത് മാത്രം. ഇതിലൂടെ ഹിരണ്യവതി ഒഴുകുന്നു. പതിനൊന്നാം നൂറ്റാണ്ടു വരെ കുശാവതി ചരിത്രത്തിൽ നിറഞ്ഞുനിന്നിരുന്നു. ശേഷം വിസ്മൃതിയിലാണ്ട ഈ പുണ്യദേശത്തെ വെളിച്ചത്തിലേക്ക് തിരികെ ആനയിച്ചത് 19-ാം നൂറ്റാണ്ടിലാണ്.

1861-62 കാലത്ത്, ഇന്ത്യൻ പുരാവസ്തു ഗവേഷണത്തിന്റെ ഉപജ്ഞാതാവ് അലക്സാണ്ടർ കണ്ണിങ്ഹാം നിർദ്ദേശിച്ചതനുസരിച്ച് പര്യവേക്ഷണം തുടങ്ങി. അതിനുമുൻപ് 1854 ൽ ഈസ്റ്റ് ഇന്ത്യാ കമ്പനിയിലെ മി.ഇ ബുക്കാനൻ കാസിയയിൽ സർവ്വേ ചെയ്തിരുന്നു.

1904-1906 ൽ ശ്രീബുദ്ധന്റെ തിരുശേഷിപ്പുകളുടെ വലിയൊരു ശേഖരം അനാവരണം ചെയ്യപ്പെട്ടു. “മഹാ പരി നിബ്ബന കദുർദിസോ, ഭിക്കു സംഘ” മുദ്രകൾ കണ്ടെടുത്തു. 2012 ൽ ശ്രീബുദ്ധ ഭൗതികാവശിഷ്ട നിക്ഷേപ സ്ഥലം (Buddha relic distribution site) കൂടി ടൂറിസ്റ്റ് ഭൂപടത്തിൽ ഉൾപ്പെടുത്തി.

നല്ല വീതിയുള്ള റോഡ്. റോഡിനിരുവശങ്ങളിലും വരിവരിയായി നില്ക്കുന്ന തണൽമരങ്ങൾ അടുത്ത കാലത്തുമാത്രം നട്ടു വളർത്തിയതാണ്. രാജമല്ലിപോലെ കടുംചുവപ്പു നിറത്തിൽ കുലകുലകളായി പൂത്തുലഞ്ഞ് മരത്തിലെ ഇലകളെ പൂർണ്ണമായും പൊതിഞ്ഞു കണ്ടു. അതിൽ നിന്നടർന്നു വീണ പൂക്കൾ വൃക്ഷച്ചുവട്ടിൽ വൃത്താകാര കളങ്ങളൊരുക്കി. ഫലഭൂയിഷ്ഠമായ മണ്ണിന് കുങ്കുമം കലർന്ന മഞ്ഞ നിറമായിരുന്നു. പാതവക്കിൽ റസ്റ്റോറന്റുകളോ മറ്റു വ്യാപാര സ്ഥാപനങ്ങളോ ഉണ്ടായിരുന്നില്ല. എന്നാൽ ബുദ്ധസംഘങ്ങൾ പ്രാർത്ഥനയ്ക്കും വിശ്രമത്തിനും നിർമ്മിച്ച ചേതോഹര ഹർമ്മ്യങ്ങൾ വീഥിക്കിരുവശങ്ങളിലും കാണാം. അത്തരം സ്ഥാപനങ്ങൾക്കു മുന്നിലെ കമാനങ്ങൾ അതിനുള്ളിലെന്താണെന്നറിയാനുള്ള ജിജ്ഞാസ വർദ്ധിപ്പിക്കാൻ പോന്നവിധം അത്യാകർഷകങ്ങളായിരുന്നു.

പഞ്ചവർണ്ണ തോരണങ്ങളാലലംകൃതമായ ഒരു ബുദ്ധ വിഹാരത്തിനു മുന്നിൽ ഞങ്ങൾ ഇറങ്ങി. അടുത്തു കണ്ട ഒരു ഷോപ്പിനു ‘ലാമേ’ എന്നാണ് പേര്. ഉച്ചയൂണിന് സമയമായിട്ടില്ലാത്തതിനാൽ ചായയോ, സംഭാരമോ... റസ്റ്റോറന്റാണോ ആന്റിക് ഷോപ്പാണോ എന്ന് തിരിച്ചറിയാൻ പറ്റുമായിരുന്നില്ല. എങ്കിലും ചായയുണ്ടാവുമോ എന്ന് മേശയ്ക്കു പിന്നിലെ മെത്തയിൽ ചാരിക്കിടക്കുകയായിരുന്ന ഉത്തർപ്രദേശുകാരനോട് വിനയപൂർവ്വം തിരക്കി. ‘ഹോട്ടലാണെന്നു കരുതി ബാർബർ ഷോപ്പിൽ കയറിയ... തമാശ ഒരുനിമിഷം ഞാനോർത്തു. കോട്ടു സൂട്ടുധാരിയായ ആ മദ്ധ്യവയസ്കൻ ഒന്നുമുരിയാടാതെ ഉള്ളിലേക്ക് പോയി ഏതാനും നിമിഷങ്ങൾ കഴിഞ്ഞ് മടങ്ങിവന്നു.

"എത്ര ചായ?" മുഖത്തെ ഗൗരവത്തിനയവു വരുത്താതെ അയാൾ ആരാഞ്ഞു.

ചുമരിലെ ഷോക്കേസിൽ വിവിധയിനം കൗതുകവസ്തുക്കൾക്കൊപ്പം ധ്യാനമഗ്നരായ ശ്രീബുദ്ധ വിഗ്രഹങ്ങളും സിംഹശയ്യാവലംബിയായ ബുദ്ധവിഗ്രഹങ്ങളും പ്രാർത്ഥനാചക്രങ്ങളും തങ്കകളും (തുണിയിൽ വരച്ചത്) മനനുകളും* രുദ്രാക്ഷ മാലകളും നിറഞ്ഞിരുന്നു. വെറും പ്രദർശനത്തിനുള്ളവയോ വില്പനയ്ക്കോ? ചോദിച്ചു; വില്പനയ്ക്ക് എന്ന ഉദാസീനതയോടെ മറുപടി കിട്ടി. സൗരോർജ്ജത്തിൽ സ്വയം തിരിയുന്ന പ്രാർത്ഥനാചക്രത്തിനയാൾ നാനൂറ്റമ്പതു രൂപാ വില പറഞ്ഞു. "കൊള്ളാം" എന്ന് അഭിപ്രായപ്പെട്ട് ഞാൻ പിന്മാറി. കഴിഞ്ഞ വർഷം ഇതേപോലൊരു മനൻ ഡാർജിലിങ്ങിൽ വച്ച് 250 രൂപയ്ക്കു വാങ്ങിയ കാര്യം ഞാനോർത്തു.

ഒരു ഗൃഹനാഥന്റെ മട്ടു ഭാവങ്ങളോടെ കോട്ടുധാരി ഞങ്ങളെ ഉള്ളിലേക്ക് കൊണ്ടുപോയി. അതൊരു ഹോട്ടലായിരുന്നില്ല; അവസരത്തിനൊത്ത് ഹോട്ടലാക്കിയ വീടു മാത്രം.

ഞങ്ങൾ പുറത്തേക്കിറങ്ങുമ്പോൾ ഓട്ടോറിക്ഷ മുന്നിൽ വന്നുനിന്നു. മാജിക് ബോക്സിൽ നിന്നെന്നപോലെ ഒമ്പതുപേർ ആ തീപ്പെട്ടിപോലത്തെ റിക്ഷയിൽ നിന്നിറങ്ങി വന്നു; ഒപ്പം ഡ്രൈവർക്കിരുവശങ്ങളിൽനിന്നും രണ്ടമ്മച്ചിമാരും.

'തുഡോങ് താം ലിങ്സൺ' എന്നറിയപ്പെടുന്ന വിഹാരത്തിനുള്ളിലേക്ക് ഞങ്ങൾ കടന്നു. രണ്ടു കൂറ്റൻ വ്യാളീ ശില്പങ്ങൾ കവാടത്തിൽ ഞങ്ങളെ എതിരേറ്റു. ഉള്ളിലേക്കുള്ള നടപ്പാതയെ അലങ്കരിച്ചത് വ്യാപാരത്തിന് ഒരുക്കിയിരുന്ന കൗതുക, കരകൗശലോല്പന്നങ്ങൾ. വൃത്തി, അതിലുപരി ശാന്തി. കച്ചവടസ്ഥാപനങ്ങളിൽ സദാ കണ്ടുവരാറുള്ള കോലാഹലങ്ങളില്ല. പഴക്കം കൂടിയതും തോന്നിക്കുന്നതുമായ കൊച്ചു കൊച്ചു ലോഹശില്പങ്ങൾക്കായി സമയം പാഴാക്കാതെ മുന്നോട്ടു നടന്നു.

നാട്ടിൽനിന്നു പുറപ്പെട്ട ശേഷം നട്ടുച്ചച്ചൂടിന്റെ തീക്ഷ്ണത എന്താണെന്നാദ്യമായറിഞ്ഞു. ശ്രീബുദ്ധൻ മഹാപരിനിർവ്വാണമടഞ്ഞ പുണ്യസ്ഥലം. ബുദ്ധഭിക്ഷുക്കളുടെ വലിയ സംഘങ്ങൾക്കു പുറമെ വിദേശ സഞ്ചാരികളും ധാരാളമുണ്ടായിരുന്നു. ശ്രാവസ്തിയിലും കപിലവസ്തുവിലും ലുംബിനിയിലുമെന്നപോലെ തൂവെള്ള, കടും മഞ്ഞ, മറൂൺ നിറങ്ങളിൽ വേഷമണിഞ്ഞവർ. അവരിലേറെപ്പേരും വിദേശികൾ. സ്ത്രീകളും കുറവായിരുന്നില്ല. ഒരു കൂറ്റൻ പഗോഡയാണിടതു ഭാഗത്ത്. 'മഹാ സുഖ്ങ് ദാദ തൃർഗി പഗോഡ' (Maha Sukhandada Thargyi Pagoda) തായ്‌ലന്റു നിർമ്മിതമാണെന്ന് ലിപികളിലൂടെ തിരിച്ചറിഞ്ഞു.

---

* പ്രാർത്ഥനാചക്രം, prayer wheels

ആ ധവളസൗധത്തിന്റെ പുരോഭാഗം സ്വർണ്ണത്തിൽ പൊതിഞ്ഞതോ പൂശിയതോ ആയിരിക്കണം; മനോഹരം തന്നെ. പുനരുദ്ധാരണം നടക്കുന്നതിനാൽ പ്രവേശനം അനുവദിച്ചില്ല.

പഗോഡയിൽനിന്ന് 50 മീറ്റർ മാത്രം മാറി, ചുറ്റുമതിലുകൾക്കുള്ളിൽ ക്ഷേത്രം; ഇവിടെയാണ് മഹാപരിനിർവ്വാണം സംഭവിച്ചത്. പ്രദക്ഷിണ വഴിയിൽ ഒരു കൂറ്റൻ ലോഹമണി ചങ്ങലയിൽ ഞാന്നു കിടക്കുന്നു. ചെറിയ ഒരു കമ്പനംപോലും വലിയ ഹുംകാരനാദം മുഴക്കി. മണിയിൽ കുനുകുനാ കുത്തിക്കുറിച്ചിരിക്കുന്നത് ബുദ്ധചരിതമോ സൂക്തമോ ആയിരിക്കണം. അതിനുതാഴെ തറയിൽ (മണിത്തറ) ഞങ്ങൾ കുറച്ചുനേരം വിശ്രമിക്കാനിരുന്നു.

1927 ൽ ഖനനത്തിലൂടെ അനാവരണം ചെയ്യപ്പെട്ട സ്തൂപാവശിഷ്ടങ്ങൾ പരിസരത്ത് കാണാം. എത്രയോ വിഹാരങ്ങളുടെ മുക്കും മൂലകളുമാണവ. എത്രയെത്ര പ്രാർത്ഥനാ മുറികൾ. വലിയ വലിയ കെട്ടിട സമുച്ചയങ്ങൾക്ക് അടിത്തറ കെട്ടി പാതിവഴിയിലുപേക്ഷിക്കപ്പെട്ടതുപോലെ ഒന്നോ രണ്ടോ അടി ഉയരത്തിൽ മാത്രം ഭിത്തികളുടെ അവശിഷ്ടങ്ങൾ തറനിരപ്പിൽ നിന്നുമുയർന്നു നിന്നിരുന്നു. ഇവയ്ക്കിടയിൽ പല വലുപ്പങ്ങളിലുള്ള സ്തൂപങ്ങളും.

പരിനിർവ്വാണക്ഷേത്രം ഒരു സ്തൂപത്തിന്മേലാണ് നിർമ്മിച്ചിരിക്കുന്നത്. ഭൂഖനനം ചെയ്തപ്പോൾ 4.27 മീറ്റർ ഉള്ളിലായ വൃത്താകാരത്തിലുള്ള ചെമ്പുപേടകവും അതിൽ അടക്കം ചെയ്യപ്പെട്ടിരുന്ന ചെമ്പു ഫലകവും കണ്ടെടുക്കുകയുണ്ടായി. അതിൽ രേഖപ്പെടുത്തിയിരുന്ന 'പ്രതിത്യ സമുത്പദ സുത്ത' പ്രകാരം (Pratitya Samutpada Sutta) അഞ്ചാം നൂറ്റാണ്ടിൽ ഗുപ്തകാലത്തെ 'ഹരിബാല'യാണ് അത് നിർമ്മിച്ചത് എന്ന് വ്യക്തമാകുന്നു. 10.36 മീറ്റർ ഭൂമിക്കുള്ളിലായി വർത്തുളാകൃതിയിലുള്ള ചെറിയ ഒരു സ്തൂപവും അതിൽ ശ്രീബുദ്ധൻ ധ്യാനാന്വിതനായി ഇരിക്കുന്ന രേഖാചിത്രവും കണ്ടെടുത്തവയിൽ പെടുന്നു. അത് ക്രിസ്തുവർഷം ഒന്നാം നൂറ്റാണ്ടിലേതാണ്. ആ സ്തൂപം അതേ നിലയ്ക്ക് മുഴുവനായി ഇളക്കി പ്രതിഷ്ഠിക്കാൻ സഹായകമായത്, ബർമ്മയിലെ (മ്യാൻമർ) ബുദ്ധഭിക്ഷുക്കളുടെ സംഭാവനയാണ്.

സ്തൂപം കയറി, പാദരക്ഷകൾ പുറത്തു വച്ച് വരിവരിയായി നിർവ്വാണ ക്ഷേത്രത്തിനുള്ളിൽ കടന്നു. ഒറ്റ മൺകല്ലിൽ (Monolithic sand stone) തീർത്ത ഭഗവാൻ ശ്രീബുദ്ധന്റെ പൂർണ്ണകായ പ്രതിമ സിംഹശയ്യയിൽ ശയിക്കുന്ന രീതിയിലാണ്. 6.1 മീറ്റർ നീളം പ്രതിമയ്ക്കുണ്ട്. ഇഷ്ടികകൾ പാകി, അതിനു മുകളിൽ കല്ല് സ്ലാബ് നിരത്തിയ പ്ലാറ്റ്ഫോമിലാണ് പ്രതിമ. ഭഗവാനു സമീപം വിലപിച്ചുകൊണ്ടിരിക്കുന്ന മൂന്നു ഭിക്ഷുക്കളുടെ ശില്പങ്ങൾ. ഇതും ഹരിബാലയുടെ സംഭാവനയാണ്. പ്രതിമയും ക്ഷേത്രാവശിഷ്ടങ്ങളും 1876 ൽ കണ്ടെത്തിയിരുന്നു. ശ്രീബു

ദ്ധന്റെ 2500-ാം ജയന്തി ആഘോഷങ്ങൾക്കായി 1956 ൽ നിയമിതമായ കമ്മിറ്റിയാണ് ക്ഷേത്ര നിർമ്മാണച്ചുമതല ഏറ്റെടുത്തു നിർവ്വഹിച്ചത്.

സ്വർണ്ണം ആവരണം ചെയ്തതോ ലേപനം ചെയ്യപ്പെട്ടതോ ആയ ബുദ്ധവിഗ്രഹം ആപാദചൂഡം മഞ്ഞപ്പട്ടു പുതച്ചിരുന്നുവെങ്കിലും സന്ദർശകരുടെയും ഭക്തരുടെയും താല്പര്യപ്രകാരം കൂടെക്കൂടെ ദർശനത്തിനവസരമൊരുക്കുന്നു. വിഗ്രഹസമക്ഷം ഒരു നിമിഷം ഞാൻ ധ്യാനാന്വിതനായി. ദുഃഖമാണ് ജീവിതത്തിലെ മൗലിക യാഥാർത്ഥ്യമെന്ന് ഉപദേശിച്ച ബുദ്ധൻ, നിരീശ്വരവാദപരമായ ദർശനങ്ങൾ ലോകത്തിന് സംഭാവന ചെയ്ത ബുദ്ധൻ...

തല മുണ്ഡനം ചെയ്ത മൂന്നു സന്ന്യാസിമാർ ബുദ്ധന്റെ കാല്പാദങ്ങളെ കണ്ണിമ ചിമ്മാതെ നോക്കി ഇരിക്കുന്നു. അവരുടെ മുഖങ്ങളിൽ ശോകഭാവം നിറഞ്ഞിരുന്നു.

ക്ഷേത്രത്തിൽ കാണിക്കകൾ വിലക്കിക്കൊണ്ടുള്ള കുറിപ്പുകൾ പ്രദർശിപ്പിച്ചിരുന്നു. അതിൽ പരിഭവമോ നിരാശയോ ഞങ്ങളിലാർക്കും ഉള്ളതായും തോന്നിയില്ല.

മഹാപരിനിർവ്വാണകാലത്ത് ഇവിടം 'അനിരുദ്ധവ്' ഗ്രാമമെന്നാണറിയപ്പെട്ടിരുന്നത്. ആ വർഷംതന്നെ ഹിരണ്യവതി നദീതീരത്ത് ബുദ്ധഘട്ടിന്റെ നിർമ്മാണവും ആരംഭിച്ചു.

വെയിലിന് കാഠിന്യമധികമായിരുന്നതിനാൽ തണൽ മരങ്ങളുടെ നിഴൽപറ്റി ഞങ്ങൾ നടന്നു; മന്ത്രങ്ങളുരുവിട്ടുകൊണ്ട് ഒപ്പം ബുദ്ധസന്ന്യാസിമാരും.

റോഡരികിൽ ഒരു ധാബ. എന്തുണ്ടെന്നന്വേഷിച്ചപ്പോൾ എല്ലാമുണ്ടെന്ന് മറുപടി. പറയാനെളുപ്പമുള്ള പദാർത്ഥങ്ങളുടെ പേരുകൾ കാണാപാഠംപോലെ ഉരുവിട്ടു. ചാവൽ, ചപ്പാത്തി, വെജിറ്റബിൾസ്, ദഹി, പപ്പഡ് ഔർ പിക്കിൾസ്. ധാബാവാല ചപ്പാത്തിക്ക് മാവു കുഴയ്ക്കാൻ തുടങ്ങി. വിറകടുപ്പിൽ വെന്ത ഭക്ഷണപദാർത്ഥങ്ങളുടെ വരവും കാത്തിരുന്നു. ഈച്ചയാട്ടിയാട്ടി കൈകൾ തളർന്നു.

ഒരു പ്രാചീന രാജ്യ തലസ്ഥാനത്താണല്ലോ ഞാൻ നില്ക്കുന്നതെന്നാലോചിച്ച് അല്പം സെന്റിമെന്റലാകുന്നതിൽ സുഖം തോന്നി. രണ്ടര സഹസ്രാബ്ദങ്ങൾക്കു മുൻപ് സമ്പദ്സമൃദ്ധവും ജനനിബിഡവുമായിരുന്ന ഒരു ജനപദം പുണ്യക്ഷേത്രമായി പരിണമിച്ചതും വിസ്മൃതിയിലാണ്ടതും കാടായതും ഒടുവിൽ പുനർജ്ജനിച്ചതുമെല്ലാം കാലത്തിന്റെ വികൃതിയെന്നല്ലാതെ എന്തു പറയാൻ.

മഹാപരിനിർവ്വാണ ക്ഷേത്രത്തിന് ഒന്നര കിലോമീറ്റർ തെക്കുമാറിയാണ് 'രാംഭാർ സ്തൂപം'. സമീപത്ത് രാമഭാർ ജലാശയവും. ബുദ്ധചരിത്രകാരൻ ഈ സ്തൂപത്തെ "മകുടബന്ധന ചൈത്യ" എന്നു പറയുന്നു. 1910 ൽ ഖനനത്തിലൂടെയാണ് പര്യവേക്ഷണ സംഘം ഇതിനെ ഭൂവുപരിതലത്തിൽ കൊണ്ടുവന്നത്. മുപ്പത്തഞ്ച് മീറ്റർ തറഭാഗം ചുറ്റള

വുള്ള ഈ സ്തൂപത്തിന് വലിയ ഒരു ഡ്രമ്മിന്റെ ആകൃതിയാണ്. ഇതിനു മുകളിൽ രണ്ടിൽ കൂടുതൽ ഉപസ്തൂപങ്ങളും ഉണ്ട്. കൂടാതെ ദീർഘ ചതുരാകൃതിയിൽ ഒരു ഹാളും ഉണ്ട്. ഖനന വേളയിൽ നിരവധി മുദ്ര കളും അലങ്കാര വസ്തുക്കളും കണ്ടെടുത്തിരുന്നു. ദശലക്ഷക്കണക്കിന് കട്ടിയുള്ള ഇഷ്ടികകൾ ഉപയോഗിച്ചാണ് സ്തൂപ നിർമ്മാണം. അതിന്റെ പിന്നിലെ അദ്ധ്വാനത്തെ നിസ്സാരമായി കാണാൻ കഴിയില്ല. മഹാപരി നിർവ്വാണത്തിന് മൂന്നു മാസങ്ങൾക്കു മുമ്പ് മാഘ പൂർണ്ണിമാ ദിനം വൈശാലിയിൽ വച്ച് തന്റെ അന്ത്യദിനമെന്ന് ബുദ്ധൻ വെളിപ്പെടുത്തി യിരുന്നു.

സ്തൂപം ഒരു സ്റ്റേഡിയമോ പാർക്കോ പോലെ വിശാലമായ, തുറ സ്സായ സ്ഥലത്താണ് സ്ഥിതിചെയ്യുന്നത്. പനമരങ്ങൾ തണൽ വിരിച്ചു നിന്നു. ചെത്തി മിനുക്കിയ പച്ചപ്പുൽത്തകിടിയിൽ ഞങ്ങൾ വിശ്രമിക്കാ നിരുന്നു. സഞ്ചാരികളും ഭക്തരും ഭിക്ഷു-ഭിക്ഷുണിമാരും വിശ്വാസിക ളുമായ അസംഖ്യം പേർ വന്ന് സ്തൂപത്തെ ആദരവോടെ പ്രദക്ഷിണം വയ്ക്കുന്നു. ദേശികളായി ഞങ്ങളെക്കൂടാതെ വിരലിലെണ്ണാവുന്നവർ മാത്രം. ചിട്ടയോടെ മൗനപ്രദക്ഷിണം ചെയ്യുന്ന ബുദ്ധഭക്തരുടെ ശാന്ത ഭാവങ്ങളും വൈവിദ്ധ്യമായ വസ്ത്രധാരണ രീതിയും കൗതുകത്തോടെ ഞങ്ങൾ നോക്കിയിരുന്നു. ചുവപ്പ്, മറൂൺ, മഞ്ഞ, വെള്ള വസ്ത്രങ്ങൾ അണിഞ്ഞ് കോൺവെന്റ് വിദ്യാർത്ഥികളെപ്പോലെ അവർ നടന്നു.

ചീന, മ്യാൻമർ, ജപ്പാൻ, തായ്‌ലന്റ് തുടങ്ങിയ രാജ്യങ്ങളിലെ തീർത്ഥാടകർക്ക് വിശ്രമിക്കാനും താമസിക്കാനും പ്രാർത്ഥിക്കാനുമായി നിർമ്മിച്ചിട്ടുള്ള മന്ദിരങ്ങളിൽപ്പോലും ആത്മീയാന്തരീക്ഷം കാണാം. പൗരാണികതയുടെ ചിഹ്നങ്ങൾ എല്ലാം കാമറയിൽ പകർത്തുന്നതിന് വിലക്കുകൾ ഉണ്ടായില്ല. പ്രകൃതിയോട് പൊരുത്തപ്പെടുന്ന നിർമ്മിതി കൾ. മറുദേശക്കാരുടെ നിർമ്മിതികൾ ഒന്നൊന്നായ് കണ്ടുകണ്ട് ഇന്ത്യൻ മൊണായ്സ്ട്രിയിലെത്തിപ്പോൾ അവിടത്തെ മ്യൂസിയം അറ്റകുറ്റപ്പണി കൾ കാരണം അടച്ചിട്ടിരുന്നു. മുറ്റത്തെ പൂന്തോട്ടവും അതിനു മദ്ധ്യ ത്തിൽ കുടചൂടി നിന്ന പനമരങ്ങളും പുഷ്പകാന്തിയണിഞ്ഞ അശോക വൃക്ഷങ്ങളും കണ്ണിനാനന്ദമായി.

സൂര്യൻ മറയണമോ വേണ്ടയോ എന്നാലോചിക്കുംപോലെ; മറയി ല്ലാത്ത മനോഹര ദൃശ്യം. കുശിനഗറിൽനിന്ന് 22 കിലോമീറ്റർ ദൂരമുണ്ട് പാവാനഗറിന്, അതായത് പാവാപുരി. ഇന്നിത് ബീഹാർ സംസ്ഥാനത്തി ലാണ്. വർദ്ധമാനമഹാവീരൻ അന്ത്യവിശ്രമം കൊള്ളുന്നത് പാവാപുരി യിൽ. കുശിനഗറിൽ ജപ്പാൻ, ചൈന, മ്യാൻമർ, തായ്‌ലന്റ്, ശ്രീലങ്ക, നേപ്പാൾ തുടങ്ങിയ രാജ്യങ്ങളുടെ ബുദ്ധവിഹാരങ്ങൾ സന്ദർശിച്ചശേഷം ദേശീയപാതയോടു ചേർന്നുള്ള ബുദ്ധ ഇന്റർനാഷണൽ ഹോട്ടലിൽ ഞങ്ങൾ അന്തിയുറങ്ങാൻ ചെന്നു.

ടൂറിസം മാപ്പിൽ കുശിനഗറിന് പ്രാധാന്യമുണ്ടെങ്കിലും വിനോദസ

ഞ്ചാരം വ്യവസായ വികസനമാക്കാൻ ഉത്തർപ്രദേശ് സർക്കാറിന് കഴിഞ്ഞിട്ടില്ല. ഹോട്ടലുകളുടെ അപര്യാപ്തത തന്നെ ഉദാഹരണം. അടിക്കടിയുണ്ടാകുന്ന വൈദ്യുതി ക്ഷാമം. ഹോട്ടലിലെ ജനറേറ്ററുകൾ പ്രവർത്തനക്ഷമമായതുകൊണ്ട് ഞങ്ങൾക്ക് പ്രയാസം നേരിട്ടില്ല; എങ്കിലും പരിസരം അന്ധകാരമായിരുന്നു. നിശ്ശബ്ദതയിൽ ആകാശത്തിന്റെ നീല സൗന്ദര്യം ആസ്വദിച്ച് ബാല്ക്കണിയിൽ നിന്നപ്പോൾ മനസ്സിന് എന്തെന്നില്ലാത്ത ശാന്തത അനുഭവപ്പെട്ടു; ഭാരമൊഴിഞ്ഞപോലെ. മഹാബോധിസത്വന്റെ സാമീപ്യം ഞാനറിഞ്ഞു.

8

വൈശാലി

ബുദ്ധം സരണം ഗച്ഛാമി
ധമ്മം സരണം ഗച്ഛാമി
സംഘം സരണം ഗച്ഛാമി

ധമ്മം, സരണം എന്നീ പദങ്ങൾ പാലി ഭാഷയിലേതാണ്. സംസ്കൃതത്തിൽ ധർമ്മം, ശരണം എന്നും. ശ്രീബുദ്ധൻ പ്രഭാഷണങ്ങൾക്ക് തെരഞ്ഞെടുത്തത് സാധാരണക്കാരുടെ ഭാഷയായ പാലിയും മാഗധിയുമായിരുന്നു.

മഹാഭാരതകാലത്ത് വിശാൽ എന്ന രാജാവ് ഭരിച്ചിരുന്നതിനാലാണ് നഗരത്തിന് വൈശാലി എന്നു പേരുണ്ടായത് എന്ന് ഐതിഹ്യം. വിശാല നഗരമെന്നാണ് ബുദ്ധഘോഷൻ സൂചിപ്പിക്കുന്നത്. വജ്ജീന മഹാജനപദത്തിന്റെ രാജധാനിയായിരുന്നു വൈശാലി. വൈശാലിക്കു ചുറ്റുമുള്ള ജനങ്ങൾ ലിച്ഛവികൾ എന്നറിയപ്പെട്ടിരുന്നു. കിഴക്ക് വൈദേഹം കാലാന്തരത്തിൽ വജ്ജിരാജ്യത്തോട് കൂട്ടിച്ചേർക്കപ്പെട്ടു. ശ്രീബുദ്ധനും മഹാവീരനും മുമ്പുതന്നെ ലിച്ഛവി റിപ്പബ്ലിക്കിന്റെ തലസ്ഥാന പദവി വൈശാലിക്കുണ്ടായിരുന്നു. ഗ്രീസിനുമുമ്പേ ജനാധിപത്യം നിലനിന്ന രാജ്യമാണ് ലിച്ഛവി എന്നും അവകാശപ്പെടാം. ഒരുകാലത്ത് സംയുക്ത ജനരാഷ്ട്രമായ ലിച്ഛവിയുടെയും വൈദേഹത്തിന്റെയും തലസ്ഥാന നഗരമായിരുന്നു വൈശാലി. ലിച്ഛവിയുടെ 34-ാമത് രാജാവ് സുമാതി, ദശരഥന്റെ (നേമി) സമകാലികനായിരുന്നു.

ഇന്ന് വൈശാലി ബീഹാർ സംസ്ഥാനത്തിലാണ്. ഇതിനു സമീപമുള്ള കുണ്ഡപുരി (കൊല്ലഗ)യിലാണ് വർദ്ധമാന മഹാവീരൻ ജനിച്ചത്. ക്ഷത്രിയ കുഞ്ജത്തിൽ സിദ്ധാർത്ഥ രാജാവിന്റെ പുത്രൻ മഹാവീരൻ, ലിച്ഛവി രാജാവ് ചേടകന്റെ ഭാഗിനേയൻകൂടിയാണ്. ചേടകന്റെ പുത്ര

നാണ് പെസേനതി എന്ന പ്രസേനജിത്ത് (ശ്രാവസ്തിയിലെ രാജാവ്). പ്രസേനജിത്തിന്റെ സഹോദരി 'ചെല്ന' ബിംബിസാരപത്നിയും.

വർദ്ധമാന മഹാവീരന്റെ മാതാവ് 'തൃശാല, വിദേഹതോ, പ്രിയകാരിണീ എന്നീ പേരുകളിലും അറിയപ്പെടുന്നു. മഹാവീരൻ ക്രിസ്തുവിനു മുമ്പേ 559 ൽ ജനിച്ചുവെന്ന് വിശ്വസിക്കപ്പെടുന്നു. ലോകസുഖങ്ങളെ കീഴ്പ്പെടുത്തി, വസ്ത്രവും ആഹാരവുംപോലും ത്യജിച്ച്, നഗ്നപാദനായി, മരണ-ദുഃഖ-സുഖങ്ങളെ അതിജീവിച്ച്, ആത്യന്തികമായ ആനന്ദം, മോക്ഷം നേടുക എന്നതായിരുന്നു പ്രബോധന ലക്ഷ്യങ്ങൾ. അഞ്ച് ധർമ്മ തത്ത്വങ്ങളിൽ (Ethnical Principles) അധിഷ്ഠിതമായ ജീവിതചര്യ. അഹിംസ, സത്യം, മോഷ്ടിക്കാതിരിക്കൽ, ബ്രഹ്മചര്യം, നിഷ്കാമ പ്രവർത്തനം എന്നിവയാണാ തത്ത്വങ്ങൾ. 72-ാം വയസ്സിൽ നിർവ്വാണമടഞ്ഞു. ശ്രീബുദ്ധന്റേതുപോലെ മഹാവീരന്റെ ജീവിതകാലത്തെപ്പറ്റിയും വസ്തുനിഷ്ഠമായ ചരിത്രം അപര്യാപ്തമാണ്.

ബുദ്ധകാലത്ത് വൈശാലി വൻ നഗരമായിരുന്നു, സമ്പന്നവുമായിരുന്നു. 7707 വിനോദ കേന്ദ്രങ്ങളും അത്രയുംതന്നെ നീന്തൽ കുളങ്ങളും പുരാതന വൈശാലിയിലുണ്ടായിരുന്നുവെന്ന് ചരിത്രം. മൂന്നു നഗരഭിത്തികൾ, കവാടങ്ങൾ, നഗര സുരക്ഷയ്ക്ക് നിരീക്ഷണ സ്തൂപങ്ങൾ...

ചീന സഞ്ചാരികളായ ഫാഹിയാനും (Faxian) ഹു ൻ സാങ്ങും (Xu an Zang) ഇവിടം സന്ദർശിച്ചിരുന്നു. അവരുടെ സഞ്ചാരക്കുറിപ്പുകളെ അവലംബിച്ചുള്ള പര്യവേക്ഷണങ്ങൾക്ക് ബ്രിട്ടീഷ് പുരാവസ്തു പര്യവേക്ഷികൻ 'സർ അലക്സാണ്ടർ കണ്ണിങ്ഹാം' തുടക്കം കുറിച്ചു.

വൈശാലിയിലെ കപാല ചൈത്യത്തിൽവച്ചാണ് ബുദ്ധൻ തന്റെ പരിനിർവ്വാണത്തെപ്പറ്റി സൂചന നല്കിയത്. ബുദ്ധചരിതത്തിലെ ഒരു പ്രധാന കഥാപാത്രമായ അമ്രപാലി ജീവിച്ചിരുന്നത് വൈശാലിയിലാണ്. അമ്രപാലി, അംബപാലി അഥവാ അംപാലിക. സംസ്കൃതത്തിൽ അമ്രത്തിന് മാങ്ങ എന്നാണ് അർത്ഥം. പാലിക്ക് 'ഇല' എന്നും. മാഞ്ചുവട്ടിൽ നിന്നു കണ്ടെടുത്ത അനാഥ ശിശുവായിരുന്ന അമ്രപാലി എന്ന് ഐതിഹ്യം. അമ്രപാലിയെ കേന്ദ്ര കഥാപാത്രമാക്കി നിരവധി സാഹിത്യ രചനകൾ സൃഷ്ടിക്കപ്പെട്ടു. ഇന്നും ഉണ്ടായിക്കൊണ്ടിരിക്കുന്നു. ഹിന്ദി ഭാഷയിൽ രണ്ടു സൂപ്പർ ഹിറ്റ് ചിത്രങ്ങൾ നിർമ്മിക്കപ്പെട്ടു; നാടകങ്ങളും കാവ്യങ്ങളും വേറെ.

അമ്രപാലി കൊട്ടാരം നർത്തകിയായിരുന്നു. അന്ന് നിലവിലിരുന്ന വ്യവസ്ഥിതി പ്രകാരം 'നഗരവധു.' രാജകീയ സ്ഥാനമാണ് നഗരവധുവിന് ലഭിച്ചിരുന്നത്. പ്രഭുക്കൾക്കും പ്രമാണികൾക്കും ഒപ്പം, ഉഭയതാല്പര്യപ്രകാരം താല്ക്കാലികമായോ ആവശ്യാനുസരണമോ വധുവായി അഭിരമിക്കാനുള്ള അവകാശം.

അമ്രമരത്തിന്റെ ചുവട്ടിൽനിന്നും ലഭിച്ച തേജോമയിയായ അനാഥ ശിശുവിന് അർഹിക്കുന്ന പേരായിരുന്നു അമ്രപാലി. ആര്? എവിടെ? എപ്പോൾ? തുടങ്ങിയ ചോദ്യങ്ങൾക്ക് വ്യക്തമായ ഉത്തരം ഇല്ല. അവ

ളുടെ സൗന്ദര്യം കണ്ട് ദേവന്മാർ ഇളകി, അപ്സരസ്സുകൾ ലജ്ജിച്ച് അസൂയാലുക്കളായി.

പതിനൊന്നാം വയസ്സിൽ ലോകോത്തര സുന്ദരി എന്ന് അവൾ വാഴ്ത്തപ്പെട്ടു. അവളുടെ അംഗലാവണ്യം വർണ്ണിക്കാൻ ആളുകൾ മത്സരിച്ചു. റാണി ഈച്ചയ്ക്കു പിന്നാലെ മറ്റീച്ചകൾ എന്നപോലെ അമ്രപാലിയെ സ്വന്തമാക്കാനോ പ്രാപിക്കാനോ മോഹിക്കാത്തവരായി ഒരു ഉന്നതസ്ഥാനീയനും അന്നുണ്ടായിരുന്നില്ല. മഹാനാമൻ എന്ന രാജാവ് തന്റെ ചെങ്കോലും കിരീടവുമുപേക്ഷിച്ച് ഗംഗാതീരത്ത് അംബാരഗ്രാമത്തിൽ വന്ന് അമ്രപാലിയോടൊപ്പം ജീവിച്ച് കൃതാർത്ഥനായി.

അമ്രപാലിയുടെ ബാല്യകാല സുഹൃത്തായിരുന്നു പുഷ്പകുമാർ. ഇരുവരും പ്രണയത്തിലായി. അയാൾ അവളുടെ പ്രതിശ്രുത വരനായി. വിവാഹനാളിൽ പുഷ്പകുമാറിനെ വധിച്ച് മനുദേവ എന്ന രാജാവ് അമ്രപാലിയെ സ്വന്തമാക്കി. തിരുവായ്ക്ക് എതിർവായില്ലാത്ത കാലം. അമ്രപാലി അന്നുമുതൽ നഗരവധുവായി; കാമപൂരണത്തിനു മാത്രമായുള്ള വധു. വൈശാലിയിലെ 'കല്യാണി' എന്ന കീർത്തിമുദ്ര അവൾക്ക് ചാർത്തി നല്കി. ഏഴുവർഷക്കാലം ഇഷ്ടംപോലെ ജീവിക്കാൻ ഒരു കൊട്ടാരവും ഈ റാണി ഈച്ചയ്ക്ക് സമ്മാനിച്ചു.

മഗധയിലെ ബിംബിസാര രാജാവ് അമ്രപാലിയെ സ്വന്തമാക്കാൻ സൈന്യ സന്നാഹങ്ങളുമായെത്തി. നല്ല സംഗീതജ്ഞൻ കൂടിയായ രാജാവും അമ്രപാലിയും തമ്മിൽ പ്രണയത്തിലുമായി. അമ്രപാലിയുടെ ഇംഗിതത്തിനു വഴങ്ങി യുദ്ധമൊഴിവാക്കാൻപോലും രാജാവ് തയ്യാറായി. രാജാ ബിംബിസാരന് അമ്രപാലിയിൽ 'വിമല കോഡന' എന്ന പുത്രൻ ജനിച്ചു.

ബിംബിസാരന് റാണി ചെല്നയിൽ ജനിച്ച മകൻ അജാതശത്രു അധികാരത്തിലേറിയശേഷം സ്വപിതാവിനെ തടവിലാക്കി. വൈശാലിയെ ആക്രമിച്ച് കീഴ്പ്പെടുത്താനെത്തിയ അജാതശത്രു അമ്രപാലിയുടെ സൗന്ദര്യത്തിൽ മയങ്ങി പ്രണയാഭ്യർത്ഥന നടത്തി. എന്നാൽ മാതൃരാജ്യത്തിനേല്പിച്ച മുറിവുകൾക്ക് കാരണക്കാരനായ അജാതശത്രുവിനെ അമ്രപാലി തിരസ്കരിച്ചു.

ഒരുനാൾ ബുദ്ധനും അഞ്ഞൂറ് അനുയായികളും വൈശാലി നഗരാതിർത്തിയിലൂടെ സഞ്ചരിക്കവെ, വിശ്രമിക്കാനും പ്രാർത്ഥിക്കാനുമായി അംബാര ഉദ്യാനത്തിൽ പ്രവേശിച്ചു. നഗ്നപാദരായി നടന്നുപോയ സംഘത്തെക്കണ്ട അമ്രപാലിക്ക് ബുദ്ധനെപ്പറ്റി അറിവുണ്ടായിരുന്നില്ല. രാജ്യവും അധികാരവുമുപേക്ഷിച്ച് ജനസുഖത്തിനായി ഇറങ്ങിത്തിരിച്ച സിദ്ധാർത്ഥ രാജകുമാരനാണ് ഗൗതമബുദ്ധനെന്ന് തോഴിയിലൂടെ അമ്രപാലി തിരിച്ചറിഞ്ഞു. തന്റെ നീക്കം ആരുടെയും ശ്രദ്ധയിൽപ്പെടുത്താതെ അവൾ ശ്രീബുദ്ധനെത്തേടിച്ചെന്നു. ബുദ്ധന്റെ തേജോമയമായ രൂപം ഒരു മാത്ര കണ്ടതും അമ്രപാലി അവളല്ലാതായി, കൂപ്പുകൈകളോടെ ആ ദിവ്യന്റെ കാല്പാദങ്ങളിൽ വീണു. ബുദ്ധൻ ശരണാർത്ഥിയെ വാത്സ

ല്യപൂർവ്വം എഴുന്നേല്പിച്ച് ധർമ്മം ഉപദേശിച്ചു. വരണ്ട ഭൂമിയിൽ പതിച്ച വർഷകണം കണക്കെ ആ സൗന്ദര്യ ധാമത്തിന്റെ കർണ്ണപുടങ്ങൾ ധർമ്മോപദേശം ശ്രവിച്ചു. അവൾ തന്നെ മറന്നു, സൗന്ദര്യം മറന്നു, രാജ നർത്തകിയിൽനിന്ന് ധർമ്മോപാസകയായി.

ഭഗവാന് ആതിഥ്യമരുളാനുള്ള അവസരം അമ്രപാലി യാചിച്ചു വാങ്ങി. അനുഗ്രഹീതയായി സ്വഭവനത്തിലേക്ക് നടന്ന അമ്രപാലിയോട് ബുദ്ധദേവനെ സൽക്കരിക്കാനുള്ള അവസരം തങ്ങൾക്ക് കൈമാറാമോ എന്ന അഭ്യർത്ഥനയുമായെത്തിയ ലിച്ഛവി പ്രഭുക്കന്മാർ പ്രലോഭനങ്ങൾ ചൊരിഞ്ഞെങ്കിലും "വൈശാലി നഗരം മുഴുവൻ പകരം തരാമെന്നു പറ ഞ്ഞാലും ഭഗവാനെ അതിഥിയായി ലഭിച്ച സൗഭാഗ്യം അടിയറവു വയ്ക്കില്ല" എന്ന് അമ്രപാലി പ്രതികരിച്ചുവത്രെ.

ശ്രീബുദ്ധൻ അഞ്ഞൂറ് അനുയായികൾക്കൊപ്പം അമ്രപാലിയുടെ അതിഥിയായി. അമ്രപാലിയുടെ ആഡംബര ഉദ്യാനം ഭഗവാന് കാണി ക്കയായി. അവർ അനന്തരം ഭിക്കുനിയായി (ഭിക്ഷുണി).

കുശിനഗറിൽനിന്ന് വൈശാലിയിലേക്ക് തിരിക്കുന്നത് പുലർച്ചെ നാലുമണിക്കുതന്നെയാകണമെന്ന് തലേദിവസം തീരുമാനിച്ചിരുന്നുവെ ങ്കിലും തണുപ്പിനെപ്പുണർന്ന് സുഖം നുകർന്നുള്ള നിദ്ര കാരണം സമയം മനഃപൂർവ്വം മറന്നു. കുളി ആവശ്യമാണെന്ന് ആർക്കും തോന്നി യില്ല. ഹോട്ടലിലെ മര്യാദക്കാരനായ റൂംബോയ് (മുറി ബാലൻ) അഭി ഷേക് കുമാർ നാലുമണിക്കുതന്നെ പ്രാതൽ തയ്യാറാക്കി പാർസലാക്കി ഡിക്കിയിൽ വച്ചുകഴിഞ്ഞിരുന്നു. ചൂടു ചായയുടെ സ്വാദറിഞ്ഞ് ഞങ്ങൾ എൻ എച്ച് 28 ലൂടെ യാത്ര തുടർന്നു. ഏതാനും മിനിട്ടുകൾക്കുള്ളിൽ ഉത്തർപ്രദേശ് വിട്ട് ബീഹാർ സംസ്ഥാനാതിർത്തിക്കുള്ളിലെത്തപ്പെട്ടു വെന്ന് ചെക്ക് പോസ്റ്റ് സാക്ഷ്യപ്പെടുത്തി.

പെട്ടെന്നൊരു മാറ്റം റോഡിൽ അനുഭവപ്പെട്ടു. ഒഴുകി നീങ്ങിയിരുന്ന ട്രാവ്ലർ ചാടിച്ചാടിപ്പോകാൻ തുടങ്ങി. റോഡിന്റെ ശോച്യാവസ്ഥയ്ക്ക് മുഖ്യമന്ത്രി നീതിഷ്കുമാറിനെ പഴിച്ചപ്പോൾ രൂപേഷ്കുമാർ തിരുത്തി "മത് ബോലിയേ ജീ, വൈസാ മത് ബോലിയേ". രൂപേഷ് 'ജനതാദൾ യൂ' കക്ഷിക്കാരനാണെന്ന് ഞാൻ അറിഞ്ഞിരുന്നില്ല.

ഗോപാൽഗഞ്ചിലെത്തിയപ്പോൾ സമയം 6.30. വാഹനം പുകപരി ശോധനയ്ക്കായി (pollution checking) റോഡു വക്കത്ത് നിർത്തി. കൊച്ചു വെളുപ്പാൻ കാലത്തും പുക പരിശോധയോ? ആറുവരിപ്പാതയ്ക്കിരുവ ശങ്ങളിലും വാഹനങ്ങളൊതുക്കി നിർത്താൻ ആവശ്യത്തിലേറെ സ്ഥലം ഒഴിച്ചിട്ടിരിക്കുന്നതു കണ്ടപ്പോൾ ഈ സൗകര്യം ഒരുകാലത്തും കേരള ത്തിലുണ്ടാവില്ലല്ലോ എന്നോർത്തുപോയി. പാറിപ്പറന്ന മുടിയും മുഷി ഞ്ഞയഞ്ഞ വസ്ത്രങ്ങളുമായി ബീഹാറിപ്പെൺകുട്ടികൾ പുലരും മുമ്പേ പലപല ജോലികളിലേർപ്പെട്ടിരിക്കുന്നതു കണ്ടു. ഞാൻ വണ്ടിയിൽനി ന്നിറങ്ങി മൂരി നിവർന്നു. രണ്ടെരുമക്കിടാങ്ങൾ മത്സരിച്ച് തീറ്റ തിന്നുന്നു. തീറ്റ വിളമ്പിക്കൊണ്ടടുത്തു നിന്നിരുന്ന ബീഹാറിപ്പെണ്ണിന് കറുത്ത് ഏഴ

ഴകുള്ള മുഖം. അവളുടെ കൈകളിലെ കുപ്പിവളകൾ കിലുങ്ങി. എരുമകളെ വളർത്തി ജീവിക്കുന്ന സാധാരണക്കാരുടെ കോളനിയാണതെന്ന് ചുറ്റുപാടുകൾ ബോദ്ധ്യപ്പെടുത്തി. അലഞ്ഞുനടക്കുന്ന എരുമകൾക്കു പിന്നാലെ കൂടിയിരിക്കുന്ന മറ്റു ചില പെൺകുട്ടികൾ. ചാണകം വാരി ഭിത്തിയിൽ പതിക്കുന്നവർ ചിലർ, തീറ്റ തയ്യാറാക്കുന്നവർ ചിലർ. അതിർത്തിപ്പട്ടണമായ ഗോപാൽ ഗഞ്ച് ടൗൺ മുനിസിപ്പാലിറ്റിയാണെങ്കിലും ഗ്രാമ്യസ്വഭാവം കൈവിട്ടിട്ടില്ല. മഹിഷികളെ വിട്ട് ഞങ്ങൾ യാത്ര തുടർന്നു; സാഹേബ് ഗഞ്ചിലൂടെ വൈശാലി നഗരത്തിലേക്ക്. ഞങ്ങൾക്കു മുന്നിലൂടെ ഓടിക്കൊണ്ടിരുന്ന ടെമ്പോകളിലും ഓട്ടോറിക്ഷകളിലും യാത്രക്കാർ തിങ്ങിനിറഞ്ഞിരിക്കുന്നു. ടെമ്പോയ്ക്കും ബസുകൾക്കും മേല്ക്കൂരയ്ക്കു മുകളിലും കാഴ്ച കാണാനിരിക്കുന്നതുപോലെ ഗ്രാമീണർ. വണ്ടിയുടെ കുലുക്കത്തിനൊത്ത് അവരും കുലുങ്ങി.

സിദ്ധാർത്ഥൻ കപിലവസ്തു ഉപേക്ഷിച്ച് ധ്യാനപഠനങ്ങൾക്കായി ആദ്യം എത്തിച്ചേർന്നത് വൈശാലിയിലെ ശ്രമണശ്രേഷ്ഠരായിരുന്ന രാമപുത്ര ഉദ്രകന്റെയും അലാഡ കലാമയുടേയുമടുത്താണ്. ജ്ഞാനലബ്ധിക്കുശേഷം നിരവധി തവണ വൈശാലിയിൽ വന്നിരുന്നു. ആദ്യ ഭിക്ഷുസംഘത്തിന് രൂപം നല്കിയതും വൈശാലിയിൽ വച്ചുതന്നെ. സിദ്ധാർത്ഥന്റെ ഇളയമ്മ 'മഹാപ്രജാപതി ഗോതമി' വനിതാ ഉപാസകരെ സംഘടിപ്പിച്ച്, 'ബുദ്ധ ഭിക്കുനി' സംഘം രൂപീകരിക്കാനുള്ള അനുവാദത്തിനായി ബുദ്ധനെ ആദ്യം സമീപിച്ചതും വൈശാലിയിൽ വച്ചുതന്നെ. മഹാജ്ഞാന ലബ്ധിക്ക് അഞ്ചു വർഷങ്ങൾ കഴിഞ്ഞ് വൈശാലിയിലെത്തിയപ്പോൾ രാജ്യം പാടേ തകർന്നിരുന്നു. ജനാധിപത്യത്തിന്റെ പേരിൽ ഏഴായിരത്തിൽപ്പരം രാജാക്കന്മാർ (ഭരണ സാരഥികൾ) ധൂർത്തരായി ഭരിച്ചു മുടിച്ചു നശിപ്പിച്ചുവെന്നും ദാരിദ്ര്യംകൊണ്ടും മഹാമാരികൊണ്ടും ലക്ഷക്കണക്കിന് പ്രജകളുടെ ജീവൻ നഷ്ടപ്പെട്ടിരുന്നുവെന്നും ചരിത്രപണ്ഡിതർ പറയുന്നു. വൈശാലിയുടെ ഉയിർത്തെഴുന്നേല്പ് ലക്ഷ്യമിട്ട് ശ്രീബുദ്ധൻ 500 സന്ന്യാസിമാരെ നഗരത്തിലേക്ക് കൊണ്ടുവന്നുവെന്നും ലിച്ഛാവിയിൽ കാലുകുത്തിയ ഉടൻ വറ്റിവരണ്ട മണ്ണ് കൊടും മഴയാൽ കുതിർന്നുവെന്നും പറയപ്പെടുന്നു.

സിദ്ധാർത്ഥൻ ശ്രീബുദ്ധനായശേഷവും കൊട്ടാരത്തിലേക്ക് മടക്കിക്കൊണ്ടു പോകാൻ പിതാവ് ശുദ്ധോദനൻ വിഫലശ്രമം നടത്തിയിരുന്നു. ശിഷ്യൻ അനന്തന് (അനന്തപിണ്ഠികൻ) രത്നസൂക്തം ഉപദേശിച്ച് ദിനവും പാരായണം ചെയ്യാൻ നിർദ്ദേശിച്ചത് വൈശാലിയിൽവച്ചാണ്. ആനന്ദനും, അനിരുദ്ധും സിദ്ധാർത്ഥന്റെ അർദ്ധസഹോദരർ മാത്രമല്ല ശിഷ്യപ്രമുഖരും കൂടിയാണ്. സിദ്ധാർത്ഥ പുത്രൻ രാഹുൽ ഏഴു വയസ്സുള്ളപ്പോൾത്തന്നെ ശിഷ്യത്വം സ്വീകരിച്ച് ബുദ്ധസംഘത്തിൽ അംഗമായിച്ചേർന്നു.

ഗോപാൽഗഞ്ച് പാട്ന റോഡിലെവിടെയോ വച്ച് വാഹനം വഴിതിരിച്ചു വിട്ടു. ദേശീയപാതയിൽ ചില ഭാഗങ്ങളിലുണ്ടായേക്കാവുന്ന ഗതാ

ഗതക്കുരുക്കുകളെ മുൻകൂട്ടിക്കണ്ടാണ് 'ദിശാഭ്രംശം' എന്ന് രൂപേഷ് പറഞ്ഞു. അയാൾക്ക് എല്ലാമറിയാം; അയാൾ ബീഹാറിയാണ്.

"ഏതോ റസിഡൻഷ്യൽ കോളനിയിലൂടെയാണല്ലോ പോകുന്നത്" ഞാൻ സംശയം പ്രകടിപ്പിച്ചു. ബീഹാറിനെപ്പറ്റി എനിക്കുണ്ടായിരുന്ന ചെറിയ അറിവുപോലും തെറ്റാണെന്ന് സൂചിപ്പിക്കുംവിധം കടന്നുപോകുന്ന ഗ്രാമപാത വൃത്തിയുള്ളതായിരുന്നു; മനോഹരമായിരുന്നു. ഇരുവശങ്ങളിലും ബഹുനില മന്ദിരങ്ങൾ, അവയെ ചുറ്റിപ്പറ്റി പച്ചമരങ്ങളും പൂച്ചെടികളും. ആടുമാടുകൾ അലഞ്ഞു നടക്കുന്നില്ല, വാഹനങ്ങളുടെ ചീറിപ്പാച്ചിലുകളില്ല, പൊടിപടലങ്ങളില്ല. ഇതൊരു ഉൾനാടൻ ഗ്രാമക്കാഴ്ചയാണെന്ന് രൂപേഷ് തിരുത്തി.

ഗ്രാമമദ്ധ്യത്തിൽ ഒരു പെൺപള്ളിക്കൂടം (Girls School) കണ്ടു. വിദ്യാലയത്തിൽ ക്ലാസ് തുടങ്ങാൻ സമയമായിട്ടില്ലാത്തതിനാൽ ഒറ്റയ്ക്കും കൂട്ടായും സ്കൂളിലേക്കു പോകുന്ന പെൺകുട്ടികൾ. ചിലർ സൈക്കിളിൽ. കുട്ടികൾ ആരോഗ്യമുള്ള ശരീരത്തിനും ഓജസ്സുള്ള കണ്ണുകൾക്കും ഉടമകളാണെന്ന് തോന്നിച്ചു.

പുരാതന ഭാരതത്തിലെ ഏറ്റവും പ്രബലമായ സാമ്രാജ്യം എന്നും മഗധയായിരുന്നു. മഹാജനപദങ്ങളിൽ പലതും ശിഥിലമായപ്പോഴും മഗധീനം പ്രഭാവത്തോടെ നിലകൊണ്ടു. ബിംബിസാരനിൽ തുടങ്ങുന്ന ചരിത്രമാണ് മഗധയുടേത്. പല രാജവംശങ്ങളും മഗധ വാണു, അഥവാ മഗധ പല രാജവംശങ്ങളെയും പരീക്ഷിച്ചു. പ്രശസ്തങ്ങളായ വിദേഹം, അംഗം, മഗധം, ഗയാശീർഷം എന്നീ ജനപദങ്ങൾ ഉൾക്കൊണ്ടതാണ് ഇന്നത്തെ ബീഹാർ. ഇന്ത്യയുടെ ഹൃദയം എന്നാണ് ബീഹാറിനെ വിശേഷിപ്പിക്കുന്നത്.

തറനിരപ്പിൽനിന്നും ആറടിയോളം ഉയരത്തിൽ, വൃത്താകൃതിയിൽ ഭിത്തികെട്ടി പുല്ലുമേഞ്ഞ, ഒരേ ആകൃതിയിലും വലുപ്പത്തിലുമുള്ള പുരകൾ വീട്ടുവളപ്പുകൾക്കുള്ളിൽ അടുത്തടുത്തായി നിന്നിരുന്നത് പലയിടങ്ങളിലും കണ്ടു; ആഫ്രിക്കൻ ഗ്രാമങ്ങളിലെ കുടിലുകൾപോലെ. കുഴൽ രൂപത്തിലുള്ള ഇത്തരം കൂരകൾകൊണ്ടുള്ള ഉപയോഗം എന്താണെന്ന് രൂപേഷിനോട് തിരക്കി.

"കൊയ്ത്തുകഴിഞ്ഞ് ധാന്യം സൂക്ഷിക്കാനുള്ള പുരകളാണ്." രൂപേഷ് തുടർന്നു.

"ചിലത് വിറകുപുരകൾ, ചിലത് ചാണക വറളികളും" കുഴൽപ്പുരകൾ കേരളത്തിലെ പഴയകാല പത്തായപ്പുരകളെ ഓർമ്മിപ്പിച്ചു. ഇന്നു പത്തായവുമില്ല ഒമ്പതായവുമില്ല.

കൊയ്തെടുത്ത കറ്റകളും വൈക്കോലും മറ്റും നിറച്ച കാളവണ്ടികൾ റോഡു നിറഞ്ഞു നീങ്ങുന്നു. ടെമ്പോകൾക്കു മുകളിലിരുന്നാടിയാടി സവാരി ചെയ്യുന്നവർ, സംഘങ്ങളായി അതിവേഗം നടന്നുപോകുന്ന വനിതകൾ, എന്റെ ജിജ്ഞാസ വർദ്ധിച്ചു.

"അവർ അടുത്തുള്ള പണിശാലകളിലേക്ക് പോകുന്നവരാണ്.

ഇത്തരം കാഴ്ചകൾ നമുക്കിനിയും കാണാൻ കഴിയും. തൊഴിൽ മേഖലയിൽ വനിതാ സാന്നിദ്ധ്യം ഇപ്പോൾ മെച്ചപ്പെട്ടു വരുന്നുണ്ട്, ജീവിത നിലവാരവും ഉയരുന്നുണ്ട്."

ഒക്കത്ത് കുട്ടികളുമായാണ് പലരും നടക്കുന്നത്. നഗ്നപാദർ, ബീഹാറിന്റെ വളർച്ച ത്വരിതപ്പെടുത്താനായിരിക്കും മഹിളകൾ വേഗത കൂട്ടുന്നത്. പുരുഷന്മാർ കൂടുതലും ഇപ്പോൾ കേരളത്തിന്റെ വളർച്ചയ്ക്കായി പണിയെടുക്കുകയാണല്ലോ.

യൂണിഫോമണിഞ്ഞ നൂറുകണക്കിന് വിദ്യാർത്ഥി, വിദ്യാർത്ഥിനികൾ സൈക്കിളുകളിൽ സഞ്ചരിക്കുന്നതു കണ്ടപ്പോൾ അതിശയത്തോടൊപ്പം ആനന്ദവുമുണ്ടായി. നമ്മുടെ നാട്ടിൽ അന്യമായിക്കൊണ്ടിരിക്കുന്ന വാഹനമാണല്ലോ ബൈസൈക്കിൾ. ഡ്രൈവിങ് ലൈസൻസിന് കുറഞ്ഞ 'പ്രായപരിധി' നിർബ്ബന്ധമല്ലാതായാൽ കേരളത്തിലെ പ്രൈമറി ക്ലാസുകളിലെ കുട്ടികൾപോലും ബൈക്കോടിച്ചു ചീറിപ്പായുന്ന 'മങ്ങിയ കാഴ്ചകൾ കണ്ടുമടുക്കേണ്ടി'വരും. ബീഹാറിൽ ആൺ പെൺ വ്യത്യാസമില്ലാതെ പ്രസരിപ്പോടെ, ഉത്സാഹത്തോടെ സൈക്കിളോടിച്ചു പോകുന്ന കുട്ടികൾ 'വർണ്ണശലഭങ്ങളെ' ഓർമ്മിപ്പിച്ചു.

റോഡിനിരുവശങ്ങളിലും ഹരിതവർണ്ണപാടങ്ങൾ, ഇടയ്ക്കിടെ വീടുകൾ, സ്ത്രീകളും കുട്ടികളും വീട്ടുമുറ്റത്ത് ഓരോരോ ജോലിയിലേർപ്പെട്ടിരുന്നു. കാഴ്ചകളൊന്നും നഷ്ടപ്പെടുത്താതെ ഞങ്ങളും. നാലു ദിവസങ്ങൾക്കു മുമ്പു നടന്ന ഹോളി ഉത്സവാഘോഷങ്ങളുടെ ബാക്കിപത്രം ചുവപ്പ്, നീല, മഞ്ഞ നിറങ്ങളിൽ ചാർത്തിക്കൊണ്ട് കാലികൾ മേഞ്ഞുനടക്കുന്നു. വളഞ്ഞുപുളഞ്ഞു പോയ വഴിയിൽ ജനവാസം കുറവായ മേഖലകളിലും തരിശുനിലം കാണാനില്ല. സൂര്യൻ ചൂട് കുറച്ചതിനാലാണോ വൃക്ഷച്ഛായയുടെ സദാ സാന്നിദ്ധ്യമാണോ എന്നറിയില്ല കാലാവസ്ഥ സുഖകരമായി. നിരപ്പായ റോഡിൽ അവിടെയവിടെയായി ഗ്രാമപഞ്ചായത്തിന്റെയും പ്രൈമറി ഹെൽത്ത് സെന്ററിന്റെയും മറ്റും ബോർഡുകൾ ഞങ്ങൾ വൈശാലിയിലെത്തിയെന്നറിയിച്ചു. സമയം പത്താകുന്നതേയുള്ളൂ, യാത്രാക്ഷീണമറിഞ്ഞതേയില്ല.

നിർമ്മാണാവസ്ഥയിലുള്ള ഒരു ജൈനമന്ദിരത്തിനുള്ളിലേക്ക് ട്രാവ്ലർ ഞങ്ങളെ കൊണ്ടുപോയി. വലിയ ഗേറ്റും കാവൽക്കാരനുമുണ്ടെങ്കിലും തീർത്തും വിജനമായിരുന്നു. മന്ദിരമേതെന്നോ എന്താണെന്നോ പറഞ്ഞുതരാൻപോലും ആളില്ലാത്ത അവസ്ഥ. നിർമ്മാണം ഏറക്കുറെ പൂർത്തിയായ ഒരു മൂന്നുനില മന്ദിരം വിശാലമായ വളപ്പിൽ ഒറ്റപ്പെട്ടു നിന്നു. ഞങ്ങൾ അങ്ങോട്ടു നടന്നു കയറി. കൂപ്പുകൈകളോടെ ഒരു മദ്ധ്യവയസ്കൻ മൂന്നാം നിലയിൽ ഞങ്ങളെ സ്വീകരിച്ചു.

"ആയിയേ ജീ, ഭഗ്വാൻ കാ ദർശൻ കരേം"

വിസ്തൃതമായ ഹാളിനു മദ്ധ്യേ കറുത്ത ഒരു ശിലാവിഗ്രഹം പുഷ്പഹാരങ്ങളണിഞ്ഞു കണ്ടു. വർദ്ധമാന മഹാവീരന്റെ ജന്മംകൊണ്ടു പവിത്രമായ വൈശാലിയിലെ മഹാവീര ക്ഷേത്രമെന്ന നിലയ്ക്കാണവിടെ

ചെന്നതെങ്കിലും ഞങ്ങൾക്ക് കാണാൻ ആയത് ഒരു ബാലന്റെ പ്രതിമയാണ്; പോരാഞ്ഞതിന് വസ്ത്രവും ധരിച്ചിരിക്കുന്നു. 'ത്രിലോക്ചന്ദ്' അതാണ് ആ മദ്ധ്യവയസ്കന്റെ പേര്. ക്ഷേത്രകാര്യങ്ങൾ നിർവ്വഹിക്കാൻ നിയോഗിക്കപ്പെട്ട ആ മനുഷ്യന്റെ ലളിതമായ വസ്ത്രധാരണവും വിനയസഹമായ പെരുമാറ്റവും സഹൃദയ ഭാവവും സൗമ്യഭാഷണവും ഞങ്ങളെ സ്വാധീനിച്ചുവെന്നു പറയേണ്ടതില്ലല്ലോ.

ഭഗവാൻ മഹാവീരൻ ലൗകിക ജീവിതം വെടിഞ്ഞ് സർവ്വസംഗപരിത്യാഗിയായി കൊട്ടാരമുപേക്ഷിച്ചു പുറപ്പെട്ട കാലത്തുതന്നെ ഭഗവാന്റെ ശില്പം നിർമ്മിച്ച് പൂജാരാധനകൾ ചെയ്തു തുടങ്ങിയിരുന്നുവെന്നും അന്നു നിർമ്മിക്കപ്പെട്ട വർദ്ധമാന രാജകുമാരന്റെ വിഗ്രഹത്തിനു മുന്നിലാണ് ഞങ്ങൾ നില്ക്കുന്നതെന്നും ത്രിലോക്ചന്ദ് സൂചപ്പിച്ചു. 1956 ൽ അന്നത്തെ രാഷ്ട്രപതി ഡോക്ടർ രാജേന്ദ്രപ്രസാദ് ആണ് ക്ഷേത്രത്തിന് തറക്കല്ലിട്ടത്. "പരമപൂജ്യ നിധാനന്ദജി മുനിരാജിന്റെ പാവന പ്രേരണയാൽ ഭഗ്വാൻ രാജ്കുമാർ വർദ്ധമാന ശില്പം ശോഭിതമാകാൻ പോകുന്നു" എന്ന് എഴുതിയ ഒരു ഫ്ളെക്സ് ബാനർ ഒരു വശത്ത് വലിച്ചു കെട്ടിയിട്ടുണ്ട്. ആരാണാവോ ഈ പരമപൂജ്യ നിധാനന്ദജി മുനിരാജ്?

വസ്ത്ര, കണ്ഠാഭരണ ഭൂഷിതനായ മഹാവീരനെ കാണാൻ സാധിച്ചതിൽ സന്തോഷിച്ച് ഞങ്ങൾ പുറത്തിറങ്ങി. ജീവിച്ചിരുന്നപ്പോൾത്തന്നെ നിർമ്മിച്ചതുകൊണ്ടാവണം 'ജീവന്ത് സ്വാമി' എന്നും ഇതറിയപ്പെടുന്നത്. ജൈനമന്ദിരത്തിനു മുന്നിൽ നല്ലൊരു പൂന്തോട്ടം വികസിച്ചുവരുന്നു. നാട്ടിലെവിടെയും പരിചിതമല്ലാത്ത വിവിധതരം വൃക്ഷങ്ങളാലും മന്ദിരവകുപ്പ് സമ്പന്നമാണ്.

രണ്ടു കിലോമീറ്റർ ദൂരമുണ്ട് ശാന്തി സ്തൂപത്തിന് (peace pagoda). നിപ്പൊസൻ മ്യോഹാജി (Nippozan Myohaji) വകയാണ് ഈ പഗോഡയും. ചുറ്റും പച്ചമരങ്ങളാൽ സമൃദ്ധമാണ് പീസ് പഗോഡ. കോൺക്രീറ്റ് പാതയിലൂടെ പഗോഡയ്ക്കു ചുറ്റിലും മുകളിലും ഞങ്ങൾ കറങ്ങി നടന്നു. ശ്രീബുദ്ധന്റെ ജീവിതത്തിലെ ഒട്ടനവധി ചരിത്ര മുഹൂർത്തങ്ങൾക്കു വേദിയായിരുന്ന വൈശാലിയിൽ പക്ഷേ, കാര്യമായ സ്മാരകങ്ങളോ മന്ദിരമോ ഇല്ല. ഒരു മ്യൂസിയം ഉണ്ടായിരുന്നത് അടഞ്ഞുകിടന്നു.

ഒട്ടു ദൂരത്തല്ലാതെ 'അഭിഷേക് പുഷ്കരിണി' കാണാം. (Coronation Tank) പുണ്യ ജലാശയം. ദീർഘ ചതുരാകൃതിയിൽ നിർമ്മിക്കപ്പെട്ട ഈ കുളം വിസ്തൃതമാണ്. ജലം മലിനപ്പെടാതിരിക്കാൻ ജാഗ്രത പുലർത്തുന്നുണ്ടെന്നതിൽ തർക്കമില്ല. ജനാധിപത്യ രീതിയിൽ തിരഞ്ഞെടുക്കപ്പെടുന്ന ലിച്ഛാവി രാജ്യപാലകർ ഔദ്യോഗിക ചുമതലകൾ ഏല്ക്കുന്നതിനു മുമ്പ് ഈ തീർത്ഥത്തിൽ മുങ്ങണം. പുഷ്കരിണിക്കു പിന്നിൽ ശാന്തി സ്തൂപത്തിന്റെ പുരോഭാഗം ആകാശത്തേക്കുയർന്നു നില്ക്കുന്നത് കാണാം.

പൈദാഹശാന്തിക്കുപായം തേടി അടുത്തു കണ്ട ഒരു തകര ഷെഡ്ഡി

ലേക്ക് ഞങ്ങൾ ചെന്നു കയറി. ഒരു ചായക്കടയ്ക്കുള്ള സാമഗ്രികൾ അവിടെ കാണുന്നുണ്ട്. അതിന്റെ മുതലാളിയും ചീഫ് ഷെഫും വിള മ്പുകാരനും എല്ലാം ചേർന്നൊരു 18 തികയാത്ത പയ്യൻ. മുറി ട്രൗസറും അരക്കൈയൻ കീറിയ ബനിയനുമാണ് വേഷം. പക്കോടയുണ്ടാക്കുന്ന തിരക്കിലാണാ പയ്യൻ. വലിയൊരു ചട്ടി അടുപ്പിന്മേൽ വച്ച് കമഴ്ന്ന് കിടന്ന് തീ ഊതുന്നു. പതിനൊന്നു വയസ്സു തോന്നിക്കുന്ന ഒരു പെൺകുട്ടിയും പത്തു വയസ്സുകാരൻ ആൺകുട്ടിയും സമീപത്തുതന്നെ ഉണ്ട്. മൂവരും കറുത്തിട്ടാണ്. കുട്ടികൾ അമ്പരപ്പോടെ ഞങ്ങളെ നോക്കി നിന്നു. ചായക്ക് നിർദ്ദേശം കൊടുത്ത് ഒടിഞ്ഞു വീഴാറായ ബഞ്ചുകളിൽ ഞങ്ങളിരുന്നു. വലിയ തലപ്പാവുകളും ശുഷ്കിച്ചു നീണ്ട ശരീരങ്ങളുമായി ഏതാനും ഗ്രാമീണ വൃദ്ധർ നിലത്തും ബഞ്ചുകളിലുമായി കൂനിക്കൂടിയിരുന്ന് നാട്ടു വർത്തമാനങ്ങളിലേർപ്പെട്ടിരിക്കുന്നു. ഒരേ നിറത്തിലും തരത്തിലുമുള്ള തലപ്പാവുകൾ, അവർ ഒരേ ജാതിയിൽപ്പെട്ടവരാണെന്നതിനു തെളിവാ യി. അവരോളം നീളമുള്ള വടികൾ ഓരോരുത്തർക്കും ഉണ്ട്. ആ വടി അവരുടെ അടയാളങ്ങളാണ്; പക്ഷേ, എന്തിനെ സൂചിപ്പിക്കുന്നുവെന്ന റിയില്ല. ഇത്തരം നിലത്തു കുത്തിയിരിപ്പുകാരെ യാത്രയിലുടനീളം കാണാനാകും.

കടുകെണ്ണയുടെ രൂക്ഷ ഗന്ധം. ഒരു കൊട്ട നിറയെ ചൂടൻ പക്കോട രൂപമെടുത്തു വന്നു. നിർമ്മാണവസ്തുക്കളെന്താണെന്നറിയില്ല എങ്കിലും കൊതി ഞങ്ങളെ തടഞ്ഞില്ല. പക്കോട പ്ലേറ്റിലാക്കി മുന്നിൽ കൊണ്ടു വന്നു നിരത്തിവച്ച പാവാടക്കാരി കുട്ടിയോടു ഞാൻ കുശലം തിരക്കി.

"കുട്ടിയുടെ പേര്"

"സുസ്മിത" പേരു പറഞ്ഞപ്പോഴും മുഖത്തെ അമ്പരപ്പ് മാറിയിരു ന്നില്ല.

"നിന്റെ പേരോ" ഇളയവനോട് ഞാൻ പേര് ചോദിച്ചു. അവനെന്തോ മറുപടി പറഞ്ഞു. ചെറിയ ശബ്ദത്തിലായ കാരണം എനിക്ക് ശ്രദ്ധിക്കാൻ കഴിഞ്ഞില്ല. അവന്റെ ദൈന്യ ഭാവംമാത്രം ഞാനോർക്കുന്നു. പ്രായത്തി നൊത്ത വളർച്ച രണ്ടു കുട്ടികളിലും കാണാനില്ല. പോഷകാഹാരക്കുറ വായിരിക്കും.

"നിങ്ങൾ സ്കൂളിൽ പോകുന്നില്ലേ?"

"പോകണം, ഉച്ചയ്ക്കുശേഷം."

പെൺകുട്ടിയാണതു പറഞ്ഞത്. ഞങ്ങൾക്കിടയിലെ അകലം നേർത്തു. അവരുടെ മുഖത്ത് പുഞ്ചിരിയുടെ ലക്ഷണങ്ങൾ പൂക്കാൻ തുടങ്ങി.

ചായ തിളപ്പിക്കുകയായിരുന്ന ചെറുപ്പക്കാരൻ ഞങ്ങളുടെ സംഭാ ഷണം ശ്രദ്ധിക്കുകയായിരുന്നു. അവനും എന്തൊക്കെയോ പറയാനുണ്ട് എന്ന് മുഖഭാവത്തിൽനിന്നും ഞാൻ വായിച്ചെടുത്തു.

മൂന്നു സഹോദരങ്ങൾ. മാതാപിതാക്കൾ അപകടത്തിൽ മരിച്ചുപോ യിട്ട് അഞ്ച് വർഷമായി. അന്നു നിർത്തിയതാണ് മൂത്തയാളിന്റെ വിദ്യാ

ഭ്യാസം. പറക്കമുറ്റാത്ത ഇളയ സഹോദരങ്ങളെ പോറ്റാനും പഠിപ്പിക്കാനുമായി സ്വന്തം ജീവിതം ഉഴിഞ്ഞുവച്ചു തുടങ്ങിയതാണ് ചായ, പക്കോട കച്ചവടം. വെറും പതിമൂന്നാം വയസ്സിൽ കുടുംബഭാരമേറ്റെടുക്കാൻ വിധിക്കപ്പെട്ടവൻ. തെരുവോരത്ത് വലിച്ചുകെട്ടിയ വിലകുറഞ്ഞ പ്ലാസ്റ്റിക് ഷീറ്റിനുള്ളിൽ ചെറിയ ജീവിതം കരുപ്പിടിപ്പിക്കുകയാണാ പാവം ചെറുപ്പക്കാരൻ. സ്കൂൾ അവധി ദിവസങ്ങളിൽ ജ്യേഷ്ഠനെ കച്ചവടത്തിൽ സഹായിക്കാൻ കുരുന്നു സഹോദരങ്ങളും ഒപ്പം കൂടുന്നു.

"സർക്കാർ സ്കൂളാണ്, ഉച്ചയ്ക്കുശേഷം പോയാൽ മതിയാകും." സഹോദരങ്ങളെച്ചൂണ്ടി ചെറുപ്പക്കാരൻ പറഞ്ഞു. അയഞ്ഞ കുപ്പായത്തിനുള്ളിൽ ആ കുഞ്ഞു പയ്യന്റെ വാരിയെല്ലുകൾ പുറത്തേക്കുന്തി നില്ക്കുന്നു. പരിക്ഷീണമായ മുഖത്ത് നാണം കലർന്ന ചിരി തെളിഞ്ഞു.

മുളം ചീളികൾ ചേർത്തുവച്ചു കെട്ടിയ മാടക്കടയ്ക്ക് പഴകിയ സാരി കൊണ്ടൊരു സീലിങ്. അവരുടെ അമ്മ ഉപയോഗിച്ചിരുന്ന സാരിയായിരിക്കാമത്. അമ്മയെ ഓർക്കാൻ, സാന്നിദ്ധ്യം സങ്കല്പിക്കാൻ, ആ സാരിക്കഷണം പ്രയോജനപ്പെടുമായിരിക്കും.

പലക ചേർത്തു വരിഞ്ഞു കെട്ടിയ ഭിത്തിയിൽ ഘനഗാംഭീര്യ ഭാവത്തോടെ ഒരു തടിയൻ താടിക്കാരൻ സന്ന്യാസിയുടെ വലിയ പോസ്റ്റർ ഒട്ടിച്ചിരിക്കുന്നു. ആ പോസ്റ്ററിനു ചുവട്ടിൽ എഴുതിയിരുന്ന പേര് ഞാനോർക്കുന്നു, "ആശാറാം ബാബു." ഇപ്പോൾ പീഡനക്കേസിൽ നിയമ നടപടി നേരിടുന്ന വൃദ്ധ സന്ന്യാസി.

പെൺകുട്ടിയുടെ കറുത്തു മെലിഞ്ഞ കൈകളാൽ നീട്ടിയ ചായ ഞാൻ വാങ്ങി. ഹൃദയത്തിലെവിടെയോ നൊമ്പരങ്ങൾ കുറിച്ചിടാൻ വേണ്ടിയാണോ ഇവിടെനിന്നും ചായ കഴിക്കാൻ തോന്നിയത്?

എന്റെ പോക്കറ്റിലുണ്ടായിരുന്ന രണ്ടു പേനകൾ അവർക്കു സമ്മാനിച്ചപ്പോൾ അവർ വാങ്ങാനറച്ചു. വീണ്ടും നിർബ്ബന്ധിച്ചപ്പോഴാണവരുടെ ഭയം മാറിയത്. വാഹനത്തിലേക്ക് ഞാൻ നടക്കവെ പിന്തിരിഞ്ഞു നോക്കി. സഹോദരങ്ങളിരുവരും തങ്ങൾക്കു ലഭിച്ച സമ്മാനത്തിന്റെ സൗന്ദര്യം ആസ്വദിച്ചു നില്ക്കുന്ന ചിത്രം ഇന്നെന്നപോലെ ഞാനോർക്കുന്നു.

വൈശാലിയിൽനിന്ന് നാലു കിലോമീറ്റർ മാറി കുടകരസാല എന്ന ഗ്രാമത്തിലാണ് ശ്രീബുദ്ധൻ സാധാരണയായി തങ്ങിയിരുന്നത്. ഇതിനടുത്ത് കപാലചൈത്യത്തിൽ വച്ചാണ് അദ്ദേഹം തന്റെ മഹാപരിനിർവ്വാണത്തെപ്പറ്റി ആനന്ദന് സൂചന നല്കിയത്, പ്രസ്താവനയ്ക്കുശേഷം അദ്ദേഹം ഭന്ദഗാമയിലേക്ക് യാത്ര തിരിച്ചു.

അഭിഷേക് പുഷ്കരിണിക്ക് തെക്കുഭാഗത്തുള്ള വിശ്വശാന്തി സ്തൂപത്തിലേക്ക് നടന്നു. പഗോഡകൾ സംരക്ഷിക്കുന്ന കാര്യത്തിൽ ബുദ്ധസന്ന്യാസികൾ ചെലുത്തുന്ന ശ്രദ്ധ പ്രശംസനീയമാണ്. ഞങ്ങളെക്കൂടാതെ വളരെക്കുറച്ചു പേരേ സന്ദർശകരായുള്ളൂ. അവർ ബുദ്ധമത വിശ്വാസികളായിരിക്കണം. വിനോദ സഞ്ചാരത്തിനെത്തുന്നവർ വിരളമെന്നർത്ഥം.

വിശ്വാസത്തിന്റെ പിൻബലത്തോടെ സംഘങ്ങളായെത്തുന്നവർ അനുഷ്ഠാന കർമ്മങ്ങൾ നിർവ്വഹിച്ചു മടങ്ങിപ്പോകുന്നു. പഗോഡകൾക്കെല്ലാം നിശ്ചിത നിറവും രൂപവുമാണല്ലോ. ഏതു കോണിൽ നിന്നു വീക്ഷിച്ചാലും ഒരേപോലെ തോന്നും. ബോധിസത്വപ്രതിമകൾ സ്വർണ്ണ നിറത്തിലാണ്. ജപ്പാൻ ഗവൺമെന്റുമായുള്ള സംയുക്ത സംരംഭമായ ബുദ്ധ വിഹാർ സൊസൈറ്റിയാണ് ഈ പഗോഡയും നിർമ്മിച്ചിരിക്കുന്നത്.

1969 ൽ പുരാവസ്തു പര്യവേക്ഷക സംഘം ഖനനം ചെയ്ത് പുറത്തെടുത്ത ബുദ്ധസ്തൂപങ്ങൾക്കും ഒരേ രൂപവും ഘടനയുമാണ്. കഷ്ടിച്ച് നാലടി മാത്രം ബാഹ്യ ലോകത്തേക്ക് എഴുന്നുനില്ക്കുന്ന ചെറിയ നിർമ്മിതികൾ. ചുട്ടെടുത്ത ഇഷ്ടികയുടെ ധാരാളിത്തം ഇവിടെയും കണ്ടു. ശ്രീബുദ്ധന്റെ ഭൗതികാവശിഷ്ടം അടക്കംചെയ്തിരുന്ന കല്ലുപേടകം ഇവിടെനിന്നും ലഭിച്ചിരുന്നു.

സിദ്ധാർത്ഥന് രാമപുത്ത ഉദ്രകന്റെയും അലാഡ കലാമയുടെയും കീഴിൽ പഠനം തൃപ്തിയായില്ല. അദ്ദേഹം വൈശാലിയിൽനിന്ന് ഗിരിവ്യജത്തിലേക്ക് പോയി. ജ്ഞാനലബ്ധിക്കുശേഷമാണ് വൈശാലിയിൽ വീണ്ടുമെത്തിയത്.

വൈശാലി ജില്ലാ ആസ്ഥാനമായ ഹാജിപ്പൂരിലേക്ക് 35 കിലോമീറ്റർ ദൂരമുണ്ട്. പഴം ഉല്പന്നങ്ങൾക്ക് പ്രസിദ്ധമാണ് ഹാജിപ്പൂർ. (ഏറ്റവും വലിയ ഭൂരിപക്ഷത്തിൽ പാർലമെന്റംഗമായി തിരഞ്ഞെടുക്കപ്പെട്ട ശ്രീരാം വിലാസ് പസ്വാന് ഗിന്നസ് ബുക്കിൽ ഇടം നേടിക്കൊടുത്ത മണ്ഡലമാണ് ഹാജിപ്പൂർ). മുസാഫർപുർ, പാറ്റ്ന, സമസ്തിപ്പൂർ, സരൺ എന്നീ ജില്ലകൾക്കിടയിൽ ഉള്ള ഹാജിപ്പൂരിന് 15 കിലോമീറ്റർ മാത്രം ദൂരത്താണ് പാറ്റ്ന. ശ്രീബുദ്ധന്റെ കാലത്ത് 'ഉക്കകല' എന്ന ഗ്രാമമായിരുന്നു ഇത്; ഗംഗ കടന്നെത്തുമ്പോഴുള്ള ഗ്രാമം. ഇവിടെവച്ചാണ് ബുദ്ധൻ 'കുലഗോപാലക സൂക്തം' ഉപദേശിച്ചത്. ബുദ്ധനോടൊപ്പം നീണ്ട 20 വർഷക്കാലം നിഴൽപോലെ നടന്നിരുന്ന പ്രിയശിഷ്യൻ അനന്ത പിണ്ഠകന്റെ ഭൗതികാവശിഷ്ടം ഇവിടെ നിമജ്ജനം ചെയ്തിട്ടുണ്ട്. ഹാജിപ്പൂരിന് പടിഞ്ഞാറായി 'നാരായണി ഗന്ധകി' നദിയും തെക്കു ഭാഗത്തുകൂടി ഗംഗയും ഒഴുകുന്നു. നേപ്പാൾ ടിബറ്റതിർത്തിയിൽ ധവളഗിരിയിൽ നിന്നുത്ഭവിച്ച് തെക്കു കിഴക്കായൊഴുകി വടക്കൻ ബീഹാറിലെത്തുന്ന ഗന്ധകിക്ക് നേപ്പാളിൽ 'കാളി' എന്നാണ് പേര്. എപ്പോഴും ജലസമൃദ്ധം. ഹാജിപ്പൂരിനടുത്ത് ചൗഹട്ടയിലാണത്രേ അമ്രപാലി ജീവിച്ചിരുന്നത്.

ലാൽ ഗഞ്ചിലൂടെ ഞങ്ങൾ ഹാജിപ്പൂരിലെത്തി. ചൂടിന്റെ തീക്ഷ്ണത കാരണം വാഹനത്തിനു പുറത്തിറങ്ങാൻ മനസ്സനുവദിച്ചില്ല. ദേശീയപാതയ്ക്കു വേണ്ട വീതി വിസ്താരമൊക്കെയുണ്ടെങ്കിലും ചീറിപ്പാഞ്ഞിരുന്ന വാഹനങ്ങൾക്ക് റോഡ് അപര്യാപ്തമായി.

കക്കിടി എന്ന വെള്ളരി പച്ചയ്ക്കു തിന്നാൻ മോഹം. ചൂടു കാലാവസ്ഥയിൽ വലിയ ഡിമാന്റാണതിന്. നീർക്കോലി രൂപത്തിൽ നീണ്ടു മെലിഞ്ഞു വളഞ്ഞ ഈ പച്ചക്കറിക്ക് ജലാംശം കൂടുതലാണ്, നല്ല സ്വാദു

മാണ്. വിലക്കൂടുതലാണെന്നറിഞ്ഞിട്ടും പൊരിവെയിലത്ത് കച്ചവടത്തിനായി കറങ്ങിനടന്നിരുന്ന വൃദ്ധയുടെ ദൈന്യഭാവത്തിനു മുന്നിൽ വിലക്കൂടുതൽ വിസ്മരിക്കപ്പെട്ടു.

സൂര്യൻ കർക്കശ ഭാവത്തിന് അയവു കൊടുത്തില്ല. മിനറൽ ജലം അകത്തു ചെല്ലുംമുമ്പേ വിയർപ്പായി പുറത്തേക്ക് എഴുന്നള്ളുന്നു. ഒരു തരത്തിൽ റീസൈക്ലിങ്. ഓറഞ്ച്, ആപ്പിൾ, വാഴപ്പഴം തുടങ്ങിയവ കൺവയർ ബൽറ്റിലൂടെന്നപോലെ അന്നനാളം വഴി ഇറങ്ങിക്കൊണ്ടിരുന്നു. ഹാജിപ്പൂർ പട്ടണത്തിൽ വാണിജ്യ സ്ഥാപനങ്ങൾക്ക് പഞ്ഞമില്ല. ഹാജിപ്പൂരും പാറ്റ്നയും ചേർത്ത് 'വിശാല പാറ്റ്ന' എന്ന ആശയം സർക്കാരിന്റെ പദ്ധതിയിലുണ്ടെന്ന് രൂപേഷ് പറഞ്ഞു. മദ്ധ്യവർഗ്ഗക്കാരാണ് ഹാജിപ്പൂരിൽ കൂടുതൽ പേരും. 'ഹാജി ഇല്യാസ് ഷാ' എന്ന ഒരു ബംഗാൾ രാജാവ് ഇവിടം ഭരിച്ചിരുന്നുവെന്നും അങ്ങനെയാണ് ഹാജിപ്പൂർ നഗരമുണ്ടായതെന്നും പറയപ്പെടുന്നു. അതിനു സൂചകമായ ഒരു ചുവപ്പു മൺകല്ലു കോട്ട ഒരു കുന്നിനു മുകളിൽ കാണാം.

നഗര ഹൃദയഭാഗത്തു കണ്ട 'മോത്തി ധാബ' ക്കു മുന്നിൽ ട്രാവ്ലറിന് പാർക്കു ചെയ്യാൻ സൗകര്യമുണ്ടായിരുന്നു. വാഹനമോടിച്ചെത്തുന്ന ഡ്രൈവർമാർക്കും യാത്രക്കാർക്കും ദേശീയ പാതയോരങ്ങളിൽ അഹോരാത്രം പ്രവർത്തിക്കുന്ന ധാബകൾ വലിയ ഒരനുഗ്രഹമാണ്. വിശ്രമമില്ലാതെ ദീർഘ ദൂരം സഞ്ചരിച്ചു വരുന്ന ഡ്രൈവർമാർക്ക് പ്രഭാത കർമ്മങ്ങൾ നിർവ്വഹിക്കാനുള്ള സൗകര്യവും ധാബകളൊരുക്കുന്നു. തട്ടുകടപോലെ തട്ടിക്കൂട്ടിയ ധാബകളിൽ എല്ലാ വിഭവങ്ങളും ലഭ്യമായിരിക്കും. ഇവിടെ ഹാജിപ്പൂർ നഗരമദ്ധ്യത്ത് ധാബക്കെന്താണ് പ്രസക്തി? ഉള്ളിലേക്ക് കടന്നപ്പോഴാണ് മനസ്സിലായത് 'മോത്തി'യോട് ധാബ ഒട്ടിനില്ക്കുന്നത് വെറും ഭംഗിക്ക്; എല്ലാംകൊണ്ടും ഒരു അടിപൊളി റസ്റ്റോറന്റായിരുന്നു മോത്തി ധാബ.

നല്ല തിരക്കുണ്ടായിരുന്നുവെങ്കിലും ധാബ ജീവനക്കാർ ഫാക്ടറിയിലെന്നപോലെ ഓടിനടന്ന് ജോലി ചെയ്തു. ഞങ്ങൾ എന്നുമെന്നപോലെ 'താലി' ആവശ്യപ്പെട്ടു. ചോറും റൊട്ടിയും തൈരും അച്ചാറും ഉറപ്പ്. ഉരുളക്കിഴങ്ങ് ചെറുവിരൽ ഘനത്തിൽ അരിഞ്ഞ് വറുത്തതാണ് താലിയിലെ സ്പെഷ്യൽ ഇനം. അത് അളവില്ലാതെ വാരിയിടുന്നുണ്ടായിരുന്നു. തൊട്ടുമുന്നിൽ ഭീമൻ ഇരുമ്പു ചട്ടിയിൽ തിളച്ചുമറിയുന്ന കടുകെണ്ണയുടെ രൂക്ഷഗന്ധത്തിനൊപ്പം താണ്ഡവമാടിയ ഈച്ചക്കൂട്ടം റസ്റ്റോറന്റിൽ നിന്നെത്രയും വേഗം പുറത്തുകടക്കാൻ ഞങ്ങളെ നിർബ്ബന്ധിതരാക്കി.

ഹാജിപ്പൂർ വിടുമ്പോൾ സമയം ഒന്നുമുപ്പത്. ഇനി എൺപത്തിയാറ് കിലോമീറ്റർ ഓടിയാൽ നളന്ദയിലെത്താം.

ലോകത്തിലെ നീളം കൂടിയ പാലങ്ങളിലൊന്നായ മഹാത്മാഗാന്ധി സേതുവിന് ഗംഗാ സേതുവെന്നും പേരുണ്ട്. ഹാജിപ്പൂരിലെ ആലംഗഞ്ചിൽ നിന്നാരംഭിക്കുന്ന ഈ പാലത്തിന് 5575 മീറ്റർ നീളം. വടക്കേയറ്റം ഹാജിപ്പൂരിലും തെക്കേയറ്റം പാറ്റ്നയിലുമായി ഇരു ജില്ലകളെയും ബന്ധിപ്പി

ച്ചിരിക്കുന്ന ഈ സേതുവിന് നെടുകെ ഡിവൈഡറും ഇരുവശത്തും നടപ്പാതകളും ഉണ്ട്. പാലത്തിൽ പ്രവേശിക്കാൻ ഊഴം കാത്തുനിന്നിരുന്ന വാഹനങ്ങളുടെ നീണ്ട നിര കണ്ട് ഞങ്ങൾ ഭയന്നു. ഒന്നിനു പിറകിലൊന്നായി വാഹനങ്ങളെ നിയന്ത്രിച്ചുവിടാൻ പൊലീസിന്റെ ശക്തമായ ഇടപെടലുകൾ നടക്കുന്നു. ചില അവസരങ്ങളിൽ ദിവസങ്ങളോളം കുരുക്കുകളിൽ അകപ്പെട്ടിട്ടുള്ള തനിക്ക് ഈ ഉമ്മാക്കി ഒരു ചുക്കുമല്ല എന്ന് സ്റ്റിയറിങ് തിരിച്ചുകൊണ്ട് രാജ പറഞ്ഞു.

ഗംഗയ്ക്കു മുകളിലൂടെയുള്ള യാത്രയുടെ ഹരം നുകരാൻ ചില്ലുവാതിലുകൾ തുറന്നിട്ട് ഞാനിരുന്നു. സമുദ്രംപോലെ മറുകര കാണാനാകാത്ത ഗംഗയെ പ്രതീക്ഷിച്ച എനിക്കു തെറ്റി. ഭാരതപ്പുഴയെ അനുസ്മരിക്കുംവിധം മണൽത്തിട്ടകളായിരുന്നു പല ഭാഗത്തും. മണൽത്തുരുത്തുകൾ എന്നെ നിരാശപ്പെടുത്തി.

9

നളന്ദ അഥവാ നാളന്ദ

പുരാതന ഇന്ത്യയിലെ അതിപുരാതന സർവ്വകലാശാലകളാണ് നളന്ദയും തക്ഷശിലയും. വിശ്വ വിദ്യാലയം ആദ്യമായി സ്ഥാപിക്കപ്പെട്ടത് തക്ഷശിലയിലായിരിക്കണം. നമ്യ മഹർഷിയുടെ ഗുരുകുലമാണ് തക്ഷശില. ശ്രീബുദ്ധന്റെ സമകാലികനായിരുന്ന പ്രസേനജിത്തും ബിംബിസാരന്റെ കൊട്ടാരത്തിലെ പ്രശസ്ത വൈദ്യ ശാസ്ത്രജ്ഞൻ

നളന്ദ വിശ്വ വിദ്യാലയം

ജീവകനും തക്ഷശിലയിൽ സഹപാഠികളായിരുന്നു. (ജീവകൻ ശസ്ത്ര ക്രിയയിലും ബാല ചികിത്സയിലും വിദഗ്ദ്ധനായിരുന്നു) ക്രിസ്തുവിന് പിമ്പ് അഞ്ചാം നൂറ്റാണ്ടുവരെ തക്ഷശില നിലനിന്നിരുന്നു. പഞ്ചാബ് പ്രവിശ്യയിൽപ്പെട്ട തക്ഷശില, വിഭജനത്തോടെ പാകിസ്ഥാനിലായി. ബുദ്ധനും മഹാവീരനും നളന്ദയിൽ സന്ദർശനം നടത്തിയിട്ടുണ്ട്. നളന്ദ യിലെ പാവരിക്ക എന്ന മാന്തോപ്പിൽ പല കുറി തങ്ങിയിട്ടുണ്ട്. ആയതി നാൽ നളന്ദ വിശ്വവിദ്യാലയം ബുദ്ധനു മുമ്പേ നിലവിൽ വന്നിരിക്കണ മെന്നു വേണം കരുതാൻ. ഇത് നിർമ്മിതമായത് ഗുപ്തകാലഘട്ടത്തി ലാണെന്നും ചക്രാദിത്യ ഗുപ്തനാണെന്നും വാദങ്ങളുണ്ട്, അതിനും ആധികാരിക രേഖകളില്ല. എന്നാൽ ഈ പ്രാചീന പ്രതിഭാസത്തിന്റെ സർവ്വനാശം സംഭവിച്ചതിന് ചരിത്രരേഖകളുണ്ട്. അലാവുദ്ദീൻ ഖിൽജി യുടെ ഭാഗിനേയൻ ബക്തിയാർ ഖിൽജിയുടെ നേതൃത്വത്തിൽ നളന്ദ ആക്രമിച്ചതിന് രേഖകളുണ്ട്. ആയിരക്കണക്കിന് ബൗദ്ധ, ഹൈന്ദവ സന്ന്യാസിമാരെ അഗ്നിയിലെറിഞ്ഞും ശിരച്ഛേദം ചെയ്തും വധിച്ചതിന് രേഖകളുണ്ട്. ലക്ഷക്കണക്കിന് ഗ്രന്ഥങ്ങൾ ചുട്ടു ചാമ്പലാക്കിയതിനും ഭക്ഷണം പാകം ചെയ്യാനുള്ള ഇന്ധനമാക്കിയതിനും രേഖകളുണ്ട്. മൂന്നു മാസക്കാലം വേണ്ടിവന്നു; അതിവിശിഷ്ടവും വിപുലവുമായ ഗ്രന്ഥപ്ര മാണങ്ങൾ കത്തിച്ചാമ്പലാകാൻ. ആ പുകപടലം ആകാശത്തെ അന്ധ കാരമയമാക്കി.

ഏഴാം നൂറ്റാണ്ടിൽ ഭാരതം സന്ദർശിച്ച ഹു ൻ സാങ് ആണ് നള ന്ദയെ സംബന്ധിച്ചുള്ള വിവരങ്ങൾ കുറിച്ചിട്ടത്. ആ കുറിപ്പുകളാണ് നളന്ദ എന്ന വിസ്മയത്തെ ചികഞ്ഞ് പുറത്തിടാൻ ഹേതുവായത്. ഹു ൻ സാങ് സഞ്ചാരി എന്നതിലുപരി നളന്ദ വിശ്വവിദ്യാലയത്തിലെ വിദ്യാർത്ഥിയാ യിരുന്നു; അദ്ധ്യാപകനുമായിരുന്നു. വേദ, മത പഠനങ്ങൾക്കു പുറമേ തർക്കം, ന്യായം, വ്യാകരണം, സാഹിത്യം, ജ്യോതിശാസ്ത്രം, ശാരീ രിക പഠനം, ആരോഗ്യ ശാസ്ത്രം, വൈദ്യശാസ്ത്രം, ലോഹശാസ്ത്രം, ശില്പകല തുടങ്ങിയവയും പഠന വിഷയങ്ങളായിരുന്നു. ഹർഷവർദ്ധ ന, ധർമ്മപാല, വസുബന്ധു, ശീലഭദ്ര, ധർമ്മകീർത്തി, ആര്യദേവ, നാഗാർജ്ജുന, പത്മസംഭവ തുടങ്ങിയ പ്രശസ്തർ നളന്ദയിൽനിന്ന് ഉപ രിപഠനം നേടിയവരാണ്. ഗ്രീസ്, റോം, ചൈന, സുമാത്ര, ജാവ, ജപ്പാൻ, പേർഷ്യ എന്നീ രാജ്യങ്ങളിൽനിന്ന് നിരവധി ജ്ഞാനാർത്ഥികൾ നളന്ദ യിൽ എത്തിയിരുന്നു. പതിനായിരത്തിൽപ്പരം വിദ്യാർത്ഥികളും ആയി രത്തി അഞ്ഞൂറിൽപ്പരം അദ്ധ്യാപകരും ഒരേ സമയം ഈ ഗുരുകുലവി ശ്വവിദ്യാലയത്തിൽ (International Residential University) പാർത്തിരു ന്നു. ബുദ്ധ തത്ത്വസംഹിതകളും സൂക്തങ്ങളും പഠിക്കുന്നതിനു മാത്രം വിദേശരാജ്യങ്ങളിൽ നിന്നെത്തിയ വിശ്വാസികൾ കുറവല്ല.

നളന്ദയ്ക്ക് നാഗ എന്ന പേര് ഉണ്ടായിരുന്നുവത്രെ. പൂർവ്വനാമം 'ബർഗോൺ' എന്ന് പ്രൊഫസർ പി വി ബാറ്റ് തന്റെ *2500 years of Buddhism* എന്ന ഗ്രന്ഥത്തിൽ എഴുതിയിരിക്കുന്നു. ബർഗോൺ എന്ന

പേരിൽ നളന്ദയ്ക്കടുത്തൊരു ഗ്രാമം ഇന്നും ഉണ്ട്. മേഘങ്ങൾക്കും മേലേ ഉയർന്നു നിന്നിരുന്ന ഗോപുരങ്ങൾ, രമ്യഹർമ്മ്യങ്ങൾ, അവയ്ക്കു മുകളിൽനിന്ന് ജ്യോതിർ ഗോളങ്ങളെ നിരീക്ഷിച്ചിരുന്ന ശാസ്ത്രപണ്ഡിതർ, ധ്യാന കേന്ദ്രങ്ങൾ, പ്രഭാഷണചത്വരങ്ങൾ, തടാകങ്ങൾ, ഉദ്യാനങ്ങൾ. ഒമ്പതു നിലകളിലായി പ്രവർത്തിച്ചിരുന്ന ഗ്രന്ഥശാലയ്ക്ക് ധർമ്മഗംഗ എന്നു പേര്. രത്നസാഗര, രത്നദാധി, രത്ന രൻജക എന്നീ പേരുകളിലറിയപ്പെട്ടിരുന്ന വലിയ മാളികകൾ അമൂല്യഗ്രന്ഥങ്ങളുടെ അപൂർവ്വ ശേഖരത്തിനുള്ളതായിരുന്നു. സൂര്യപ്രകാശം ആഗിരണംചെയ്ത് സദാ പ്രകാശമാനമാക്കിയിരുന്നുവത്രേ. വ്യാസമഹാഭാരത്തിന്റെ പത്തിരട്ടി വലുപ്പമുള്ള ഗ്രന്ഥങ്ങൾ ഉൾപ്പെടെ ലക്ഷത്തിൽപ്പരം ഗ്രന്ഥങ്ങൾ. യീജിങ് എന്ന ചീനൻ എ ഡി 673 ൽ ബുദ്ധമത പഠനത്തിനെത്തുമ്പോൾ എട്ടു കലാശാലകളും മുന്നൂറു ക്ലാസ് മുറികളും ഉണ്ടായിരുന്നുവെന്ന് രേഖപ്പെടുത്തിയിട്ടുണ്ട്.

പാല വംശ ഭരണകാലത്ത് ധാരാളം ബുദ്ധവിഹാരങ്ങൾ നളന്ദയിൽ നിലനിന്നിരുന്നുവെന്ന് ടിബറ്റിൽ നിന്നുള്ള രേഖകൾ സാക്ഷ്യപ്പെടുത്തുന്നു. വിക്രമശില, നളന്ദ, സോമപുര, ഓടന്തപുര, ജഗ്ഗദല എന്നീ അഞ്ചു മഹാവിഹാരങ്ങൾ; നിരവധി രാജാക്കന്മാരും ചക്രവർത്തിമാരും നല്കിയ സംഭാവനകളാണവ. അവർ വിഹാരങ്ങളും ചൈത്യങ്ങളും നിർമ്മിച്ചു. കനൗജിലെ ഹർഷവർദ്ധനൻ, മഗധയിലെ കുമാര ഗുപ്തൻ തുടങ്ങിയവർ നളന്ദയെ വികസിപ്പിച്ചവരിൽ പ്രമുഖരാണ്. ജിനൻ 14 മഴക്കാലങ്ങൾ ഇവിടെ വസിച്ചിരുന്നു. ബുദ്ധന്റെ പ്രിയ ശിഷ്യൻ 'സാരിപുത്തൻ' ജനിച്ചത് നളന്ദയിലാണ്. മഹായാന ബുദ്ധവിഭാഗത്തിന്റെ ശ്രേഷ്ഠനായ നാഗാർജ്ജുനനും അദ്ദേഹത്തിന്റെ ഗുരു രാഹുല ഭദ്രനും നളന്ദയിലാണ് ജീവിച്ചിരുന്നത്. ക്രിസ്തുവിന് പിമ്പ് 150 ലാണ് നാഗാർജ്ജുനന്റെ ജനനം. അദ്ദേഹം നളന്ദ വിദ്യാപീഠത്തിൽ അദ്ധ്യാപകനുമായിരുന്നു.

ഹു ൻ സാങ് അതിപ്രശസ്തനായ വിദ്യാർത്ഥിയായിരുന്നതിനാൽ 'മോക്ഷ ദേവ' എന്ന കീർത്തിപട്ടത്തിനർഹനായി. നളന്ദയിൽ ഒരു വിദ്യാർത്ഥിയായി പ്രവേശനം ലഭിക്കുക അത്യന്തം ദുഷ്കരമാണെന്ന് അദ്ദേഹം രേഖപ്പെടുത്തുന്നു. പ്രവേശന കവാടങ്ങളിൽത്തന്നെ ശാസ്ത്ര വിഷയങ്ങളിലുള്ള പരിജ്ഞാനം പരീക്ഷിക്കപ്പെട്ട് വൈതരണികൾ ഒന്നൊന്നായി തരണം ചെയ്തശേഷം മാത്രം അവസരം നല്കുകയും ചെയ്യുന്നു. പഠനത്തിന് നിശ്ചിത ദൈർഘ്യം കല്പിച്ചിരുന്നില്ല; വാദപ്രതിവാദങ്ങളിലൂടെ ബുദ്ധിയും അറിവും വികസിപ്പിക്കുന്ന സമ്പ്രദായമായിരുന്നു. വിശ്വവിദ്യാലയത്തിലെ അച്ചടക്കത്തെക്കുറിച്ചും ഹു ൻ സാങ്ങിനു പറയാനുണ്ട്. നിയമങ്ങൾ കർശനമായി പാലിക്കപ്പെടുന്നതിന് ബലപ്രയോഗം ആവശ്യമായിരുന്നില്ല. വ്യാളീരൂപം കൊത്തിയ മുഖപ്പുകളോടെ നാലു നിലകളിൽ രത്നഖചിതമായ തൂണുകളിൽ ഓടുമേഞ്ഞ ആയിരം നിറങ്ങളിൽ നളന്ദ വിദ്യാപീഠം പ്രശോഭിതമായിരുന്നുവത്രേ.

നളന്ദ മൂന്നു തവണ ആക്രമിക്കപ്പെട്ടു, ആദ്യ രണ്ടു തവണയും പുനർനിർമ്മിക്കപ്പെട്ടു. അവസാനത്തെ ഭരണാധികാരി ശാക്യശ്രീഭദ്ര ടിബറ്റിലേക്ക് രക്ഷപ്പെട്ടുവെന്ന് പേർഷ്യൻ ചരിത്രകാരൻ മിൻഹാജി സിറാബ് രേഖപ്പെടുത്തുന്നു.

ടിബറ്റിൽനിന്നുമെത്തിയ ചാഗ്ലോത്സാ (1197-1264) 1235 ൽ നളന്ദ സന്ദർശിച്ചപ്പോൾ രാഹുല ശ്രീഭദ്ര എന്ന 90 കാരൻ സന്ന്യാസി 70 വിദ്യാർത്ഥികൾക്ക് അദ്ധ്യാപനം ചെയ്യുന്നത് കണ്ടുവത്രേ.

ഹു ൻ സാങ് രേഖകൾക്കനുസൃതമായി ഒന്നര ലക്ഷം ചതുരശ്ര മീറ്റർ സ്ഥലം ഖനനം ചെയ്തു. അതായത് പഴയ നളന്ദയുടെ തൊണ്ണൂറ് ശതമാനം. ഇപ്പോൾ ഈ പ്രദേശം ജനവാസരഹിതമാണ്; ഏറ്റവുമടുത്ത ഗ്രാമം 'ബാർഗാം'.

നളന്ദ ജില്ലയിലേക്ക് സ്വാഗതമർപ്പിച്ചുകൊണ്ടുള്ള സൈൻ ബോർഡുകൾ ദൃശ്യമായി. വളഞ്ഞുപുളഞ്ഞു പോകുന്ന റോഡിനിരുവശവും നിബിഡമായ വൃക്ഷങ്ങൾമാത്രം, ആൾപ്പാർപ്പില്ലാത്ത മേഖലയെന്ന് സൂചിപ്പിച്ചു. നളന്ദ റെയിൽവേ സ്റ്റേഷനിലേക്കുള്ള വഴി, തുടർന്ന് ഒരു വിഹാര സദൃശമായ മന്ദിരവും. മന്ദിരത്തിനു മുന്നിലെ പ്രവേശന കവാടത്തിൽ "ദിഗംബർ ജൈൻ അതിശയ ക്ഷേത്ര, കുണ്ടളാപ്പുർ" എന്നു കണ്ടു. മഹാവീര ജൈൻ ജനിച്ചത്, ജീവിച്ചത്, തപസ്സു ചെയ്തത് (ഗർഭ, ജന്മ, തപ കല്യാണക) ഇവിടെയായിരുന്നുവെന്ന് സാക്ഷ്യപ്പെടുത്തുന്ന ബോർഡ്.

ട്രാവ്ലർ നളന്ദയുടെ പ്രധാന പ്രവേശന ഭാഗത്തെത്തി. വിജനമായിരുന്ന റോഡിന് പെട്ടെന്ന് ജീവൻ വച്ചു. ട്രാഫിക് തടസ്സമൊന്നും കൂടാതെ ചെന്നുകയറിയത് ചന്തയ്ക്കുള്ളിലോ?

പ്രധാന പാതയ്ക്കു മദ്ധ്യത്തിലൂടെ ഒരുപറ്റം കാലികളെ തെളിച്ചുകൊണ്ട് ഒരാൾ നടന്നുപോകുന്നു; അവയുടെ അലസഗമനത്തിനൊത്ത് ഞങ്ങളും. അപ്പോഴതാ മറ്റൊരു സംഘം മഹിഷികൾ. റോഡിനിരുവശങ്ങളിലും പെട്ടിക്കടകളും വഴിവാണിഭക്കാരും ട്രാവ്ലറെ അനുധാവനം ചെയ്ത് ഒരു ടോംഗയും അതിൽ പത്താൾക്കാരും. ആറുപേർക്കിരിക്കാവുന്ന കൊച്ചു കുതിരവണ്ടിയിൽ പത്തുപേരെ കുത്തിനിറച്ചതുകൊണ്ട് കുതിരയ്ക്ക് കലാസിപ്പണി. ടോംഗയ്ക്കുള്ളിലെ സ്ത്രീജനങ്ങൾ മുഖംമൂടികളെപ്പോലെ തോന്നിച്ചു. ഭുജമോളമെത്തുന്ന വെള്ള വളകൾ ഗോതമ്പു നിറമുള്ള കൈകളെയും കാഴ്ചയിൽ നിന്നു മറയ്ക്കുംവിധമായിരുന്നു. റോഡ് തോന്നിയപാടുപയോഗിക്കുന്നതിനെ വിലക്കാൻ കാര്യക്ഷമമായ ട്രാഫിക് സംവിധാനമില്ല. ആരെയും കൂസാതെ സർവ്വതന്ത്ര സ്വതന്ത്രരായി അലഞ്ഞു നടക്കുകയായിരുന്ന ആടുമാടുകൾക്കും പന്നിക്കൂട്ടങ്ങൾക്കും ഒപ്പം ഞങ്ങളുടെ ട്രാവ്ലറും സ്ലോമോഷനിൽ നീങ്ങി.

വിശ്വവിദ്യാലയത്തിലേക്കുള്ള വാഹനഗമനം പൊലീസ് തടഞ്ഞു. സമയം വൈകുന്നതിൽ ഞങ്ങൾ ദുഃഖിതരായി. വിദ്യാപീഠം ദർശനം സാദ്ധ്യമല്ലാതാകും. വൈകുന്നേരം അഞ്ചുമണിയോടെ പ്രവേശന

കവാടം അടയ്ക്കപ്പെടും. ഗതാഗതക്കുരുക്കിൽപ്പെട്ട് ഗംഗാസേതുവിൽ വ്യർത്ഥമാക്കിയ നാഴികവിനാഴികകൾ എത്രമാത്രം മൂല്യമുള്ളതായിരുന്നുവെന്ന് ഇപ്പോൾ ബോദ്ധ്യമായി. കണക്കുകൂട്ടലുകൾ തെറ്റിയിരിക്കുന്നു.

"ആജ് ആപ്കോ നളന്ദാ വിദ്യാപീഠ് നഹിം ദേഖ് സക്താ"

ഒരു ചെറുപ്പക്കാരൻ ഞങ്ങളെ സമീപിച്ചു പറഞ്ഞു. ഇനി എന്ത്? എന്ന് തീരുമാനിക്കാനാവാതെ വിഷണ്ണരായി പാതയോരത്തു നിന്നിരുന്ന ഞങ്ങളെ ആ ചെറുപ്പക്കാരൻ മനസ്സിലാക്കിയിരിക്കുന്നു. രാജയും സോനുവും ട്രാവ്ലറുമായി എങ്ങോ പോയി; ബാഹ്യ വാഹനങ്ങൾക്ക് പാർക്കു ചെയ്യാനുള്ള ഇടവും തേടി.

"താങ്കൾ നിരാശരാകേണ്ട, എന്റെ ടോംഗയിൽ കയറൂ, ഞാൻ കൊണ്ടുപോയി കാണിക്കാം."

"സമയം കഴിഞ്ഞുവല്ലോ, ഗേറ്റ് അടച്ചുകാണുമല്ലോ."

"അതേ, പക്ഷേ, പുറത്തുനിന്ന് കാണാനുള്ള സൗകര്യം ഞാനൊരുക്കാം, അതാണിവിടെ പതിവ്."

തെല്ലിടവിട്ട് അയാൾ വീണ്ടും നിർബ്ബന്ധിച്ചു. "സൂര്യൻ മറയുന്നതിന് മുമ്പ് എന്റെ ടോംഗയിൽ കയറൂ."

അയാളുടെ ആജ്ഞയും കാത്ത് തല കുമ്പിട്ടുനിന്ന ബാദ്ഷായെ ഞാൻ ശ്രദ്ധിച്ചു. നല്ല ഉയരം കൂടിയ കുതിര, കറുപ്പും വെളുപ്പും ഇടകലർന്ന നിറമുള്ള സുമുഖനായ കുതിര.

"ബാദ്ഷാ" ആ ചെറുപ്പക്കാരൻ വിളിച്ചു. കുതിര തലയുയർത്തിയപ്പോൾ അതിന്റെ സ്വർണ്ണവർണ്ണ കുഞ്ചിരോമങ്ങൾ എഴുന്നുനിന്നു. ബാദ്ഷായ്ക്കൊപ്പം ടോംഗയും അനങ്ങി. പഴയകാല രഥത്തിന്റെ പ്രൗഢിയുണ്ടായിരുന്നു ടോംഗയ്ക്ക്.

"നളന്ദയുടെ ഏകദേശ കാഴ്ചകൾ കാണാൻ ഉള്ളിൽ പോകാതെതന്നെ കഴിയും സാബ്".

തീരുമാനത്തിലെത്താതെ മടിച്ചുനിന്ന എന്നെ അയാൾ പ്രലോഭിച്ചു.

"എന്തു വേണം?"

"ഇരുന്നൂറു രൂപ മാത്രം."

"ഞങ്ങൾ പത്തു പേരുണ്ട്."

"രണ്ടു ടോംഗയെടുക്കാം, നാന്നൂറ്."

"കൂടുതലാണ്."

"ബൈഠിയേ സാബ്."

നിമിഷങ്ങൾക്കുള്ളിൽ രണ്ടാം ടോംഗയുമെത്തി. അതിനെ വലിച്ചു കൊണ്ടുവന്നത് ഒരു പെൺകുതിരയാണ്, നാണം കുണുങ്ങി.

"ഇവളുടെ പേര്" ഞാൻ ആ കുതിരയുടെ തിരുനാമം ആരാഞ്ഞു.

"യേ ഹെ രാധ". സുന്ദരി തലയുയർത്തിയില്ല.

അവൾ ഹിന്ദു. ബാദ്ഷാ ഇസ്ലാമാണ്.

ആറുപേർക്കിരിക്കാവുന്ന ടോംഗയിൽ പത്തുപേരെയെങ്കിലും കുത്തി

നിറച്ച് വലിച്ചുകൊണ്ടോടുന്ന ബാദ്ഷായ്ക്കും രാധയ്ക്കും ആശ്വാസമായിക്കാണണം; ഞങ്ങൾ അഞ്ചുപേർ വീതം രഥങ്ങളിൽ കയറി നൂറു മീറ്റർ ദൂരം മുന്നോട്ടു പോയി, ഇടത്തോട്ട് തിരിഞ്ഞ് തിരക്കൊഴിഞ്ഞ ഭാഗത്ത് വണ്ടി നിന്നു. ലോകമെങ്ങും പുകൾപെറ്റ ഉന്നത വിദ്യാകേന്ദ്രം നിലനിന്നിരുന്ന പുണ്യസ്ഥലം വലംവച്ചാണ് ഞങ്ങൾ വന്നെത്തിയതെന്ന യാഥാർത്ഥ്യം ഉൾക്കൊള്ളാനാകാത്തവിധം വിജനമായ വീഥിയിലൂടെ ചെന്നു കയറിയത് ഒരു കൊച്ചു ക്ഷേത്രത്തിൽ.

"ഇതാണ് കാലാ ബുദ്ധ" (black buddha)

ടോംഗാവാല ഞങ്ങൾക്ക് ബുദ്ധവിഗ്രഹത്തെ പരിചയപ്പെടുത്തി. ഏതോ വീട്ടുവളപ്പിലെ ഒറ്റമുറിക്കെട്ടിടത്തിനുള്ളിലെ സ്വകാര്യ സ്ഥാപനംപോലെ ബ്ലാക് ബുദ്ധക്ഷേത്രം തോന്നിച്ചു. ധ്യാനത്തിലിരിക്കുന്ന ബുദ്ധന്റെ കറുത്ത ശിലാ വിഗ്രഹത്തിൽ മഞ്ഞ വസ്ത്രം ധരിപ്പിച്ചിരിക്കുന്നു. മുന്നിൽ ഒരു ദീപം. മഞ്ഞ ഒറ്റമുണ്ടുടുത്ത് മറ്റൊരു മഞ്ഞപ്പട്ട് മാറാപ്പു ചുറ്റി ഒരു മീശക്കൊമ്പൻ മദ്ധ്യവയസ്കൻ ഞങ്ങളെക്കണ്ടിറങ്ങി വന്ന് എതിരേറ്റു.

"ആയിയേ സാബ് ദർശൻ കറേം."

അയാളുടെ അത്യുത്സാഹം ഞങ്ങളെ സന്തോഷിപ്പിച്ചു.

"ദക്ഷിണ ടാലിയേ" എന്ന് ഒരു അഭ്യർത്ഥന സമീപത്തു കണ്ടു.

കാലാ ബുദ്ധക്ഷേത്ര മതിൽക്കെട്ടിന് സമീപം കണ്ട സിമന്റു ബഞ്ചിനു മുകളിൽ കയറിനിന്നാൽ നളന്ദാ വിദ്യാപീഠത്തിന്റെ വീണ്ടെടുത്ത ഭാഗങ്ങൾ പൂർണ്ണമായല്ലെങ്കിലും കാണാൻ കഴിയും. ചരിഞ്ഞ് കോണാകൃതിയിൽ ഉയരമുള്ള ഒരു കെട്ടിടത്തിന്റെ മേല്ക്കൂര ഒഴിച്ചുള്ള ഭാഗമാണ് തൊട്ടുമുന്നിൽ. പതിനാലു ഹെക്ടർ വിസ്തൃതിയിൽ ഖനനം ചെയ്തു പുറത്തു കൊണ്ടുവന്ന വസ്തുക്കളുടെ മൂക്കും മൂലയും തലയും നഷ്ടപ്പെട്ട മന്ദിരങ്ങൾ വേറെയും പലതും അവിടെയവിടെയായി കാണാം. പലതിനും ചട്ടക്കൂടുകൾ മാത്രം. കൊച്ചു കൊച്ചു ചുവരുകൾ. സഹസ്രാബ്ദങ്ങൾ തന്നെ പിന്നിട്ടാലും ചുട്ടെടുത്ത ഇഷ്ടികയ്ക്ക് ക്ഷതം സംഭവിക്കുന്നില്ല എന്ന് ആ അതിജീവനങ്ങൾ തെളിയിക്കുന്നു. മേല്ക്കൂരയില്ലാത്ത, കുമ്മായത്തിന്റെയോ സിമന്റിന്റെയോ കൂട്ടിയോജിപ്പുകളില്ലാത്ത ഭിത്തികൾ. പല ആകൃതിയിലുള്ള വലിയ തൂണുകൾ, തളങ്ങൾ, മുറികൾ, ഇടനാഴികൾ. അവശിഷ്ടങ്ങൾ കാണിച്ചുതരുന്നത് വാസ്തുശില്പ വൈദഗ്ദ്ധ്യത്തിന്റെ ആഴങ്ങളാണ്. പല മന്ദിരങ്ങളിലും കോണിപ്പടികൾ ധാരാളമായിക്കാണാം. ബോധിസത്വന്റേതെന്നു തോന്നിപ്പിക്കുന്ന വിഗ്രഹങ്ങളും കാണാമായിരുന്നു. ഇരുപതു വർഷങ്ങൾക്കു മുമ്പ് നളന്ദയിൽ കണ്ട ചിതറിയ അവശിഷ്ടങ്ങളുടെ ചിത്രം ഓർമ്മയിൽ തെളിഞ്ഞു. ശക്തമായ മഴ അന്ന് എന്റെ കാഴ്ചകൾക്ക് പ്രതിബന്ധമായി, ഇന്ന് എത്തിച്ചേരാനെടുത്ത കാലതാമസവും.

കണ്ണുകൾക്ക് ചെന്നെത്താവുന്നിടത്തോളം ദൂരം പരതിയതിൽ കാണപ്പെട്ട നിർമ്മിതികളിലേതാണ് ലോജിക് വിഭാഗം, ഏതിലായിരുന്നു

ഊർജ്ജവിഭാഗം, ഏതായിരുന്നു ഗ്രന്ഥപ്പുര, അദ്ധ്യാപകരുടെ വാസസ്ഥലം എവിടെയായിരുന്നു, എവിടെയായിരുന്നു ഭോജനശാല എന്നൊന്നും തിരിച്ചറിയാൻ കഴിയുന്നില്ലല്ലോ എന്ന വ്യഥയോടെ മതിലിന്റെ ഭാഗത്തുനിന്ന് താഴെയിറങ്ങി. ഗുപ്തകാലത്തെ മുദ്രകൾ, നാണയങ്ങൾ, ഗൃഹോപകരണങ്ങൾ തുടങ്ങി ഖനനത്തിലൂടെ പുറത്തെടുക്കപ്പെട്ടവയിൽ സൂര്യമന്ദിർ എന്ന ഹൈന്ദവ ക്ഷേത്രവും പെടും. കാഴ്ചകൾ പങ്കുവയ്ക്കാൻ ഞങ്ങളെക്കൂടാതെ അഞ്ചിൽ താഴെ സന്ദർശകർമാത്രം.

ക്ഷേത്രമുറ്റം വിട്ടിറങ്ങിയപ്പോൾ മീശക്കൊമ്പൻ പൂജാരി വഴി മുടക്കിനിന്നു.

"ദക്ഷിണ ദീജിയേ"

ചുവന്ന സൂര്യൻ നളന്ദയ്ക്കു പിന്നിൽ ഒളിക്കാനൊരുങ്ങുന്നു. ഞങ്ങൾ പുറത്തു കടന്നു. നളന്ദയോളം പഴക്കം അവകാശപ്പെടാവുന്ന ഒരു മരം, ഒരിലപോലും കൂട്ടിനില്ലാതെ ഉണങ്ങി വരണ്ടു നില്ക്കുന്നു; "നിന്റെ ഗതിയും ഇതേ" എന്നു പരിഹസിച്ചുകൊണ്ട്.

ബാദ്ഷായുടെയും രാധയുടെയും വർണ്ണച്ചായം തേച്ച ടോംഗകളിൽ പട്ടുതുണികളുടെ തൊങ്ങലുകൾ ചന്തംകൂട്ടി. ആകാശത്തെ ചെഞ്ചായക്കൂട് ഇരുളിന് വഴി മാറുന്നതിനു മുമ്പ് ഞങ്ങൾ അശ്വരഥങ്ങളിലേറി മ്യൂസിയത്തിലേക്കു തിരിച്ചു. നളന്ദ എന്ന ചരിത്ര വിസ്മയം സ്പർശിച്ചനുഭവിക്കാനവസരം ലഭിക്കാത്തതിലുള്ള നിരാശത ഞങ്ങളിൽ ബാക്കിനിന്നു.

ശ്രീലങ്കൻ ഥേർവാഡാ (ഥേരാ വാദികൾ - സ്ഥിരവാദികൾ) ബുദ്ധവിഭാഗത്തിന്റെ പഠനത്തിനായി ഭിക്ഷു ജഗദീഷ് കശ്യപിനാൽ 1951 ൽ സ്ഥാപിതമായ കേന്ദ്രമാണ് 'നവ നളന്ദാ ബുദ്ധ വിഹാര' - പാലി ബുദ്ധിസ്റ്റ് സ്റ്റഡീസ്.

"ഒരു മ്യൂസിയം, ഒരു ഓഡിറ്റോറിയം. ഓഡിറ്റോറിയത്തിൽ ഫിലിം ഷോയുണ്ട്, നമുക്കങ്ങോട്ടു പോകാം."

ടോംഗാവാല പരിപാടികൾ ചിട്ടപ്പെടുത്തി. "അര കിലോമീറ്റർ തികച്ച് ദൂരമില്ല."

കുതിരകൾ താളാത്മകമായി ഓടി. അഞ്ചു ഏഴും വയസ്സുള്ള രണ്ടു കുട്ടികൾ വണ്ടിക്കു പിന്നാലെ യാചനാ സ്വഭാവവുമായി കൂടി. ഭിക്ഷാസമ്പ്രദായം പരിപോഷിപ്പിക്കാൻ ഇഷ്ടമില്ലാത്തതിനാൽ ഞാൻ വേദനയോടെ തിരിഞ്ഞിരുന്നു.

മ്യൂസിയത്തിൽ കൈയെഴുത്തു പ്രതികളുടെ (Manuscript) വലിയ ശേഖരമുണ്ടെങ്കിലും ആ കൗതുകവും ഞങ്ങൾക്ക് അന്യമായി. മറൂൺ നിറത്തിൽ നീളൻ മേലാപ്പു ചുറ്റിയ നാലു സന്ന്യാസിമാർ ആ വരാന്തയിലിരുന്ന് സഗൗരവ ചർച്ചയിലേർപ്പെട്ടിരിക്കുന്നു. അവർക്കൊപ്പം മൂന്ന് കുട്ടി സന്ന്യാസികളും, "റിമ്പോച്ച"കൾ.

ഓഡിറ്റോറിയത്തിൽ നടക്കുന്ന സിനിമയുടെ ശബ്ദകോലാഹലങ്ങൾ

പുറത്തുനിന്നാലും കേൾക്കാം. നാല്പതു രൂപ നിരക്കിൽ ടിക്കറ്റെടുക്കണം. രാവിലെ 10 മുതൽ ഇടമുറിയാതെയുള്ള പ്രദർശനം. ഞങ്ങളവിടെ എത്തുമ്പോൾ ആറര കഴിഞ്ഞിരുന്നുവെങ്കിലും പ്രവേശനം നിഷേധിച്ചില്ല.

"ജൽദി ആയിയേ, സിനേമാ ശുരു ഹൂവാ"

ഗേറ്റ് കീപ്പർ തിരക്കു കൂട്ടി. 35 എം എം വെള്ളിത്തിരയിൽ ദേവാനന്ദും സ്വപ്ന സുന്ദരി ഹേമമാലിനിയും കൂടി ആടിപ്പാടി നടക്കുന്നു. 'ഓ മേരി രാജാ' എന്ന് നായികയും 'ഓ മേരീ റാണീ' എന്ന് നായകനും. *ജോണി മേരാ നാം* എന്ന ഒരു പഴയകാല ഹിന്ദി സിനിമയിലെ റൊമാന്റിക് രംഗം. ഹീറോയിനെ അറസ്റ്റു ചെയ്യാൻ പിന്നാലെ നടക്കുന്ന പൊലീസ് സംഘം. പാട്ടൊന്നു തീർന്നിട്ടു വേണം അറസ്റ്റു നടപ്പാക്കാൻ.

"സിനിമ കാണാനാണോ നമ്മൾ നളന്ദയ്ക്കു വന്നത്?" സിനിമ തുടങ്ങാനിരിക്കുന്നതേയുള്ളൂ. കഴിഞ്ഞ പ്രദർശനത്തിന്റെ അവസാന രംഗമാണ് സ്ക്രീനിൽ. ഈ പ്രണയരംഗം നളന്ദയിൽ ഷൂട്ടു ചെയ്തതാണെന്ന് കാണികളെ ബോദ്ധ്യപ്പെടുത്താൻ സംവിധായകൻ ശേഖർ കപൂർ കൂട്ടിച്ചേർത്ത അല്പം മസാല, അത്രേയുള്ളൂ.

ഷോ തുടങ്ങിയപ്പോഴേക്കും നൂറോളം പേർക്കിരിക്കാവുന്ന ഹാൾ നിറഞ്ഞിരുന്നു. മുഖ്യമന്ത്രി നിതീഷ്കുമാർ ജിയുടെ പ്രസംഗമാണാദ്യം സ്ക്രീനിൽ തെളിഞ്ഞത്. നളന്ദയുടെ ചരിത്ര പശ്ചാത്തലം, ജൈന ബുദ്ധ സാന്നിദ്ധ്യം, ഹു ൻ സാങ്ങിനെ ഉദ്ധരിച്ചുകൊണ്ടുള്ള പഠനം, ആർക്കിയോളജിക്കൽ വകുപ്പിന്റെ കണ്ടെത്തലുകൾ, വിദ്യാപീഠത്തിലേക്കുള്ള പഠനപ്രവേശന രീതികൾ, മഹാന്മാരും പ്രതിഭകളുമായ വ്യക്തികൾ തുടങ്ങി 20 മിനിറ്റുനേരം നീണ്ടുനിന്ന ഫിലിം ഷോ തികച്ചും ഉപകാരപ്രദമായിരുന്നു. ഹിന്ദിയിലും ഇംഗ്ലീഷിലും ഷോയുണ്ടെങ്കിലും കാണികളേറെപ്പേരും ഹിന്ദീ, ഹിന്ദീ എന്നലമുറയിട്ടതുകൊണ്ട് ഹിന്ദിപ്പടമാണ് ഞങ്ങൾക്കു കാണാനായത്.

നളന്ദ മ്യൂസിയം 2008 ൽ ആണ് പ്രാവർത്തികമായത്. ഭൂമിശാസ്ത്ര, ചരിത്ര, ഘടനയ്ക്കൊപ്പം പുനരുദ്ധാരണ ഘട്ടങ്ങളെയും വിശദമായി പ്രതിപാദിക്കുന്നുണ്ട്. നളന്ദ വിശ്വവിദ്യാലയം പുനർനിർമ്മിക്കാനുള്ള പദ്ധതികൾ വിവരിച്ചുകൊണ്ടാണ് ചിത്രം അവസാനിപ്പിച്ചത്. നളന്ദയ്ക്ക് 15 കിലോമീറ്റർ മാറി രാജ്ഗിർ സിറ്റിയിൽ (നളന്ദയുടെ ആസ്ഥാനം) പഴയകാലത്തെ രാജ്ഗൃഹ അഥവാ രാജ്ഗേഹയിലാണ് അതു സ്ഥാപിക്കുന്നത്. ചൈന, ജപ്പാൻ, സിംഗപ്പൂർ തുടങ്ങി പല രാഷ്ട്രങ്ങളും ഇന്ത്യയോടു കൈകോർക്കുന്ന വിശ്വോത്തര സംരംഭം.

ഓഡിറ്റോറിയത്തിനു പുറത്തിറങ്ങുമ്പോൾ നളന്ദ ഇരുട്ടിലാണ്ടിരുന്നു. ടോംഗാവാലകൾ ഞങ്ങളെ പ്രധാന കവലയിലെത്തിച്ചു. വൈദ്യുതിക്ഷാമമായിരിക്കാം. വഴിവിളക്കുകൾക്ക് പ്രകാശം തീരെ കുറവായിരുന്നു. ടൂറിസം രംഗത്ത് നളന്ദയെ ഉയർത്തി നിർത്തുവാൻ പോന്ന ചേരുവകൾ കുറവായതിനാലാവണം സഞ്ചാരികളും കുറയുന്നത്. ട്രാവൽ ഏജൻസികൾ പാക്കേജ് ടൂറുകൾ സംഘടിപ്പിക്കുന്നുണ്ടെങ്കിലും പ്രതി

കരണം ആശാവഹമല്ല എന്ന് രൂപേഷ് അഭിപ്രായപ്പെട്ടു. തീർത്ഥാടകരായി ബുദ്ധമത വിശ്വാസികൾ മാത്രമാണ് നളന്ദ സന്ദർശിക്കുന്നത്. ബുദ്ധമതത്തിന്റെ വളർച്ചയ്ക്ക് നളന്ദയുടെ മഹത്തായ സംഭാവനകളുണ്ട്. ശ്രീബുദ്ധന്റെ 75 മീറ്റർ ഉയരമുള്ള ഒരു ചെമ്പുലോഹപ്രതിമ ഹർഷവർദ്ധൻ സ്ഥാപിച്ചിരുന്നു.

ബാദ്ഷായും രാധയും പോയിക്കഴിഞ്ഞപ്പോൾ ഒരു റസ്റ്റോറന്റിനു മുന്നിൽ നിരത്തിയിട്ടിരുന്ന കസേരകളിൽ ഞങ്ങൾ സ്ഥാനം പിടിച്ചു. അന്തരീക്ഷോഷ്മാവ് ഇനിയും നേർത്തിട്ടില്ല. തുറസ്സായ സ്ഥലത്തിരുന്ന് പിക്കീ റ്റീയും മീഠി റ്റീയും കഴിക്കണം. 'ചാ' വന്നു; സമോസയും 'പേഡ'യും. നളന്ദയിലെ സ്പെഷ്യൽ ആണ് 'പേഡ', നല്ല സ്വാദ്. റസ്റ്റോറന്റിൽ പാൻ മസാലയുടെയും ശംഭുവിന്റെയും സ്വാമികളുടെയും പ്ലാസ്റ്റിക് പാക്കറ്റുകൾ തോരണങ്ങൾപോലെ അലങ്കരിച്ചിരിക്കുന്നു. മനഃപ്രയാസമുണ്ടാക്കുന്ന കാഴ്ചകളിൽ നിന്ന് പിന്തിരിപ്പിക്കാനെന്നോണം ഇളംതെന്നൽ വന്നു തഴുകി.

നളന്ദ എന്ന മഹാത്ഭുതം ചെറുചിമിഴിലൊളിപ്പിച്ചതുപോലെ. സന്ദർശകരൊഴിയുന്നതോടെ നളന്ദയും കണ്ണടയ്ക്കുന്നു. ഹാജിപ്പൂരും ബീഹാർ ഷെറിഫും കടന്നെത്തിയ ഞങ്ങളെ ബോധ്ഗയ കാത്തിരിക്കുന്നു. നളന്ദയിൽ നിന്ന് ബോധ്ഗയക്ക് 89 കിലോമീറ്റർ ആണ് ദൂരം. പാറ്റ്നയ്ക്ക് 80 കിലോമീറ്ററും.

പതിനഞ്ചു കിലോമീറ്റർ പിന്നിട്ടപ്പോൾ 'രാജ്ഗിർ' ആയി. ബിംബിസാരൻ എന്ന ചരിത്രപുരുഷന്റെ രാജധാനിയായിരുന്ന രാജ്ഗേഹ്. മഗധയുടെ ചരിത്രം ബിംബിസാരനിൽ തുടങ്ങുന്നു. മഹാജനപദത്തിലെ അതിപ്രഭാവമുണ്ടായിരുന്ന മഗധീയം സ്ഥാപിച്ചത് ബ്രഹദ്രതനെന്ന രാജാവാണെന്ന് ചരിത്രം സൂചിപ്പിക്കുന്നു. ഭാരതീയ പുരാണങ്ങളിൽ സാർവ്വത്രികമായി പ്രസിദ്ധിയാർജ്ജിച്ച ഗിരിവൃജം. വസുനിർമ്മിത ഗിരിവൃജം, വസുപുത്രൻ ബ്രഹദ്രതന്റെ പുത്രൻ ജരാസന്ധൻ വാണ നഗരം. ഭീമനുമായുള്ള ദ്വന്ദയുദ്ധത്തിൽ ജരാസന്ധൻ മരണമടഞ്ഞത് ഗിരിവൃജത്തിൽ വച്ചാണ്. ബിംബിസാരന്റെ കാലത്ത് ശക്തമായ രാജ്യമായിരുന്നു മഗധ. അദ്ദേഹത്തിന്റെ പുത്രൻ അജാതശത്രു പിതാവിനെക്കാളും കേമനായിരുന്നു. അജാതശത്രുവിന്റെ പുത്രൻ ഉദയൻ ആണ് മഗധയുടെ തലസ്ഥാനം പാടലീപുത്രത്തിലേക്ക് മാറ്റി സ്ഥാപിച്ചത്. പാടലീപുത്രത്തിന് കുസുമപുരം എന്നും പുഷ്പവനം എന്നും പേരുകൾ ഉണ്ട്. ഇന്നത്തെ പാറ്റ്നാ നഗരത്തിന് 10 കിലോമീറ്റർ കിഴക്കുമാറിയാണ് പാടലീപുത്രം. രാജ്ഗേഹ എന്ന പാലിനാമത്തിന് രാജാവിന്റെ ഗൃഹം (Royal house of King) എന്നേ അർത്ഥമുള്ളൂ. യുദ്ധങ്ങളിലൂടെയും വൈവാഹിക ബന്ധങ്ങളിലൂടെയും മഗധയെ ശക്തമായ രാഷ്ട്രമാക്കി ഉയർത്തിയ ബിംബിസാരൻ ബുദ്ധനെക്കാൾ അഞ്ചു വയസ്സിനിളപ്പമുള്ള സമകാലികനായിരുന്നു. ബുദ്ധചരിതത്തിൽ ബിംബിസാരനും നിറഞ്ഞുനില്ക്കുന്നു. അദ്ദേഹം ബി സി 492 ൽ സ്വപുത്രൻ അജാതശത്രുവിനാൽ വധിക്കപ്പെ

ട്ടുവെന്ന് ചരിത്രം. ശ്രീലങ്കൻ ബുദ്ധഗ്രന്ഥമായ *'മഹാവംശം'* അജാതശത്രു മുതൽ ആറു രാജാക്കന്മാർ പിതൃഘാതകരായിരുന്നുവെന്ന് പ്രസ്താവിക്കുന്നു. പ്രശസ്ത വൈദ്യശാസ്ത്രജ്ഞൻ ജീവകൻ ബിംബിസാരന്റെ കൊട്ടാരം വൈദ്യനായിരുന്നു. സിദ്ധാർത്ഥന്റെ ഗുരുക്കന്മാരായിരുന്ന അലാഡനും ഉദ്രകനും രാജ്ഗേഹത്തിലെ പണ്ഡിതരായിരുന്നു. ജ്ഞാനലബ്ധിക്കു ശേഷം ശ്രീബുദ്ധൻ ദീർഘകാലം രാജ്ഗൃഹത്തിൽ കഴിച്ചുകൂട്ടി. ഇതിനടുത്ത് ഗ്രദ്രകൂട (കഴുകൻകുന്ന്) യിലെ സപ്തപർണ്ണി ഗുഹയിൽ ബുദ്ധൻ തപസ്സു ചെയ്തു; സൂക്തങ്ങൾ നിർമ്മിച്ചു. ആദ്യ ബുദ്ധ സംഘത്തിന് മഹാകശ്യപ് രൂപം നല്കിയത് രാജ്ഗൃഹത്തിൽ വച്ചാണ്.

രാജ്ഗിർ ഏഴു മലകളാൽ ചുറ്റപ്പെട്ട ഒരു താഴ്വരയാണ്. വൈഭര, രത്ന, ശൈല, സോന, ഉദയ, ചാത്ത, വിപുല എന്നീ മലകൾക്കൊപ്പം ഒരു ഉഷ്ണജല സ്രോതസ്സും ഇവിടെയുണ്ട്.

രാജ്ഗിറിലെ 'മദ്ദഗുച്ചി'യിലുള്ള ബിംബിസാര തടവറയ്ക്കും ചരിത്രപ്രാധാന്യമുണ്ട്. ഇന്ന് അതിന്റെ അവശിഷ്ടങ്ങൾ പേരിനു മാത്രം. കീർത്തിമാനും ശ്രീബുദ്ധന്റെ അഭ്യുദയകാംക്ഷിയും ഭക്തനും സേവകനും ഉപാസകനുമായിരുന്ന ബിംബിസാര മഹാരാജാവിന്റെ കാലടിപ്പാടുകൾ ചരിത്ര വിസ്മയമാണ്. അദ്ദേഹം രാജാധികാരം അജാതശത്രുവിന് കൈമാറിയ ദിവസംതന്നെ തടവറയിലടയ്ക്കപ്പെട്ടു. പിതാവിനെ അതിക്രൂരമായി പീഡിപ്പിച്ച് വധിക്കുവാനായി ശയ്യയ്ക്കു കീഴെ തീ കൂട്ടി ശ്വാസം മുട്ടിച്ചിരുന്നുവെന്നും ജലപാനം നിഷേധിച്ചിരുന്നുവെന്നും കഥയുണ്ട്. രാജഗൃഹത്തിൽനിന്ന് ഭർത്താവിനെ സന്ദർശിക്കാൻ അനുവാദമുണ്ടായിരുന്ന മഹാറാണി ചെല്ന, ആ അവസരം മുതലെടുത്ത് തന്റെ ശരീരം തേനും കരിമ്പുനീരും പുരട്ടി ഭർത്താവിനെ സമീപിച്ചിരുന്നുവെന്നും ആ ലേപനം നുണഞ്ഞ് അദ്ദേഹം ദാഹാർത്തിക്ക് പരിഹാരം കണ്ടിരുന്നുവെന്നും കഥയുണ്ട്. തന്ത്രം ശ്രദ്ധയിൽപ്പെട്ട അജാതശത്രുവിന്റെ പ്രതികാരത്തിന് ആക്കം കൂടി. പിതാവിന്റെ കാരാഗൃഹവാസം കർക്കശമാക്കി. ബിംബിസാരൻ മരണപ്പെട്ടതോ വധിക്കപ്പെട്ടതോ? ബിബിസാരന്റെ പത്നി 'ഖിമ'യ്ക്ക് സന്താനമുണ്ടായില്ല. അതിനാലാണ് കോസല രാജപുത്രി 'ചെല്ന'യെ വരിച്ചത്. ഗർഭസ്ഥ ശിശു പിതൃഘാതകനാവുമെന്നറിഞ്ഞ റാണി ഗർഭമലസിപ്പിക്കാൻ ഉദരത്തിൽ മർദ്ദം ഏല്പിച്ചുവെന്നും അതിനാലാണ് 'മദ്ദകുച്ചി' (മർദ്ദകുക്ഷി) എന്ന് സ്ഥലനാമമുണ്ടായതെന്നും പറയപ്പെടുന്നു.

അജാതശത്രുവിന് ജനിച്ച പുത്രന്റെ നിഷ്കളങ്കവും ഓമനത്തവുമായ മുഖം അയാളിലെ 'അച്ഛനെ' ഉണർത്തിയെന്നും തന്റെ പിതാവിനോട് താൻ ചെയ്തുപോരുന്ന അപരാധത്തെയോർത്ത് പശ്ചാത്തപിച്ചുവെന്നും ബിംബിസാരനെ മദ്ദഗുച്ചിയിലെ തടവറയിൽനിന്ന് മോചിപ്പിക്കാൻ നിർദ്ദേശം നല്കിയെന്നും, എന്നാൽ ഉത്തരവ് നടപ്പാക്കുന്നതിനു മുമ്പേ ബിംബിസാരന്റെ ജീവൻ നഷ്ടപ്പെട്ടിരുന്നുവെന്നും കഥയുണ്ട്.

ബിംബിസാരൻ തടവറയിൽ കിടന്ന് ജനാല അഴികൾക്കിടയിലൂടെ ഗ്രദ്രകൂടത്തിൽ ധ്യാനാന്വിതനായിരുന്ന ബുദ്ധനെ ദർശിക്കുമായിരുന്നു. അജാതശത്രുവിനെ പാപകർമ്മങ്ങളിൽനിന്നു പിന്തിരിപ്പിക്കാൻ ബുദ്ധൻ ശ്രമിച്ചു പരാജയപ്പെട്ടിരുന്നു. ബുദ്ധ വൈരി ദേവദത്തനുമായിട്ടായിരുന്നു അജാതശത്രുവിന് കൂടുതൽ ചങ്ങാത്തം. അതയാളെ ദുർമാർഗ്ഗിയാക്കി.

രാജഗൃഹത്തിനു ചുറ്റു പ്രദേശങ്ങളിൽ ഭിക്ഷയാചിച്ച് അലഞ്ഞു നടന്നിരുന്ന സിദ്ധാർത്ഥ രാജകുമാരനെപ്പറ്റി കേട്ടറിഞ്ഞ ബിംബിസാരൻ അദ്ദേഹത്തെ കൊട്ടാരത്തിലേക്ക് ക്ഷണിക്കുകയും രാജകിരീടം വരെ വാഗ്ദാനം ചെയ്ത് കൂടെത്താമസിക്കാൻ അഭ്യർത്ഥിച്ചിരുന്നതായും സിദ്ധാർത്ഥൻ ക്ഷണം നിരസിച്ചതായും പറയപ്പെടുന്നു. ഉദ്ദേശ്യലക്ഷ്യം പ്രാപ്തമായ ശേഷം വന്നുകൊള്ളാമെന്നും പൊരുളെന്താണെന്നു വെളിപ്പെടുത്താമെന്നും സിദ്ധാർത്ഥൻ ഉറപ്പു കൊടുത്തിരുന്നുവത്രെ.

നളന്ദയ്ക്കു 15 കിലോമീറ്റർ മാറിയാണ് ‘പാവാപുരി’. 24-ാമതു തീർത്ഥങ്കരൻ മഹാവീരജിനൻ ഇവിടെ അന്ത്യവിശ്രമം കൊള്ളുന്നു.

10

ബോധ്ഗയ

രാജ്ഗിറും നാരഭിഗഞ്ചും ഹിസുവയും കുർകിഹാറും പിന്നിട്ട് ഞങ്ങൾ ഗയയിലെത്തുമ്പോൾ രാത്രി 9 കഴിഞ്ഞിരുന്നു. അപ്പോഴും നഗരം ഉറങ്ങിയിരുന്നില്ല, വൈദ്യുതിപ്രഭയിൽ കുളിച്ചുനിന്നു.

ട്രാവ്ലർ ക്രമാതീതമായ ശബ്ദത്തോടെ ഫാൽഗു നദിക്കു കുറുകെയുള്ള പാലത്തിലേക്ക് പ്രവേശിച്ചു. ഫാൽഗുവിൽ വെള്ളമുണ്ടായിരുന്നോ എന്ന് ഇരുട്ടിൽ തിരിച്ചറിഞ്ഞില്ല. ഏതാനും മിനിറ്റുകൾ കഴിഞ്ഞ് ബോധ്ഗയയെ സമീപിച്ചപ്പോൾ അകാരണമായി ഹൃദയമിടിപ്പ് വർദ്ധിച്ചു. മഹാക്ഷേത്രവും കടന്ന് വരിവരിയായുള്ള ബുദ്ധവിഹാരങ്ങൾക്കു മുന്നിലൂടെ, ജാപ്പാനി ക്ഷേത്രത്തിനരികിലൂടെ 'ഹോട്ടൽ ബുദ്ധ ഇന്റർനാഷണലി'ൽ ഞങ്ങൾ ചെന്നെത്തി. ബുദ്ധകഥകളുമായി ബന്ധപ്പെട്ട പേരുകളാണ് ഇവിടത്തെ ഹോട്ടലുകൾക്കും മറ്റു സ്ഥാപനങ്ങൾക്കും എല്ലാം. ബോധിസത്വ, സിദ്ധാർത്ഥ, ശാക്യ, ബോധ്ഗയ, ഉരുവേല, വേണുവന, സുജാത എന്നിങ്ങനെ സർവ്വവും.

"ആയിയേ, ആയിയേ"

വെളുത്തു തടിച്ച ശരീരവും പ്രസന്നമുഖവുമുള്ള ഒരു മാന്യ വൃദ്ധൻ ഞങ്ങളെ സ്വീകരിക്കാനിറങ്ങിവന്നു. എൽ ഇ ഡി ബൾബിന്റെ പ്രകാശത്തിൽ അദ്ദേഹത്തിന്റെ കഷണ്ടിത്തല തിളങ്ങി. മുന്നോട്ടു വന്ന് ഹസ്തദാനം ചെയ്ത് സ്വയം പരിചയപ്പെടുത്തി.

"വരുൺ ജൈൻ, ജി എം"

ജനറൽ മാനേജരുടെ ചുരുക്കക്ഷരങ്ങളാണ് ജി എം; ഇനിഷ്യലല്ല. ഭംഗിയായി വസ്ത്രം ധരിച്ചിരുന്ന ജൈൻ തുടർന്നു.

"വീവേർ വെയ്റ്റിങ് ഫോർ യു."

താമസിച്ചു പോയതിൽ ഞങ്ങൾ ഖേദം പ്രകടിപ്പിച്ചു.

"ഓകെ, ഖാനാ ഹുയേ?"

"നഹി, നഹി, ഹോനാ ഹേ"

സമയം വൈകിയെന്നും ദക്ഷിണേന്ത്യൻ ഭക്ഷണം ലഭിക്കുന്ന ഒരു ഹോട്ടൽ അടുത്തുണ്ടെന്നും ഭക്ഷണം കഴിച്ചു വരുമ്പോഴേക്കും ലഗ്ഗേജുകൾ റൂമുകളിലെത്തിയിരിക്കുമെന്നും ഹോട്ടലടയ്ക്കുന്നതിനു മുമ്പേ പോയി വരൂ എന്നും അദ്ദേഹം അഭിപ്രായപ്പെട്ടു.

"സിർഫ് പാഞ്ച് മിനിറ്റ് വാക്കിങ്."

അദ്ദേഹം പഠിപ്പിച്ചു തന്ന വഴിയിലൂടെ 300 മീറ്റർ നടന്നപ്പോൾ 'തിരുപ്പതി' ഹോട്ടലായി, സൗത്തിന്ത്യൻ റസ്റ്റോറന്റ്. എന്തും കിട്ടും. ഇഡ്ഡലി, വട, ചപ്പാത്തി, മസാല ദോശ, ഊത്തപ്പം, എന്തും (പുട്ടില്ല).

പരിവ്രാജകനായ സിദ്ധാർത്ഥൻ ജനന മരണ സത്യങ്ങളുടെ പൊരുൾ തേടിയലഞ്ഞു. സംശയ നിവാരണത്തിനായി ഗുരുഭൂതരെത്തേടി നടന്നു. ഘോര വനങ്ങളിലും ഇരുണ്ട ഗുഹകളിലുമിരുന്ന് തപസ്സു ചെയ്തു. യോഗികളെയും ജ്ഞാനികളെയും സമീപിച്ച് അവർക്കറിയാവുന്നവയൊക്കെയും സ്വായത്തമാക്കി. ജ്ഞാനത്തിനായുള്ള അടങ്ങാത്ത ത്വര ശമിപ്പിക്കാൻ ഒരു പണ്ഡിതനും കഴിഞ്ഞില്ല. സിദ്ധാർത്ഥൻ തപസ്സു തുടർന്നു. അതിഘോര തപസ്സിൽ ആഹാരവും ജലവും ഉപേക്ഷിച്ചു. അദ്ദേഹത്തിന്റെ ശരീരം അസ്ഥിപഞ്ജരമായി.

അതികഠിനമായ വ്രതം ആയുസ്സിനാപത്താണെന്ന് തിരിച്ചറിഞ്ഞ സിദ്ധാർത്ഥൻ സഹതപസ്വികളെ ഉപേക്ഷിച്ച് നിരഞ്ജനാ നദീതീരത്തെത്തി തപസ്സു തുടർന്നു. സുജാത നല്കിയ പായസം കഴിച്ച് നിരാഹാരവ്രതത്തിന് വിരാമമിട്ടു. സുജാതയുടെ കാണിക്ക സ്വീകരിച്ചശേഷം അദ്ദേഹം നിരഞ്ജനാ തീരത്തെ കുഗ്രാമമായ ഉരുവേലം എന്ന സ്ഥലത്തുവന്നു. മഗധ രാജ്യത്തിന്റെ സൈനികത്താവളമായിരുന്നു ഉരുവേലം. അവിടെ ആൽമരച്ചുവട്ടിൽ കുശപ്പുല്ലു വിരിച്ച് കിഴക്കിനഭിമുഖമായി ധ്യാനാന്വിതനായി; സത്യം തിരിച്ചറിയുന്നതുവരെ തപസ്സെന്ന ഉറച്ച തീരുമാനത്തോടെ.

ഏഴാം നാൾ, വൈശാഖ മാസത്തിലെ ചന്ദ്രപൂർണ്ണിമ ദിവസം നാലാം യാമത്തിൽ സിദ്ധാർത്ഥൻ 'ബുദ്ധൻ'ആയി (Supreme enlightment). സിദ്ധാർത്ഥൻ ബുദ്ധഭഗവാനായി, സമയക സംബുദ്ധനായി, തഥാഗതനായി, പ്രതീത്യ സമുല്പാദം ഉദയംചെയ്തു. ആൽമരം ബോധിവൃക്ഷം ആയി, ബോധിവൃക്ഷത്തറ വജ്രാസനമായി.

മഹാ കശ്യപനെന്ന (മഹാ കസ്സപ) ജടില സന്ന്യാസിയും നൂറു ശിഷ്യന്മാരും ഉരുവേലത്തു പാർത്തിരുന്നു. അവർ പിന്നീട് ബുദ്ധ ശിഷ്യരായി.

ജ്ഞാനസിദ്ധികൊണ്ട് ബുദ്ധനായ സിദ്ധാർത്ഥൻ തുടർന്നും ഏഴു ദിന രാത്രങ്ങൾ ബോധിവൃക്ഷച്ചുവട്ടിൽത്തന്നെ സ്ഥിതികൊണ്ടു.

അവിദ്യയിൽനിന്നും സംസ്കാരം, സംസ്കാരത്തിൽനിന്നും വിജ്ഞാനം, വിജ്ഞാനത്തിൽനിന്നും നാമരൂപങ്ങൾ, നാമരൂപങ്ങളിൽനിന്നും ഷഡായതനം, ഷഡായതനത്തിൽനിന്നും സ്പർശം, സ്പർശ

ത്തിൽനിന്നും വേദന, വേദനയിൽനിന്നും തൃഷ്ണ, തൃഷ്ണയിൽനിന്നും ഉപാദനം, ഉപാദനത്തിൽനിന്നും ഭവം, ഭവത്തിൽനിന്നും ജാതി (ജന്മം), ജാതിയിൽനിന്നും ജര, മരണം, ശോകം, പരിദേവനം, ദുഃഖം, ഔർമ്മനത്യം, ഉപായസം എന്നിവ ഉണ്ടാകുന്നുവെന്ന് ശ്രീബുദ്ധൻ വെളിപ്പെടുത്തി.

ഏഴു ദിവസങ്ങൾക്കുശേഷം ഒരാഴ്ച അറുപാലന്യ ഗ്രോധ വൃക്ഷച്ചുവട്ടിലും അടുത്ത ആഴ്ച മുചലിന്ദ വൃക്ഷച്ചുവട്ടിലും നാലാം ആഴ്ച രാജായതന വൃക്ഷച്ചുവട്ടിലും വീണ്ടും അജപാല വൃക്ഷച്ചുവട്ടിലും അദ്ദേഹം ഇരുന്നു. മാരസേന (പിശാച്) എന്നത് ലോഭം, ദ്വേഷം, മോഹം, മദം, മത്സരം മുതലായ മനോവൃത്തികൾ. അദ്ദേഹം മാരസേനയെ കീഴ്പ്പെടുത്തി.

നാല് ആര്യസത്യങ്ങളും അവയ്ക്കുള്ളിലെ അഷ്ടാംഗ മാർഗ്ഗവുമാണ് ശ്രീബുദ്ധൻ കൈവരിച്ച തത്ത്വ ബോധം. നാലു വിശുദ്ധ സത്യങ്ങൾ (state of supreme liberation is 'Nirvana', end of the world).

സുപ്രഭാതം നേർന്നുകൊണ്ട് വരുൺ ജൈൻ ഞങ്ങൾക്കരികിലേക്ക് വന്ന് കുശലപ്രശ്നങ്ങളിലേർപ്പെട്ടു. ബ്രേക്ഫാസ്റ്റ് തയ്യാറായി വരുന്നതുവരെ ലോഞ്ചിലിരിക്കാമെന്നു പറഞ്ഞ് ഞങ്ങളെ ക്ഷണിച്ചു. തടിച്ച ശരീരമാണെങ്കിലും ചുറുചുറുക്കോടെയുള്ള ഇടപെടലുകൾ എങ്ങനെ നിർവ്വഹിക്കുന്നുവെന്ന് ഞാൻ അസൂയപ്പെട്ടു. യോഗയും മെഡിറ്റേഷനുമായിരിക്കണം സദാ സന്തോഷവാനായി കാണപ്പെടുന്നതിന്റെ രഹസ്യം. അതോ ആഗ്രഹങ്ങളോട് വിട പറഞ്ഞുള്ള യജ്ഞമോ?

സംസാരത്തിനിടയിൽ ചായ എത്തി. ചായ ഞങ്ങൾ ആവശ്യപ്പെട്ടിരുന്നില്ല.

“എനിക്കറിയാം, നിങ്ങൾ കേരലൈറ്റ്സിന്റെ ദിവസം ആരംഭിക്കുന്നത് ചായയിലൂടെയാണെന്ന്.”

“കേരളത്തിൽ വന്നിട്ടുണ്ടോ?” ഞാൻ ചോദിച്ചു.

“ഇല്ല, ധാരാളം കേട്ടിട്ടുണ്ട്, വരണമെന്നാഗ്രഹവുമുണ്ട്.”

കേരളത്തിൽ ജൈന ക്ഷേത്രങ്ങൾ പലതും സ്മാരകങ്ങളായി നിലനില്ക്കുന്നുണ്ടെന്ന് ഞാൻ പറഞ്ഞു. വയനാടിന്റെ കാര്യം സൂചിപ്പിച്ചു.

“അറിയാം.” അദ്ദേഹം ചിരിച്ചുകൊണ്ട് പ്രതികരിച്ചു. എന്തടിസ്ഥാനത്തിലാണ് ജൈന ക്ഷേത്രങ്ങളെ ഞാൻ പരാമർശിച്ചത്? ഒരുപക്ഷേ അദ്ദേഹത്തിന്റെ പേരിനൊപ്പം ‘ജൈൻ’ ഉള്ളതിനാലാണോ?

ഉരുവേലം ബോധ്ഗയയെന്നറിയപ്പെട്ടു തുടങ്ങിയത് ബുദ്ധനുമായി ബന്ധപ്പെട്ടാണ്. ബോധ്ഗയക്കും ഗയക്കുമിടയിൽ പതിനഞ്ചു കിലോമീറ്റർ ദൂരമുണ്ട്. പാറ്റ്നയ്ക്ക് 105 കിലോ മീറ്ററും. ഗയയാണ് ഏറ്റവും അടുത്ത റെയിൽവേ സ്റ്റേഷൻ. ‘ഗയ ഇന്റർനാഷണൽ എയർപോർട്ട്’ സ്ഥിതിചെയ്യുന്നത് പാറ്റ്നയിലാണ്. ബീഹാർ സംസ്ഥാനത്തെ രണ്ടാമത്തെ വലിയ ജില്ലയാണ് ഗയ. ഇത് അതിർത്തി സംസ്ഥാനമായ ജാർഖണ്ഡിനോട് ചേർന്നു കിടക്കുന്നു. പുരാണപരമായും ചരിത്രപരമായും ഗയക്ക് സവി

ശേഷതകൾ ഉണ്ട്. 'ഗയാസുരൻ' മലയായി പരിണമിച്ചുവെന്നു പറയപ്പെടുന്ന മംഗളഗൗരി, ശൃങ്ഗസ്ഥാന, രാമശില, ബ്രഹ്മയോനി എന്നിവയാണാ മലകൾ. ഗയൻ എന്ന അസുരന്റെ അത്യുഗ്ര തപസ്സിനാൽ തങ്ങൾക്ക് നാശം സംഭവിച്ചേക്കുമെന്നു ഭയന്ന ദേവന്മാർ വിഷ്ണുവിനെ സമീപിച്ചു. പക്ഷേ, തപശ്ശക്തി അനുദിനം വർദ്ധിച്ചപ്പോൾ വിഷ്ണു ഗയനിൽ പ്രസാദിക്കുകയും ലോകത്തിലെ സകല തീർത്ഥങ്ങളേക്കാളും പരിശുദ്ധനാകണമെന്ന ഗയന്റെ പ്രാർത്ഥന അംഗീകരിക്കുകയുമാണുണ്ടായത്. ഗയന്റെ അത്യധികമായ ശക്തി തങ്ങൾക്ക് ദോഷം ചെയ്യുമെന്ന് ബ്രഹ്മാവും ഭയന്നു. അതിനും വിഷ്ണുതന്നെ പ്രതിവിധി ഉപദേശിച്ചു. ഗയന്റെ ഉടലിൽ യാഗം ചെയ്യാനുള്ള അനുവാദം ആവശ്യപ്പെട്ട് ബ്രഹ്മാവ് ഗയനെ സമീപിച്ചു. ഗയൻ അനുവാദം നല്കി. യാഗം ഗയന്റെ ശിരസ്സിലായിരുന്നു. ബ്രഹ്മയാഗത്തിന്റെ മൂർദ്ധന്യത്തിൽ ഗയൻ ഇളകാൻ തുടങ്ങി. ഇളക്കം നിർത്താൻ ദേവശില എടുത്ത് ഗയന്റെ ശിരസ്സിന്മേൽ വച്ച് അതിന്മേൽ ദേവന്മാരെല്ലാം കയറി ഇരുന്നു. ഇളക്കം എന്നിട്ടും ശമിച്ചില്ല. ഒടുവിൽ മഹാവിഷ്ണു തന്നെ ഗയന്റെ ശിരസ്സിന്മേൽ കയറി ഇരുന്നപ്പോഴാണ് കുലുക്കം നിന്നത്, അന്നുമുതലാണ് ഇവിടം പുണ്യതീർത്ഥമായത്. അതിനുശേഷം ബ്രഹ്മാവ് ഋത്വിക്കുകൾക്ക് ഗ്രാമങ്ങളും, ക്ഷേത്രങ്ങളും, തേനും പാലുമൊഴുകുന്ന നദികളും, കാമധേനുവും കല്പകവൃക്ഷവും ദാനം ചെയ്തു. സ്വർണ്ണം, വെള്ളി കൊണ്ടുള്ള ഗൃഹങ്ങൾ ദാനം ചെയ്തു. എന്നിട്ടും ബ്രാഹ്മണരുടെ ആർത്തിക്ക് അറുതിയുണ്ടായില്ല. കോപിഷ്ഠനായ ബ്രഹ്മാവ് ആ ബ്രാഹ്മണരെ 'അവിദ്യരും ദുരത്മാക്കളുമാകട്ടെ' എന്ന് ശപിച്ചു. നദികൾ ജലവാഹിനികളല്ലാതായി, മലകൾ ശിലകളായി. തങ്ങളെ ശാപവിമുക്തരാക്കണമെന്നിരന്ന ബ്രാഹ്മണരോട് ബ്രഹ്മാവ് കല്പിച്ചു. "സൂര്യചന്ദ്രന്മാർ ഉള്ളിടത്തോളം കാലം നിങ്ങൾ തീർത്ഥോപജീവികളായി ജീവിക്കും. ഏതു മനുഷ്യൻ ഇവിടെ വന്ന് പിതൃക്രിയ ചെയ്യുന്നുവോ അവന്റെ നൂറു തലമുറകളായുള്ള പിതൃക്കൾ നരകത്തിൽ നിന്നു സ്വർഗ്ഗ ലോകം പൂകും." അങ്ങനെയാണ് ഗയാതീർത്ഥം പിണ്ഡദാനത്തിന് പ്രസിദ്ധമായത് (*അഗ്നിപുരാണം*, പുരാണിക് എൻസൈക്ലോപീഡിയ).

മേൽപ്രസ്താവിച്ച കഥയെ ശരിവയ്ക്കാനെന്നോണം ഫാൽഗു നദി വറ്റി വരണ്ട് മണൽത്തിട്ടയായി കിടന്നു; മലകൾ പാറക്കല്ലുകളായും.

ഗയയിലെ ഋത്വിക്കുകൾ (ബ്രാഹ്മണർ) എത്ര കിട്ടിയാലും തൃപ്തിയാകാത്തവരാണെന്നതിന് രാമായണത്തിൽ കഥയുണ്ട്. രാമലക്ഷ്ണന്മാർ സീതയോടൊപ്പം 'പിതൃപക്ഷ പൂജ'യ്ക്ക് ഗയയിലെത്തി. ഒരുക്കങ്ങളെല്ലാം ചെയ്തശേഷം സീതയെ കാവലിരുത്തി രാമനും ലക്ഷ്മണനും സ്നാനം ചെയ്യാൻ പോയി. സീത തനിച്ചായപ്പോൾ വിശക്കുന്നുവെന്ന ദീനശബ്ദത്തോടെ ഒരു കരം പ്രത്യക്ഷമായി. അത് ദശരഥന്റെ കൈയായിരുന്നു. ഭർത്തൃപിതാവിന്റെ കരം തിരിച്ചറിഞ്ഞ സീത ഒട്ടും അമാന്തി

ക്കാതെ പൂജയ്ക്ക് തയ്യാറാക്കി വച്ചിരുന്ന വിഭവം ആ കൈയിൽ പകർന്നു; കരം അപ്രത്യക്ഷമായി.

കുളി കഴിഞ്ഞെത്തിയ രാമനും ലക്ഷ്മണനും പിതൃപക്ഷ പൂജാ ദ്രവ്യം എവിടെ എന്നാരാഞ്ഞപ്പോൾ സീത സംഭവിച്ച കാര്യം വെളിപ്പെടുത്തി. രാമന് അത് വിശ്വാസമായില്ല. സീത കള്ളം പറയുന്നുവെന്ന് രാമൻ കുറ്റപ്പെടുത്തി. തന്റെ ഭാഗം ന്യായീകരിക്കാൻ സീത സാക്ഷികളെ നിരത്തി. ഫാൽഗു നദിയെയും ഒരു പശുവിനെയും ഒരു ബ്രാഹ്മണനെയും ഒരാൽമരത്തെയും വിസ്തരിച്ചു. പിണ്ഡദാനത്തിലൂടെ ലഭിക്കാവുന്ന ദക്ഷിണയും ദ്രവ്യങ്ങളും മോഹിച്ച് ഫാൽഗുവും ബ്രാഹ്മണനും പശുവും സീതയ്ക്കെതിരെ കള്ളസാക്ഷികളായി. ആൽമരം മാത്രം സത്യത്തിന്റെ ഭാഗത്തുനിന്നു. സീതാ ദേവി ആൽമരത്തിന് നന്ദി പറഞ്ഞു; ഇല കൊഴിയാത്ത മരമാകട്ടെ എന്നനുഗ്രഹിച്ചു. ഫാൽഗുവിന് വരൾച്ചയും വിധിച്ചു. ഇല കൊഴിയാത്ത ആൽമരം 'അക്ഷയവഡ്'(അക്ഷയ വടവൃക്ഷം) നിരനിരയായി നിന്ന നിരത്തിലൂടെ ഞങ്ങളുടെ വാഹനം അതിവിശാലമായൊരു മൈതാന മദ്ധ്യേയുള്ള പാലം കടന്ന് മുന്നോട്ട് പോകുമ്പോൾ പാലത്തിനടിയിൽ കണ്ട മൈതാനം ഫാൽഗു നദിയാണെന്ന് രൂപേഷ് പറഞ്ഞുതന്നു. ചുട്ടുപൊള്ളുന്ന മണൽത്തിട്ടയിൽ കുട്ടികൾ ക്രിക്കറ്റ് കളിക്കുന്നു.

ശ്രീബുദ്ധൻ 'ആദിത്യപരിയായ സൂക്തം' ആവിഷ്കരിച്ചത് ബ്രഹ്മയോനി മലയിൽ വച്ചാണ്. ബ്രഹ്മയോനി മല പാവനഭൂമിയായി ബുദ്ധാനുയായികൾ കരുതുന്നു.

ഗയയിലെ ജുമാമസ്ജിദിന് 200 വർഷത്തെ പഴക്കമുണ്ട്. മുസാഫർപൂരിലെ ഒരു കുടുംബം നിർമ്മിച്ച ഈ ആരാധനാലയം ബീഹാറിലെ ഏറ്റവും വലിയ പള്ളിയാണ്. ഗയ സന്ദർശിക്കുന്നവർ ഈ പള്ളി ഒഴിവാക്കുന്നില്ല.

ഗയയിൽ നിന്ന് ദേശീയപാത 82 ലൂടെ വസീർഗഞ്ച് വഴി വടക്കോട്ട് പോയാൽ ജാർഖണ്ഡ് ആണ്. തെക്കോട്ട് 30 കിലോമീറ്റർ കടന്ന് 'ദോബി'യിലെത്തിയാൽ ദേശീയപാത 2, അതായത് ജി ടി റോഡായി; കൊൽക്കത്തയെ ന്യൂഡൽഹിയുമായി ബന്ധിപ്പിക്കുന്ന ഗ്രാന്റ് ട്രങ്ക് റോഡ്. ഗയയിൽനിന്ന് 11 കിലോമീറ്റർ ദൂരമേ ബോധ്ഗയയിലെ മഹാബോധി മഹാ മന്ദിറിനുള്ളൂ. പാല രാജവംശത്തിലെ 'ഗോപാല' നിർമ്മിച്ചതാണ് ഗയ നഗരം. ഗോപാല പുത്രൻ രാജാ ധർമ്മപാലനാണ് ബോധ്ഗയ നിർമ്മിച്ചത്.

ഫാൽഗു നദി കടന്നപ്പോൾ, കിഴക്ക് മലമുകളിൽ ഒരു ക്ഷേത്രം കണ്ടു. ക്ഷേത്രമാണെന്ന് തിരിച്ചറിയാൻ അതിനു മുകളിൽ പാറിയ കൊടിയായിരുന്നു അടയാളം. വെള്ള മാർബിൾ ശിലയിൽ നിർമ്മിതമായ അഹല്യാ ഭായി ക്ഷേത്രം. ദർശനം വേണമോ എന്ന രൂപേഷിന്റെ ചോദ്യത്തിന് അനുകൂലമായ ഉത്തരം ആരും പറഞ്ഞില്ല. മല കയറാൻ കാലുകളെ ആശ്രയിക്കേണ്ടിവരുമെന്നറിയാവുന്ന സഹയാത്രികർ നിഷേ

ധാർത്ഥത്തിൽ മൗനികളായി. അഹല്യാ ഭായി ക്ഷേത്രം വെളുത്ത ശില യാണെങ്കിൽ വിഷ്ണുപാദ ക്ഷേത്രം കറുത്ത ശിലകൊണ്ടാണ് നിർമ്മി ച്ചിരിക്കുന്നത്. നദീതീരത്താണ് വിഷ്ണുക്ഷേത്രം. ഫാൽഗുവിലെ 'പിണ്ഡദാൻ' വളരെ പ്രസിദ്ധമാണല്ലോ. പിണ്ഡദാന പുണ്യകർമ്മ സാക്ഷാത്ക്കാരത്തിനായി, പ്രത്യേക ദിവസങ്ങളിൽ നിരവധിപേർ ഇവിടെ എത്താറുണ്ട്. പിണ്ഡം ജപിച്ച് നദിയിലേക്കിടുമ്പോൾ പിതൃക്കൾ ഏറ്റു വാങ്ങുന്നുവെന്നാണ് സങ്കല്പം. (ദശരഥന് നേരിട്ട് പിണ്ഡം അർപ്പിച്ച തിന് ശ്രീരാമൻ സീതയെ കള്ളിയാക്കി). നദിയിലെ ജലത്തിൽ വന്നുവീ ഴുന്ന പിണ്ഡ ഉരുളകൾ തുണിയിൽ കോരി എടുത്ത് ഉപയോഗിക്കാൻ ദരിദ്രരായ കുട്ടികൾ ബദ്ധപ്പെടുന്ന ദയനീയ വിവരണം ഒരു പുസ്തക ത്തിൽ വായിച്ചത് ഓർമ്മയിൽ വന്നു.

വളരെയേറെ ഫോൺ നമ്പരുകളിൽ ബന്ധപ്പെട്ടശേഷമാണ് രൂപേ ഷിന് ഗൈഡിനെ സംഘടിപ്പിക്കാനായത്. തല മുണ്ഡനം ചെയ്ത് ഉച്ചി യിൽ രണ്ടു മുടിമാത്രം അവശേഷിപ്പിച്ച ഒരു ആജാനുബാഹു ഋത്വിക് തലമുടി നഷ്ടപ്പെടുത്തിയതിനു പകരമായി ഒരു വലിയ കൊമ്പൻ മീശ ആ വെളുത്ത വട്ടമുഖത്ത് വാട്ടം തീർത്തിട്ടുണ്ട്. പൊക്കിൾക്കുഴി പ്രദർശി പ്പിച്ചുള്ള ആ അർദ്ധനഗ്ന ശരീരത്തിൽ പൂണൂൽ വിലങ്ങനെ കിടന്നു. ഋതുവിങ്കൽ ലയിക്കുന്ന 16 തരം ഋത്വിക്കുകളെ മനുസ്മൃതിയിലൂടെ മനു പരിചയപ്പെടുത്തുന്നു. ഇയാൾ അതിലേതു വിഭാഗം ഋത്വിക്കായിരിക്കും?

ഗൈഡാകാൻ അയാൾക്ക് സമ്മതം. 100 രൂപയേ നല്കേണ്ടൂ.

"പൂജ, പിണ്ഡദാൻ, എത്ര പേർക്കു വേണം?"

10 പേരെ ഒരുമിച്ചു കണ്ടപ്പോൾ ആർത്തിയെന്ന ശാപം പൈതൃക മായി സ്വായത്തമാക്കിയ ആ ഋത്വിക്കിൽ അത്യുത്സാഹം വിളയാടി.

"നഹിം ചാഹിയേ" ഞങ്ങൾ കോറസ്സായി മറുപടി പറഞ്ഞു.

"നഹിം ചാഹിയേ"? ക്യോം? കിസി കോ ഭീ?"

പ്രസന്നമായിരുന്ന ബ്രാഹ്മണന്റെ മുഖം വേഗം മ്ലാനമായി.

ജീവിതത്തിൽ ഒരിക്കൽമാത്രം ചെയ്യേണ്ട ഈ പുണ്യകർമ്മം വേണ്ടാ എന്നു തീരുമാനിക്കുന്നത് മൗഢ്യമാണ്. നിങ്ങളുടെ വംശത്തിൽ പിതൃക്കൾ ഗത്യന്തരമില്ലാതെ അലയണമെന്നാണോ?

ഞങ്ങൾ നിഷേധ ഭാവത്തിൽ പാറപോലെ ഉറച്ചുനിന്നു. അപ്പോഴാ ഋത്വിക്കിന്റെ സെൽ ഫോണിൽ എവിടെ നിന്നോ ഒരു കാൾ വന്നു, രണ്ടു മിനിറ്റു കഴിഞ്ഞ് അയാൾ മൊഴിഞ്ഞു.

"മാഫ് കീജിയേ മുഝേ ഔർ കാം ഹെ"

ഗൈഡുദ്യോഗം ചാർജ്ജെടുക്കുന്നതിനു മുമ്പേ അയാൾ രാജിവ ച്ചൊഴിഞ്ഞു.

"അയാൾ പോകുന്നെങ്കിൽ പൊയ്ക്കോട്ടെ, നമുക്ക് കാണേണ്ടതായി മൂന്നു ക്ഷേത്രങ്ങളേ പ്രധാനമായുള്ളൂ. നമുക്ക് മുന്നോട്ടു പോകാം."

രൂപേഷിന്റെ അഭിപ്രായത്തോട് ഞങ്ങളും യോജിച്ചു. ചപ്പുചവറുക ളാൽ സമൃദ്ധമായ വഴിയിലൂടെ ഞങ്ങൾ വിഷ്ണുപാദ ക്ഷേത്രത്തി

ലേക്കു നടന്നു. ദൂരെനിന്നുതന്നെ ക്ഷേത്രഗോപുരവും അതിനു മുകളിൽ പാറുന്ന കുങ്കുമ വർണ്ണ ത്രികോണ പതാകയും കാണാം.

പ്ലാസ്റ്റിക് ഷീറ്റുകൾ വലിച്ചുകെട്ടിയ കച്ചവട സ്ഥാപനങ്ങൾക്കിടയിലൂടെ പ്രവേശന കവാടത്തിലെത്തിയപ്പോഴേക്കും ആഗതരുടെ ഗതികിട്ടാതലയുന്ന പിതൃക്കളെ മോക്ഷപ്രാപ്തരാക്കാമെന്ന വാഗ്ദാനങ്ങളുമായി കുറെയധികം ഋത്വിക്കുകൾ ഞങ്ങളെ സമീപിച്ചുകഴിഞ്ഞിരുന്നു. പാദരക്ഷകൾ സൂക്ഷിക്കുന്നതെവിടെയെന്നും നല്ല പൂജാദ്രവ്യങ്ങളെവിടെ കിട്ടുമെന്നും അവർ പറഞ്ഞുതന്ന് കൂടെവന്നെങ്കിലും പൂർവ്വികരുടെ ആത്മാക്കൾക്ക് മോക്ഷം നേടിക്കൊടുക്കാൻ തയ്യാറല്ലാത്ത ഞങ്ങളെ അവരിഷ്ടപ്പെട്ടില്ല; തീർച്ച. ക്ഷേത്രത്തിനു ചുറ്റുമുള്ള സ്റ്റാളുകളിൽ വില്പനയ്ക്കൊരുക്കിയിരുന്ന മുത്തുമാലകളും കളിപ്പാട്ടങ്ങളും കൗതുകവസ്തുക്കളും അതിന്റെ വൈവിദ്ധ്യംകൊണ്ട് ശ്രദ്ധയാകർഷിച്ചു. ക്ഷേത്രത്തിനുള്ളിലെ വരാന്തയിൽ ബ്രാഹ്മണ പുരോഹിതർ വരിവരിയായി ചമ്രം പടിഞ്ഞിരിക്കുന്നു. അവർക്കു മുന്നിൽ നിവർത്തി വച്ചിരുന്ന വാഴയിലത്തുണ്ടുകളിൽ വിവിധ വിഭവങ്ങൾ. സസൂക്ഷ്മം നോക്കിയപ്പോഴാണ് അത് പിണ്ഡദാനക്രിയാ ദ്രവ്യങ്ങളാണെന്ന് ബോദ്ധ്യമായത്. ബലികർമ്മ വേദിക്കു ചുറ്റും മാലിന്യം കട്ടപിടിച്ചു കണ്ടു. പൊന്നുരുക്കുന്നിടത്ത് പൂച്ചയ്ക്കെന്തു കാര്യം? ഞങ്ങൾ ക്ഷേത്രത്തിലെ പ്രധാന മൂർത്തിക്കരികിലേക്കു നടന്നു.

ഭക്തരിൽ കൂടുതൽ പേരും വൃദ്ധരായിരുന്നു. അതിലും വൈഷ്ണവരാണ് കൂടുതലെന്ന് അവരുടെ നെറ്റിയിലെ നാമം സൂചിപ്പിച്ചു. ക്ഷേത്രത്തിന്റെ പൗരാണികത്വം നഷ്ടപ്പെടുത്തിയ മാർബിൾ തൂണുകൾ. ഗ്രാനൈറ്റ് നിലത്തിലൂടെ മണ്ഡപമാകെ ഓടിക്കളിക്കുന്ന കുട്ടികൾ. മണ്ഡപത്തിനുള്ളിലെ ചൂടിൽനിന്നും ഭക്തർക്ക് ആശ്വാസമേകാനേർപ്പെടുത്തിയിരുന്ന പെഡസ്റ്റൽ ഫാനുകൾ മതിയാവുമായിരുന്നില്ല. കൈകൾ കൂപ്പി ഭക്തപരവശരായി നിന്നവർ വിയർത്തൊലിച്ചു. ദർശനത്തിനു നിന്നവർക്കൊപ്പം ഞങ്ങളും കൂടി. മുന്നിലെ വലിയ ഭണ്ഡാരത്തിൽ 'ഡൊണേഷൻ' എന്ന് വലിയ അക്ഷരത്തിൽ എഴുതിയിരിക്കുന്നു. ദർശനശേഷം പുറത്തിറങ്ങിയ ഞങ്ങളെ എതിരേല്ക്കാൻ യാചകരുടെ നീണ്ട നിരയുണ്ടായിരുന്നു.

ക്ഷേത്രത്തിനു താഴോട്ടിറങ്ങിച്ചെന്നാൽ ഫാൽഗു നദിയിലെ തീർത്ഥജലം സ്പർശിക്കാം, ആചമിക്കാം, പക്ഷേ, മരുന്നിനു മാത്രമേ വകയുള്ളൂ.

വാഹനം പാർക്കു ചെയ്തിരുന്നിടത്തേക്കു മടങ്ങവെ ഇരുവശങ്ങളിലും മധുര പലഹാരക്കടകൾ, പലഹാരമാകെ പൊതിഞ്ഞ് തടിയനീച്ചകളും.

വിഷ്ണുനാഥ ക്ഷേത്രത്തിനെതിർവശത്തായി ശ്രീ ബാബാ വിദ്യാമന്ദിർ. നാമഫലകത്തിനു മുകളിൽ നന്ദികേശന്റെ പ്രതിമ. ചപ്പുകൂനകൾ ധാരാളം, അവയ്ക്കിടയിൽ ക്ഷൗരക്കടകളും ഫാൻസി സ്റ്റോറുകളും ഭക്ഷണശാലകളും. ഇവയ്ക്കെല്ലാം അലങ്കാരമായി പാൻമസാലത്തോരണങ്ങളും.

തഥാഗതന്റെ പാതയിലൂടെ

പി കെ എം സി

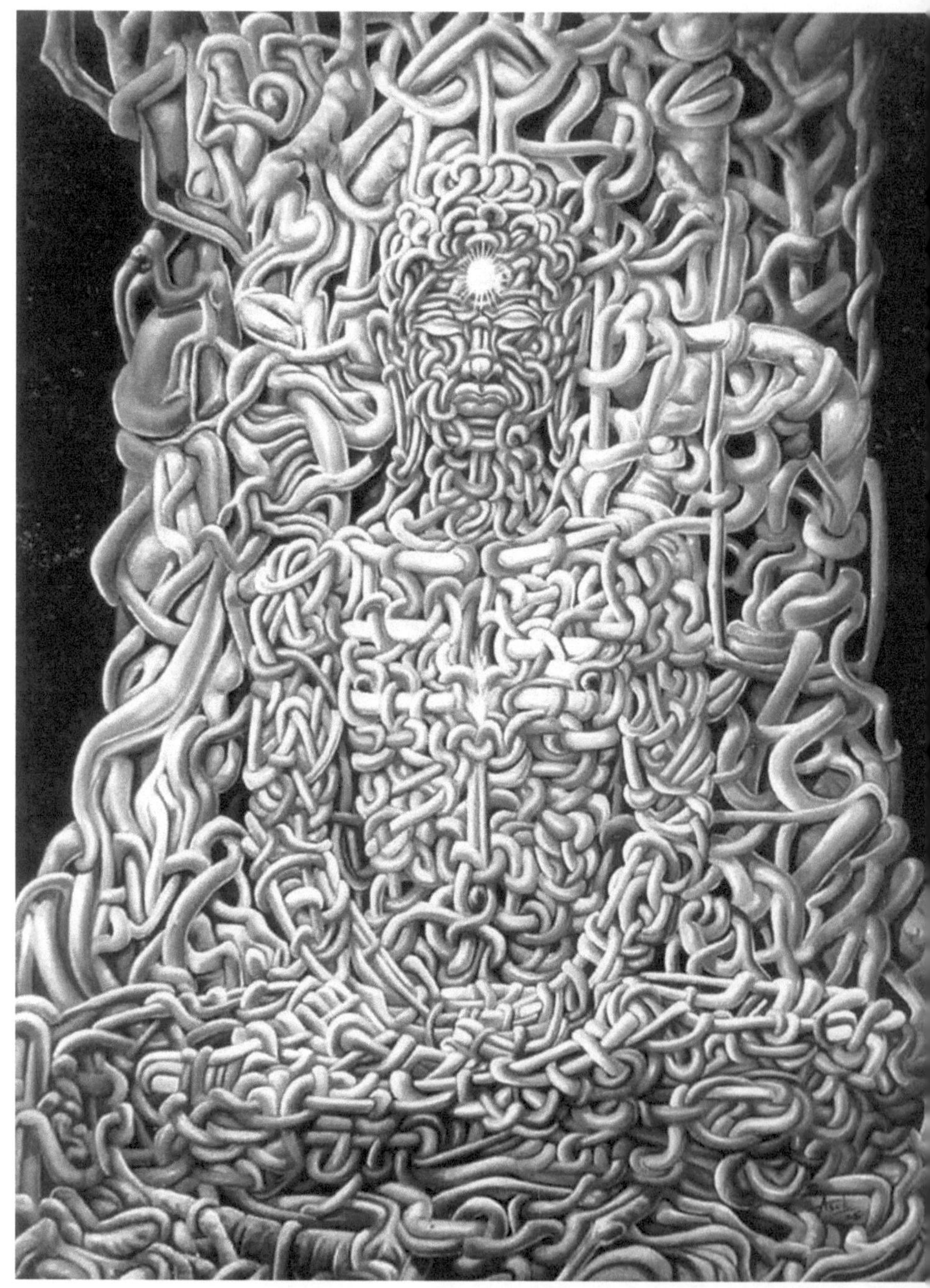

ഡ്രൈവർമാരിരുവരും ഭക്ഷണം കഴിക്കാൻ പോയിരുന്നതിനാൽ ഞങ്ങൾക്കല്പം കാത്തുനില്ക്കേണ്ടി വന്നു. തൊട്ടടുത്ത് തട്ടുകടയിൽനിന്ന് പൂരി മസാലയുടെ രൂക്ഷഗന്ധം. ഓപ്പൺ എയർ അടുക്കളയിലെ വിറകടുപ്പിൽ പൂരി നിർമ്മാണത്തിനായി വലിയ ഒരിരുമ്പു ചട്ടിയും അതിൽ കറുകറുത്ത കടുകെണ്ണയും. ആറടി നീളവും അത്രയുംതന്നെ വീതിയുമുള്ള ആ കുടുസ്സടുക്കളയുടെ മൂലയിൽ കോഴികൾക്കൊരു കൂടും ഉണ്ട്. തട്ടുകട നടത്തിപ്പുകാരി ഏതോ ശത്രുവിനോടെന്നപോലെ ആട്ടമാവു കുഴയ്ക്കുന്ന തിരക്കിലും. എല്ലാ പ്രകാരത്തിലുമുള്ള ഭക്ഷണപദാർത്ഥങ്ങളും ഓർഡർ അനുസരിച്ച് തയ്യാറാക്കിക്കൊടുക്കപ്പെടുമെന്ന പരസ്യ വാചകവും പേറി “വിഷ്ണു റസ്റ്റോറന്റ്.” മനം മടുപ്പിക്കുന്ന കാഴ്ചകളിൽനിന്ന് മോചിപ്പിക്കാൻ സോനു ട്രാവ്ലറുമായെത്തി.

ഫാൽഗുവിനു മുകളിലൂടെ തിരികെ ഞങ്ങൾ ബുദ്ധപ്രപിതാമഹേശ്വർ മന്ദിറിലെത്തി. ആ ചെറിയ മന്ദിരം മറച്ച് കരിമ്പിൻചണ്ടിയുടെ കൂമ്പാരവും കരിമ്പുനീര് എടുക്കാനുള്ള യന്ത്രവും. ക്ഷേത്രവും പരിസരവും ശൂന്യമായിരുന്നു. അനവസരത്തിൽ ചെന്നിറങ്ങിയ ഞങ്ങളെ നിരീക്ഷിച്ചുകൊണ്ട് ഒരു വൃദ്ധൻ ചാർപ്പായിയിൽ നിവർന്നിരുന്നു. കൂടുതൽ തങ്ങാനുള്ള കാഴ്ചകളില്ല. ഞങ്ങൾ ബോധ്ഗയയിലേക്ക് മടങ്ങി.

11

മഹാബോധി മഹാവിഹാര

ശാക്യമുനി സിദ്ധാർത്ഥ ഗോതമ ബുദ്ധന്റെ ധ്യാനരൂപത്തിലുള്ള കൂറ്റൻ പ്രതിമാ ശില്പത്തിന്റെ ശിരോഭാഗം വളരെ ദൂരെനിന്നുതന്നെ കാണാം. മഹാബോധി മഹാ മന്ദിറിലേക്ക് പ്രവേശിക്കുന്നതിനു മുമ്പ് ഒറ്റപ്പെട്ടുനില്ക്കുന്ന 'ജയന്റ് ബുദ്ധ'നെ കാണാൻ തിടുക്കമായി.

1898 നവംബർ 18 ന് അന്നത്തെ ദലൈലാമയാണ് ഇത് ഭക്തർക്കായി

ജയന്റ് ബുദ്ധ-ബോധ്ഗയ

സമർപ്പിച്ചത്. ഇന്ത്യയിൽ നിലവിലുള്ള ഏറ്റവും വലിയ ഈ ബുദ്ധപ്രതിമയ്ക്ക് 80 അടി ഉയരമുണ്ട്.

റോഡിനിരുവശങ്ങളിലുമുള്ള വ്യാപാര സ്ഥാപനങ്ങളിൽ ശ്രീബുദ്ധനുമായി ബന്ധപ്പെട്ട രൂപങ്ങളും ആഭരണങ്ങളും രുദ്രാക്ഷമാലകളും പ്രദർശിപ്പിച്ചിരിക്കുന്നു. അപൂർവ്വവും അമൂല്യവും ആയ രുദ്രാക്ഷത്തിന്റെ അപരൻ ആണെന്നറിയാമായിരുന്നെങ്കിലും ഞാൻ വില പേശലാരംഭിച്ചു.

"അഞ്ഞൂറു രൂപ. ഏകമുഖി രുദ്രാക്ഷം." കച്ചവടക്കാരൻ ഉളുപ്പില്ലാതെ പറഞ്ഞു. അയ്യായിരമെന്നു പറഞ്ഞിരുന്നെങ്കിൽ വിശ്വസിക്കാമായിരുന്നു. മാല കൈയിലെടുത്ത് ഗുണഗണങ്ങൾ പ്രവചിക്കുന്നത് തടസ്സപ്പെടുത്തിക്കൊണ്ട് ഞാൻ പറഞ്ഞു.

"അമ്പതു രൂപ"

രുദ്രാക്ഷ മാലയുടെ മൂല്യം താഴോട്ട് താഴോട്ടിറങ്ങിയിറങ്ങി വന്നു. അമ്പതു രൂപയ്ക്ക് പാക്ക് ചെയ്തു തന്നപ്പോൾ ഞാനെന്നെ കുറ്റപ്പെടുത്തി, ഇരുപത്തിഅഞ്ചിൽ തുടങ്ങാമായിരുന്നു. ഏതു മരത്തിന്റെ കായയായാലും രുദ്രാക്ഷംപോലെതന്നെ ഉണ്ടായിരുന്നു. അതിന്റെ മദ്ധ്യത്തിലൂടെ സുഷിരമിട്ട് നൂൽ കോർക്കാനെന്തുമാത്രം അദ്ധ്വാനം വേണ്ടിവന്നിരിക്കും?

സൂര്യൻ ഉഗ്ര പ്രതാപിയായി ഉച്ചിക്കു മുകളിൽ നിന്നെങ്കിലും റോഡുവക്കത്തെ വടവൃക്ഷങ്ങൾ ഞങ്ങൾക്ക് കുട പിടിച്ചുനിന്നു. സുവർണ്ണത്തൂവലാൽ നെക്ലേസണിഞ്ഞ ഏതാനും പ്രാവുകൾ വെള്ളച്ചിറകുകൾ വിടർത്തി കൂസലെന്യേ ഞങ്ങൾക്കരികിൽ വന്നിറങ്ങി. 'കൊറിക്കാനെന്തുണ്ട് കൈയിൽ?' എന്ന് ഉദ്വേഗത്തോടെ, അവ ഞങ്ങൾക്കു ചുറ്റും കുറുകിക്കുറുകി നൃത്തം വച്ചു നടന്നു.

ബോധ്ഗയ അഥവാ ബുദ്ധഗയയിലെ മഹാബോധി മഹാവിഹാര. ഇവിടെവച്ചാണ് സിദ്ധാർത്ഥ ഗോതമൻ ശ്രീബുദ്ധൻ ആയത്. ക്രിസ്തുവിനു മുമ്പ് മൂന്നാം ശതകത്തിൽ മഹാനായ അശോകൻ ഈ പുണ്യഭൂമിയെ മഹത്തരമാക്കാനുള്ള നിർമ്മാണ പ്രവർത്തനങ്ങൾക്ക് ഇവിടെ തുടക്കമിട്ടു. (അദ്ദേഹം സ്ഥാപിച്ച സ്തൂപം എ ഡി രണ്ടാം നൂറ്റാണ്ടുവരെ നിലനിന്നു.) ബുദ്ധമതം ഹീനയാനയെന്നും മഹായാനയെന്നും രണ്ടു വിഭാഗങ്ങളായി പിരിഞ്ഞത് ഇക്കാലത്താണ്. അശോകൻ മഹായാന വിഭാഗത്തോട് ചേർന്നു നിന്നു. ഇക്കാലത്താണ് വിഗ്രഹാരാധനയും കടന്നുകൂടിയത്. ഇവിടെ സ്ഥാപിക്കപ്പെട്ടിരുന്ന സ്തൂപം വിഗ്രഹ പ്രതിഷ്ഠയുള്ള ക്ഷേത്രമായി രൂപാന്തരപ്പെടുത്തിയത് ഏഴാം നൂറ്റാണ്ടിലാണ്. അതാണ് മഹാബോധി മഹാവിഹാര. 2002 ജൂൺ 27 ന് യുനെസ്കോ ലോക പൈതൃകമായി ഇതിനെ അംഗീകരിച്ചു.

മഹാബോധി ക്ഷേത്രത്തിൽ 100 മീറ്റർ അകലെ ഭക്തരെ സ്വാഗതം ചെയ്തുകൊണ്ടുള്ള തുറന്ന കവാടം. കവാടത്തിനിരുവശത്തും ഈരണ്ടു സ്തംഭങ്ങൾ. അവയ്ക്കു മുകളിൽ അശോകചക്രം. ലളിതമായ ആഡം

ബരം; ഞാൻ മനസ്സിൽ കുറിച്ചു.

വിശാലമായ അങ്കണത്തിന്റെ ഇടതുവശം വ്യാപാരസ്ഥാപനങ്ങൾക്കായി നീക്കിവച്ചിരിക്കുന്നു. വലതുഭാഗത്താണ് ബോധിവൃക്ഷവും വിഹാരങ്ങളും അധികാര സ്ഥാപനങ്ങളുമടങ്ങുന്ന സമുച്ചയം. മതിൽകെട്ടി സംരക്ഷിച്ചിരിക്കുന്ന സമുച്ചയത്തോട് ചേർന്ന് മുസ്ലീം ഗ്രേവ്യാർഡ്. രണ്ടു വ്യത്യസ്ത മതവിഭാഗങ്ങളുടെ ആത്മീയ സ്ഥാപനങ്ങൾ തമ്മിൽ വേർതിരിക്കാൻ കേവലം ഒരു ചെറിയ മതിൽ, രണ്ടു മതസ്ഥാപനങ്ങളിലും ദൃഷ്ടിയൂന്നി ശ്രീശങ്കരാചാര്യ ജഗന്നാഥ ക്ഷേത്രം എതിർവശത്ത്.

മഹാബോധി മഹാവിഹാര

മെറ്റൽ ഡിറ്റക്ടർ അലോഹ്യം കാണിച്ചില്ല. പാദരക്ഷകൾ, കാമറകൾ എന്നിവ സൂക്ഷിക്കാൻ ജൂത്താ ഘർ (shoe house), അതിനോട് ചേർന്ന് ടെമ്പിൾ മാനേജിങ് കമ്മിറ്റി ഓഫീസ്. ഭിക്ഷുക്കളാണതിന്റെ കാര്യക്കാർ. ബോധിവൃക്ഷത്തണലിലിരുന്ന് ധ്യാനകർമ്മം ചെയ്യാൻ അനുവാദം നല്കുന്നതും സംഭാവനകൾ സ്വീകരിക്കുന്നതും ഈ കാര്യാലയമാണ്. പ്രഭാതത്തിൽ 8 മുതൽ 11 വരെയും പ്രദോഷത്തിൽ 4 മുതൽ 8 വരെയും ആണ് പ്രവൃത്തി സമയം. ബോധിവിഹാരത്തിനു മുന്നിലൂടെ തെളിനീരുമായൊഴുകിയിരുന്ന നിരഞ്ജനയെ (ഫാൽഗു നദി) ഈ ഓഫീസ് മന്ദിരം കാഴ്ചയിൽനിന്നു മറച്ചിരിക്കുന്നു.

ക്ഷേത്രമുറ്റത്തേക്കു പാദങ്ങളൂന്നവെ ഷോക്കേറ്റതുപോലെ കാലുകൾ പിൻവലിക്കേണ്ടി വന്നു; മാർബിൾ തറയിൽ പാദങ്ങൾ ചുട്ടുപൊള്ളി. ചെറുതും വലുതുമായ നൂറുകണക്കിന് സ്തൂപങ്ങളാൽ വലയം ചെയ്യപ്പെട്ട ബോധിക്ഷേത്രം നിർമ്മാണകലയിൽ വേറിട്ടു നിന്നു. ചുവപ്പിലും കടും ചുവപ്പിലും മഞ്ഞയിലും മറൂണിലും വെള്ളയിലും മേലാപ്പുകൾ ചുറ്റി ബുദ്ധസന്ന്യാസിമാർ ശ്രദ്ധാപൂർവ്വമായ മൃദുചലനങ്ങളാൽ ആത്മീയാന്തരീക്ഷത്തിന് മാറ്റുകൂട്ടി.

മാർബിൾ തറ തിളച്ചു. പ്രദക്ഷിണ പാതയിലൂടെ ഞങ്ങൾ നിഴൽ തേടി ചാടിച്ചാടി നടന്നു; പുതിയൊരിനം പ്രാർത്ഥനാ രീതിയെന്ന് വ്യാഖ്യാനിക്കപ്പെടാം.

ലോഹത്തിൽ നിർമ്മിച്ച വലിയ ഒരു മണി. അതിൽ സ്പർശിച്ച് സാർത്ഥകമാകാൻ വിശ്വാസികൾ ക്യൂ നിന്നു. പൊക്കത്തിലെത്തിത്തൊടാൻ കുട്ടികളെ തോളത്തുയർത്തുന്ന അച്ഛനമ്മമാർ.

കൃഷ്ണശിലാ നിർമ്മിതമായ പ്രധാന വിഗ്രഹത്തിന് ആറടിയിലേറെ ഉയരമുണ്ട്. അത് സ്വർണ്ണം പൂശിയത് തീർത്ഥാടകരുടെ സംഭാവനകൊണ്ട്. ധ്യാനരൂപ ബുദ്ധ വിഗ്രഹങ്ങളിൽ ഇത്രയും വലുത് മറ്റൊന്നുണ്ടാവില്ല. ജ്ഞാനം സിദ്ധിച്ചപ്പോൾ പത്മാസനത്തിൽ ഭൂമിസ്പർശ മുദ്രയോടുകൂടി (ഒരു ഹസ്തം ഭൂമിയെ സ്പർശിച്ചുകൊണ്ട്) ബുദ്ധൻ എങ്ങനെ ഇരുന്നുവോ ആ രൂപമാണ് ബോധിവിഹാരത്തിലെ ബുദ്ധ വിഗ്രഹത്തിനും. ശാന്തരൂപനായി ഉത്തമാകാരത്തോടെ കിഴക്ക് ദർശിച്ച് ഉപവിഷ്ടനായിരിക്കുന്ന ശ്രീബുദ്ധന്റെ പാദസ്പർശത്തിനായി ഭക്തർ ഉത്സാഹത്തോടെ തിരക്കുകൂട്ടുന്നു. സാഷ്ടാംഗ പ്രണാമത്തിലൂടെ സായൂജ്യമടയുന്നു. ഏതു ഭക്തനെയും സാന്ത്വനപ്പെടുത്തുന്ന ഭാവം ഒളിപ്പിച്ച, പുഞ്ചിരിക്കുന്ന ശ്രീബുദ്ധ വിഗ്രഹം നിർമ്മിച്ച ശില്പി ആരാണാവോ?

സ്തൂപങ്ങൾക്കെല്ലാം പശ്ചാത്തലമുണ്ട്; കഥകളുണ്ട്. ബോധ്ഗയാ ക്ഷേത്രമെന്നും മഹാസ്തൂപമെന്നുമൊക്കെ അറിയപ്പെടുന്ന മഹാ ബോധി വിഹാരം അശോക ചക്രവർത്തി സ്ഥാപിച്ച 84000 ക്ഷേത്രങ്ങളിൽ ഒന്നാണ്. അനവധി ഭരണാധികാരികളും ഭക്തരും ചെലുത്തിയ പുനർനിർമ്മാണങ്ങൾക്ക് ഇത് വിധേയമായി. 1874 ൽ മ്യാൻമർ രാജാവ് മിൻന്റോൻമിനും 1884 ൽ അലക്സാണ്ടർ കണ്ണിങ്ഹാമും ഈ വിഹാരത്തെ സവിശേഷമാക്കുന്നതിന് സാരമായ പങ്കുവഹിച്ചവരാണ്. അതുപോലെ ബംഗാളിലെ ഗോർ രാജാവ് ശശാങ്കനെപ്പോലുള്ളവരുടെ നേതൃത്വത്തിൽ തച്ചുടയ്ക്കലിനും ഈ വിഹാരം വിധേയമായിട്ടുണ്ടെന്നുള്ളതും ചരിത്രമാണ്.

ക്ഷേത്രത്തിന് പടിഞ്ഞാറ് മഹാബോധി വൃക്ഷം. (FICUS RELICOSA). ക്ഷേത്രത്തിന് വടക്കുഭാഗത്തെ ചെറിയ ഒരു ഉദ്യാന മദ്ധ്യത്ത് മഞ്ഞപ്പട്ടുടയാടയാലും തോരണങ്ങളാലും അലംകൃതമായ ആൽമരം കണ്ടപ്പോൾ അതാണ് കഥാവൃക്ഷമെന്ന് ഞാൻ തെറ്റിദ്ധരിച്ചു. ബോധസിദ്ധിക്കുശേഷം തഥാഗതൻ ആദ്യവാരം ചെലവിട്ടത് ഇവിടെയാണ്.

ഏതൊരു ബുദ്ധമത വിശ്വാസിയുടെയും അഭിലാഷമാണ് ബോധി വൃക്ഷദർശനം. ബുദ്ധന്റെ പ്രതീകാത്മക ചിഹ്നമായി ഈ വൃക്ഷത്തെ കണക്കാക്കാമെന്ന് ബുദ്ധൻതന്നെ അരുളിയിട്ടുണ്ടെന്ന് ജാതകകഥകൾ വെളിപ്പെടുത്തുന്നു. ശ്രീബുദ്ധന് തണലേകിയ ബോധിയുടെ അഞ്ചാം തലമുറയാണത്രേ ഇന്നു കാണുന്ന ആൽമരം. പ്രകൃതിയും മനുഷ്യനും മാറിമാറിയാടിയ താണ്ഡവങ്ങളാൽ ഈ വൃക്ഷം പലവുരു ഭഞ്ജിക്കപ്പെട്ടു.

ക്ഷേത്രത്തിനും വൃക്ഷത്തിനുമിടയിൽ ഏഴര അടി നീളത്തിലും നാലടി പത്തിഞ്ചു വീതിയിലും മൂന്നടി ഉയരത്തിലും മൺകല്ലിൽ നിർമ്മിച്ച ഒരു പീഠം കാണാം; അതാണ് വജ്രാസനം. അശോകനാണ് ഇത് നിർമ്മിച്ചത്. വജ്രാസനമാണ് ഭൂമിയുടെ 'നാഭി' എന്ന് ഫാഹിയാൻ. ഭഗവാൻ ബുദ്ധനു മുമ്പ് ബൗദ്ധത്വം സിദ്ധിച്ച സകല ബുദ്ധരും ഇനി അവതരിക്കാനിരിക്കുന്ന ബുദ്ധനും ഇവിടെനിന്നാണ് ബോധം ഉണ്ടായതെന്നും ഭാവിയിൽ ഉണ്ടാവുക എന്നും ഫാഹിയാൻ (Fa-Hien) കുറിച്ചിട്ടു.

ജ്ഞാനസിദ്ധിക്കുശേഷം രണ്ടാമത്തെ ആഴ്ച മുഴുവൻ ശ്രീബുദ്ധൻ ബോധിവൃക്ഷത്തിൽ മാത്രം കണ്ണുനട്ട്, ഇമപോലും ചലിപ്പിക്കാതെ, ഇരുകാലുകളിൽ നിന്ന് തപസ്സു ചെയ്തു. അതിനാൽ ബോധിവൃക്ഷത്തിനു വടക്കു പടിഞ്ഞാറുമാറിയുള്ള ഈ ചൈത്യം 'അനിമേഷ ലോചന ചൈത്യ'മെന്ന് അറിയപ്പെടുന്നു.

മൂന്നാമത്തെ ആഴ്ച മുഴുവൻ ശ്രീബുദ്ധൻ ബോധിവൃക്ഷത്തിന്റെ പാർശ്വഭാഗത്തുകൂടി മുന്നോട്ടും തിരിച്ചും നടന്നുകൊണ്ട് ധ്യാനിച്ചു. ഈ വൃത്തിയെ 'ചംക്രമണ' എന്നു വിശേഷിപ്പിക്കുന്നു. പാലിഭാഷയിൽ 'കങ്കമന' (Cankamana) എന്നും. ബുദ്ധപാദച്ചുവടുകൾ പതിച്ചയിടങ്ങൾ പുഷ്പഹാരങ്ങളാൽ അടയാളപ്പെടുത്തിയിരിക്കുന്നു. അവയ്ക്ക് അഭിമുഖം നിരന്നിരുന്ന് മൗനമായി മതഗ്രന്ഥ പാരായണം നടത്തുന്നു ഭക്തർ.

ബോധിവിഹാരത്തിന് വടക്കു പടിഞ്ഞാറായി മേല്ക്കൂരയില്ലാത്ത ചെറിയ മണ്ഡപം. ശ്രീബുദ്ധൻ നാലാമത്തെ സപ്തദിനങ്ങൾ ധ്യാനത്തിൽ മുഴുകിയത് 'രത്നഘര' എന്ന ഈ മണ്ഡപത്തിലിരുന്നാണ് (പീഠം). ധ്യാനാവസ്ഥയിൽ തഥാഗതന്റെ ശരീരത്തിൽനിന്ന് നീല, ചുവപ്പ്, മഞ്ഞ, ഓറഞ്ച്, വെള്ള വർണ്ണങ്ങളിൽ പ്രഭ പ്രസരിച്ചു എന്ന് വിശ്വസിക്കപ്പെടുന്നു. ബുദ്ധമതം പിന്തുടരുന്ന രാജ്യങ്ങളിലെ ദേശീയ പതാകകളിൽ പ്രസ്തുത വർണ്ണങ്ങൾ പ്രാധാന്യത്തോടെ കാണാം.

ആറാം ആഴ്ച വിനിയോഗിച്ചതനുസ്മരിക്കാൻ തെക്കുഭാഗത്ത് ഒരു ചെറിയ തടാകം, മുചലിന്ദ തടാകം. ധ്യാനത്തിലിരുന്ന ശ്രീബുദ്ധനെ തകർക്കാനെത്തിയ കൊടുങ്കാറ്റിൽനിന്നും രക്ഷിച്ചത് തടാകത്തിൽ ഉണ്ടായിരുന്ന 'മുചലിന്ദ' എന്ന സർപ്പമാണ്. വിടർത്തിയ ഫണത്തിനു കീഴെ ബുദ്ധൻ ധ്യാനം തുടർന്നു.

ബോധിവൃക്ഷത്തിന് തെക്കുകിഴക്കായുള്ള രജയതന വൃക്ഷച്ചുവട്ടിൽ ശ്രീബുദ്ധൻ ഏഴാം ആഴ്ച ധ്യാനമിരുന്നു. മ്യാൻമറിലെ തപുസ്സ, ഭല്ലിക എന്നീ വണിക്കുകൾ അതുവഴി കടന്നു പോകവേ അദ്ദേഹത്തിന് ചോറും തേനും കാഴ്ചവച്ചു. അവർ ബുദ്ധാനുയായികളായി. ലോകത്തിലെ ആദ്യ ബുദ്ധാനുയായികൾ. ശ്രീബുദ്ധന്റെ ഏതാനും കേശം അവർ പ്രതീകമായി സ്വരാജ്യത്തിലേക്ക് ആരാധിക്കാൻ കൊണ്ടുപോയി. ഇന്നും അത് മ്യാൻമറിലെ ഷുഡഗോൺ പഗോഡയ്ക്കുള്ളിൽ പാവനമായി സൂക്ഷിച്ചിരിക്കുന്നു.

മഹാബോധി വൃക്ഷത്തിനുചുറ്റും ഏതാനും സന്ന്യാസിമാർ ഏതോ വിനോദത്തിലേർപ്പെട്ടിരിക്കുന്നതായി തോന്നി. അവർക്കിടയിൽ ഭിക്ഷുക്കളും ഭിക്ഷുണികളും ഉണ്ട്. സന്ന്യാസിമാർ ഉത്സാഹത്തോടെ ചാടി നടക്കുന്നതെന്തിനെന്നന്വേഷിച്ചു ചെന്നപ്പോൾ കണ്ടത് വൃക്ഷത്തിൽ നിന്നു കൊഴിഞ്ഞു വീഴുന്ന ഇലകളെ, ഞാൻ മുമ്പേ, ഞാൻ മുമ്പേ എന്ന് ആവേശത്തോടെ ഓടി നടന്നു ശേഖരിക്കുന്ന, സൗഹൃദ മത്സരത്തിലേർപ്പെട്ടിരിക്കുന്നവരെയാണ്. പ്രായ, ലിംഗ, ദേശ ഭേദമന്യെ കൈകൊട്ടിക്കളിയിലേർപ്പെട്ടവരെപ്പോലെ ആഹ്ലാദചിത്തരായ സന്ന്യാസിമാർ.

ബോധിവൃക്ഷത്തിനു സംരക്ഷണമേകാൻ കെട്ടിയുയർത്തിയ കൂട് പിച്ചള ലോഹത്തകിട് കൊണ്ട് പൊതിഞ്ഞിരുന്നു. അരുണകിരണമേറ്റ് സ്വർണ്ണംപോലെ തിളങ്ങി. ബുദ്ധനെ മനസ്സിലാക്കുന്നതിനു മുൻപ് അശോക ചക്രവർത്തി ബോധിവൃക്ഷത്തെ വെട്ടി നശിപ്പിച്ചിരുന്നു. അശോകപത്നി 'തിഷ്യരക്ഷിത'യും ഈ നശീകരണത്തിൽ പങ്കുവഹിച്ചിരുന്നു. മഹാനായ അശോകൻതന്നെയാണ് തന്റെ മക്കൾ മഹേന്ദ്രന്റെയും സംഘമിത്രയുടെയും കൈകളിലൂടെ ഈ വൃക്ഷത്തിന്റെ തൈകൾ ശ്രീലങ്കയിലെത്തിച്ചതും. വംഗദേശത്തെ ശശാങ്കനും വെട്ടിനിരത്തിലൂടെ ചരിത്രത്തിലിടം നേടിയ രാജാവാണ്. ഇന്നു കാണുന്ന മഹാബോധി, ശ്രീലങ്കയിൽനിന്ന് കൊണ്ടുവന്നു നട്ടുപിടിപ്പിച്ചതാണത്രേ. മൂലവൃക്ഷവുമായി ബന്ധമുണ്ടെന്ന് ആശ്വസിക്കാം.

ശ്രീലങ്കയിലെ 'കിത്തിസിരി മേഘ', (മേഘവർണ്ണൻ) രാജാ സമുദ്രഗുപ്തന്റെ സമകാലികനായിരുന്നു. സമുദ്രഗുപ്തന്റെ അനുവാദത്തോടെ മഹാബോധി വിഹാരത്തിനു സമീപം സംഘാരാമം നിർമ്മിച്ചു. ശ്രീലങ്കയിൽ നിന്നുമെത്തുമായിരുന്ന ഭിക്ഷുക്കൾക്കും തീർത്ഥാടകർക്കും വേണ്ടിയായിരുന്നു അത്. അദ്ദേഹം ബുദ്ധഘോഷനെ ശ്രീലങ്കയിലേക്ക് കൂട്ടിക്കൊണ്ടുപോയി മതപ്രബോധനങ്ങൾ ചെയ്യിച്ചു.

മഹാബോധി വിഹാരത്തിന് 18 മീറ്റർ ഉയരമുണ്ട്. ഗോപുരാഗ്രത്തെ താഴികക്കുടങ്ങൾ സ്വർണ്ണ കവചിതമാണ്, തായ്‌ലന്റ് രാജാവ് ഭൂമിബോൽ അതുല തേജിന്റെ സംഭാവന.

ബോധിവിഹാരത്തിലേക്കിറങ്ങിച്ചെല്ലുമ്പോൾ ഒരു സ്തംഭം. പണ്ട് ഇവിടെ 'അജപാല നിഗ്രോധ വൃക്ഷം' നിന്നിരുന്നു. ശ്രീബുദ്ധൻ അഞ്ചാം ആഴ്ച ചെലവിട്ടതിവിടെയാണ്. ധ്യാനത്തിലായിരുന്ന തഥാഗതനുമായി സംവദിക്കാൻ വന്ന ബ്രാഹ്മണനോട് ''ജന്മംകൊണ്ടല്ല, കർമ്മം കൊണ്ടാണ് മനുഷ്യൻ ബ്രാഹ്മണനാകുന്നത്" എന്ന് ബുദ്ധൻ ഉപദേശിച്ചു. (ഇതേ ഭാഗം ഇച്ഛാനങ്ഗല എന്ന ഗ്രാമത്തിലെ ഒരു ഉദ്യാനത്തിൽ ബുദ്ധൻ ഇരിക്കവെ വസിഷ്ഠൻ, ഭരദ്വാജൻ എന്നീ ബ്രാഹ്മണ കുമാരന്മാരോടും സംവദിച്ചു.) "തൃണവും വൃക്ഷവും ഭിന്ന ജാതികൾ, കീടം, പീപിലകം തുടങ്ങിയ ചെറു പ്രാണികളിൽ ഭിന്നത, സർപ്പം, ശ്വാലദങ്ങൾ, മത്സ്യങ്ങൾ എന്നിവയിലും ഭിന്നത. എന്നാൽ മനുഷ്യനിൽ തലമുടി,

ചെവി, മൂക്ക്, കണ്ണ്, ഓഷ്ഠം, പുരികം, ഉദരം, കൈകാലുകൾ എന്നിവയ്ക്ക് ഒരു മാറ്റവുമില്ല. ഒരു ബ്രാഹ്മണൻ പശുവിനെ വളർത്തിയാൽ പശുപാലകൻ, ശില്പകല തൊഴിലാക്കിയാൽ ശില്പി, മോഷണമെങ്കിൽ കള്ളൻ, യുദ്ധം ചെയ്യുന്നവനെങ്കിൽ അവൻ യോദ്ധാവ്."

ബ്രാഹ്മണരാണ് ശ്രേഷ്ഠരെന്നും അവരാണ് മോക്ഷത്തിന് അർഹരെന്നുമുള്ള അവകാശവാദമുന്നയിച്ച ശ്രാവസ്തിയിലെ ശ്രമണ പ്രതിനിധി അശ്വലായനെ ശ്രീബുദ്ധൻ ഖണ്ഡിക്കുന്നതിങ്ങനെ. ബ്രാഹ്മണ പത്നികൾ ഋതുമതികളാകുന്നതും ഗർഭം ധരിക്കുന്നതും പ്രസവിക്കുന്നതും മറ്റുള്ളവരെപ്പോലെയാണെങ്കിൽ ബ്രഹ്മാവിന്റെ മുഖത്തുനിന്നു ജനിച്ചു എന്നതിന് എന്താണ് പ്രമാണം? ബ്രാഹ്മണർ യുദ്ധത്തിൽ ദാസന്മാരും ദാസന്മാർ ആര്യന്മാരും ആകുന്നുവല്ലോ!

ശ്രീബുദ്ധപരിനിർവ്വാണത്തിനുശേഷം മുഖ്യ ശിഷ്യന്മാർ ചാതുർവർണ്ണ്യത്തെ പ്രശംസിക്കുകയോ അംഗീകരിക്കുകയോ ചെയ്തിരുന്നു. *മജ്ഝിമനികായ*ത്തിലെ മധുരസൂക്തത്തിൽ അതു തെളിയിക്കുന്നതായി മഹാകച്ചാനൻ (മഹാകാത്യായൻ) എന്ന ബുദ്ധസന്ന്യാസി മഥുരയിലെ രാജാവ് അവന്തിപുത്രനുമായി നടന്ന സംവാദത്തെ ഉദാഹരണസഹിതം ഉയർത്തിക്കാട്ടുന്നുണ്ട്. ധർമ്മാനന്ദ കോസമ്പി *'ഭഗവാൻ ബുദ്ധൻ'* എന്ന ഗ്രന്ഥത്തിൽ അത് തുടരുന്നു.

വസിഷ്ഠ സുത്തത്തിൽ ജാതിഭേദം നൈസർഗ്ഗികമല്ലെന്നും *അസ്സലായന സുത്ത*ത്തിൽ ബ്രാഹ്മണൻ ബ്രഹ്മദേവന്റെ മുഖത്തുനിന്നു ജനിച്ചുവെന്ന കല്പനയെ ഖണ്ഡിച്ചും *ഏസുകാരി സുത്തത്തിൽ* ബ്രാഹ്മണർക്ക് മറ്റു ധർമ്മാധർമ്മങ്ങളെ നിർണ്ണയിക്കാനധികാരമില്ലെന്നു സ്ഥാപിച്ചും *മധുരസുത്തത്തിൽ* ധനശാസ്ത്ര-ധർമ്മ ശാസ്ത്ര വീക്ഷണങ്ങൾ പരിശോധിച്ചാലും ജാതിവ്യവസ്ഥ നിരർത്ഥകമാണെന്നും സ്ഥാപിച്ചിരിക്കുന്നു. ഈ സൂക്തങ്ങൾ എല്ലാം നല്ലതുപോലെ ആലോചിച്ചു നോക്കിയാൽ ബുദ്ധനോ അദ്ദേഹത്തിന്റെ ശിഷ്യർക്കോ ജാതിവ്യവസ്ഥ തീരെ സമ്മതമല്ലെന്നും അതു നശിപ്പിക്കാൻ വളരെ യത്നിച്ചുവെന്നും കാണാം. എന്നാൽ മദ്ധ്യ ഹിന്ദുസ്ഥാനത്തു മാത്രമല്ല, ഗോദാവരീ തീരംവരെ ബ്രാഹ്മണർ ചാതുർവർണ്ണ്യം സ്ഥാപിച്ചു കഴിഞ്ഞിരുന്നു. അതുകൊണ്ട് ജാതിഭേദം ആകമാനം ഇല്ലാതാക്കാൻ ഒരു ശ്രമണസംഘത്തിനും സാദ്ധ്യമായിരുന്നില്ല. ഏതു ജാതി മനുഷ്യനെയും തങ്ങളുടെ സംഘത്തിൽ അംഗമാകാൻ നിർഗ്രന്ഥരും (ജൈനർ) ബുദ്ധഭിക്ഷു സംഘവും സ്വാഗതം ചെയ്തിരുന്നു. ശ്വപാകൻ എന്ന ചണ്ഡാലനും സുനീതൻ എന്ന തോട്ടിയും ബുദ്ധസംഘത്തിൽ ചേർന്ന് മഹാശ്രമണന്മാരായിത്തീർന്നിട്ടുണ്ട്. ശ്രീബുദ്ധൻ പ്രസ്താവിച്ചത് 'ഗംഗ, യമുന, അചിരവതി, സരഭൂ (സരയൂ) എന്നീ മഹാനദികൾ സമുദ്രത്തിൽ ചേരുമ്പോൾ അവയുടെ പ്രത്യേക നാമങ്ങൾ നശിച്ച് മഹാസമുദ്രമെന്ന പേര് സ്വീകരിക്കുന്നതുപോലെ ബ്രാഹ്മണ, ക്ഷത്രിയ, വൈശ്യ, ശൂദ്ര വർണ്ണങ്ങൾ തഥാഗതന്റെ

സംഘത്തിൽ ചേരുന്നതോടെ 'ശാക്യപുത്രീയ ശ്രമണർ' എന്ന ഒറ്റനാമ ത്തിലറിയപ്പെടുന്നുവെന്നാണ്.

അശോക ചക്രവർത്തി ബുദ്ധാനുയായിയായശേഷം എല്ലാ ഭിക്ഷു ക്കളുടെയും പാദങ്ങളിൽ വീണ് നമസ്കരിക്കുമായിരുന്നു.

"സ്വാമിൻ, ഈ ശാക്യശ്രമണരിൽ എല്ലാ ജാതിയിൽപ്പെട്ടവരുമുണ്ട്" അശോകന്റെ മന്ത്രി 'യശസ്സ്' ഓർമ്മിപ്പിച്ചു.

"പട്ടാഭിഷേകംചെയ്ത അങ്ങ് അവരെ നമസ്കരിക്കുന്നത് ശരിയല്ല."

ചക്രവർത്തി മറുപടി നല്കുന്നതിനു പകരം ആടുമാടുകളുടെ തല കൾ സമ്പാദിച്ച് വില്ക്കാൻ യശസ്സിനോട് ആജ്ഞാപിച്ചു; പിന്നെ മനു ഷ്യന്റെ തലയും.

ആജ്ഞപ്രകാരം യശസ്സ് മൃഗശിരസ്സുകൾ വില്പനയ്ക്കുവച്ചു, കുറെ വിറ്റുപോയി. എന്നാൽ മനുഷ്യശിരസ്സു വാങ്ങാൻ ആരുമുണ്ടായില്ല. മനു ഷ്യന്റെ തല സൗജന്യമായിപ്പോലും ആരും സ്വീകരിച്ചില്ല.

"ഈ മനുഷ്യശിരസ്സുകൾ കണ്ട് ജനങ്ങൾ ഞെട്ടുന്നു."

യശസ്സ് ചക്രവർത്തിയെ ഉണർത്തിച്ചു. മൃഗങ്ങളുടെ തലകൾക്കുള്ള വിലപോലും മനുഷ്യശിരസ്സുകൾക്കില്ല എന്ന് കൂട്ടിച്ചേർത്തു.

"അപ്പോൾ എന്റെ തല കാണുമ്പോഴോ, പട്ടാഭിഷേകം കഴിഞ്ഞ തല?" ചക്രവർത്തി യശസ്സിനോടാരാഞ്ഞു. ഉത്തരം നല്കാൻ മന്ത്രി ഭയ ന്നു. നിർബ്ബന്ധിതനായപ്പോൾ യശസ്സ് സത്യം വെളിപ്പെടുത്തി.

"ജനങ്ങൾ വെറുക്കും മഹാരാജൻ, ഭയക്കും."

"അപ്പോൾ അങ്ങനെയുള്ള ശിരസ്സ് പുണ്യപാദങ്ങളിൽ വീണ് ബഹു മാനിക്കുന്നത് നിങ്ങൾക്കിഷ്ടമാകാത്തതെന്തേ?" (*ദിവ്യാപദാനസൂക്തം*)

ജൈനാനുയായികൾ ജാതി വ്യവസ്ഥയ്ക്ക് അംഗീകാരം കൊടുത്തി രുന്നുവെന്നും, അത് ബ്രാഹ്മണരിൽനിന്ന് സ്വീകരിച്ചു പോയതുകൊണ്ടാ യിരിക്കണം ഹീനജാതികളെ സംഘത്തിൽ വിലക്കിയിരുന്നുവെന്നും കോസമ്പി രേഖപ്പെടുത്തുന്നു.

വിഹാരത്തിനു നാലുപാടും ചെറുതും വലുതുമായി നൂറുകണക്കിന് സ്തൂപങ്ങൾ ചരിത്രത്തിന്റെ താളുകൾപോലെ അവിടെയവിടെയായി കാണാം. താളുകൾ മറിച്ചു നോക്കാനുള്ള സാവകാശമില്ലാത്തതിനാലും പഠിപ്പിച്ചുതരാൻ അദ്ധ്യാപകനില്ലാത്തതിനാലും വെറും കാഴ്ചക്കാരനെ പ്പോലെ ഞാൻ നടന്നു. നിലം തൊടാനാകാത്ത ചൂടു കാരണം വിഹാര ത്തിനു വെളിയിലേക്കെത്രയും പെട്ടെന്ന് കടക്കേണ്ടതാവശ്യമായി. ശ്രീബുദ്ധന്റെ 'കാലടിപ്പാടുകൾ' എന്ന് മാർക്ക് ചെയ്ത രണ്ടു പാദങ്ങൾ ശിലയിൽ കൊത്തിവച്ചിരുന്നു. പുറത്തേക്കിറങ്ങുമ്പോഴും മുമ്പു കണ്ട ഭിക്ഷുക്കൾ ചംക്രമനയിൽ പത്മാസനത്തിലിരുന്ന് ഗ്രന്ഥപാരായണ ത്തിൽ മുഴുകിയിരിക്കുന്നുണ്ടായിരുന്നു. തുറന്നുവച്ചിരുന്ന ഗ്രന്ഥത്തിലെ ലിപി ബർമ്മീസ് ആയിരുന്നു.

ജൂത്താ ഘറിൽ നിന്ന് പാദരക്ഷകൾ തിരികെ വാങ്ങി ധരിച്ചപ്പോഴുണ്ടായ ആശ്വാസം പറയാതെ വയ്യ. ടോക്കൻ വാങ്ങി പാദരക്ഷകൾ തിരികെ നല്കിയപ്പോൾ വിനയമല്ല അഹങ്കാരഭാവമാണ് കണ്ടതെന്ന ആക്ഷേപവുമായി ഒരു ബുദ്ധാനുയായി കൗണ്ടറിലെ ജീവനക്കാരനോട് ക്ഷുഭിതനായും പരുഷമായും കയർക്കുന്നതു കണ്ടു. ഹിന്ദിയിലായിരുന്നു ആക്രോശം. ഭാരതീയൻ തന്നെ. സാമ്പത്തികമായി ഉയർന്ന ജീവിതം നയിക്കുന്ന ആളാണെന്ന് അയാളുടെ വേഷഭൂഷാദികൾ വെളിപ്പെടുത്തി. "എന്റെയുംകൂടി ഔദാര്യത്തിലാണ് നിനക്കൊക്കെ ഇവിടെ ശമ്പളം കിട്ടുന്നത്; അഹങ്കരിച്ചാലുണ്ടല്ലോ..." ആ മനുഷ്യൻ ഷൂഹൗസ് ജീവനക്കാരനെ തീപാറുന്ന കണ്ണുകളോടെ താക്കീതു ചെയ്തു. ജീവനക്കാരൻ അപരാധിയും അപമാനിതനുമായി.

"ആർക്കാണാവോ അഹങ്കാരം?" ഞാൻ സ്വയം ചോദിച്ചു. ഓഷോ പറഞ്ഞ ഒരു കഥ ഞാനിപ്പോൾ ഓർക്കുന്നു.

തലയിൽ ആകെയുണ്ടായിരുന്ന മൂന്നു മുടി കോതിവയ്ക്കാൻ ഒരാൾ ബാർബർ ഷോപ്പിൽ ചെന്നു. ഷാംപു ചെയ്തപ്പോൾ ഒരു മുടി നഷ്ടപ്പെട്ടു. ബാർബർ വിഷമിച്ചു.

"സാരമില്ല, രണ്ടു മുടിയിൽ ഒന്ന് വലത്തോട്ട് ഒന്ന് ഇടത്തോട്ട്." അയാൾ ബാർബറെ സമാധാനിപ്പിച്ചു.

ഇടത്തോട്ട് ചീകിയ മുടിയും നഷ്ടപ്പെട്ടു. ഏറെ പരുങ്ങലിലായ ബാർബറെ നോക്കി ഒറ്റമുടിക്കാരൻ ചിരിച്ചുകൊണ്ട് പറഞ്ഞു. "ഓ, സാരമില്ല, ഒറ്റ മുടി, ഞാനത് അങ്ങോട്ടുമിങ്ങോട്ടും ആട്ടിയാട്ടി നടക്കും."

When you accept everything, your life becomes cheerful. Nobody can make you miserable, nothing can make you miserable.

ശ്രീബുദ്ധൻ മറ്റൊരവസരത്തിൽ പറഞ്ഞു. "നിനക്കെന്നെ കുപിതനാക്കാൻ സാദ്ധ്യമല്ല; നിന്റെ ഭർത്സനം ഞാൻ സ്വീകരിക്കാത്തിടത്തോളം."

ബി ടി എം സി ഓഫീസിനോടു ചേർന്ന് മെഡിറ്റേഷൻ പാർക്ക്, പൊലീസ് ഔട്ട് പോസ്റ്റ്, കാന്റീൻ, ഗ്രന്ഥാലയം എന്നിവയുണ്ട്. മെഡിറ്റേഷന് പ്രത്യേകം രജിസ്റ്റർ ചെയ്യണം. ധ്യാനത്തിന് ഏറ്റവും അനുകൂലമായ അന്തരീക്ഷമായതിനാൽ ആവശ്യക്കാർ കൂടും. 2002 ൽ സ്ഥാപിച്ച മഹാബോധി ടെമ്പിൾ ട്രസ്റ്റ് ഓഫീസ് രാവിലെ അഞ്ചു മുതൽ രാത്രി ഒമ്പതുവരെ പ്രവർത്തിക്കുന്നു. ഈ രണ്ട് അവസരങ്ങളിലും ഓരോ മണിക്കൂർ വീതം പ്രാർത്ഥനയുണ്ടാവും. ഇതിനോട് ചേർന്ന് ആർക്കിയോളജിക്കൽ മ്യൂസിയം സ്ഥിതിചെയ്യുന്നു. ചുട്ടുപൊള്ളുന്ന വെയിലിൽ ശരീരവും മനസ്സും അസ്വസ്ഥമായി. വിഹാരത്തിനു പുറത്ത് വാഹനം പാർക്കു ചെയ്തിരുന്നിടത്തെത്താൻ അല്പദൂരം നടക്കണം. വിശാലമായ പാതയോരത്തൊരു വശം മുഴുവൻ വ്യാപാരമാണ്. ഫാൻസി സാധനങ്ങളും കളിപ്പാട്ടങ്ങളും ഇലക്ട്രോണിക്സ് ഉപകരണങ്ങളുമാണേറെയും. പരിചിതമല്ലാത്ത കൗതുകവസ്തുക്കൾ കണ്ടുകണ്ട് നടന്നപ്പോൾ സമയം

കടന്നുപോയതറിഞ്ഞില്ല. ഒരു വലിയ ആൽമരത്തിനെ ചുവപ്പുനൂൽച്ചുറ്റുകളാൽ പാവാട ധരിപ്പിച്ചിരിക്കുന്നു. ആരൊക്കെയോ കാര്യസാദ്ധ്യത്തിന് തെരഞ്ഞെടുത്ത ആരാധനാ ക്രമമായിരിക്കാം.

'സുജാതാ വില്ലേജ്-2 കിലോമീറ്റർ'. കവലയിലെ ദിശാ ബോർഡിൽ പ്രത്യക്ഷപ്പെട്ട പേര് ചരിത്ര പുരുഷൻ തഥാഗതനിലേക്ക് എന്റെ ശ്രദ്ധ തിരിച്ചുവിട്ടു. ഉരുവേലത്ത് ആ താപസന് ജീവൻ നിലനിർത്താൻ പായസം പകർന്ന കന്യക, പടനായകന്റെ പുത്രി സുജാത. ആ സാധ്വിയുടെ നാമവും വാഴ്ത്തപ്പെടട്ടെ.

തിരുപ്പതി സൗത്തിലെ ചോറും കുഴമ്പുകറിയും സ്വാദോടെ കഴിക്കുമ്പോൾ വെറും ഒരു ദിവസത്തെ ഇടപെടലുകളേ ഉണ്ടായിരുന്നുള്ളൂവെങ്കിലും ഹോട്ടൽ ജീവനക്കാർ ചിരപരിചിതരെപ്പോലെ പെരുമാറി.

പകൽച്ചൂടൊട്ടടങ്ങിയപ്പോൾ ഞങ്ങൾ വീണ്ടും തെരുവിലേക്കിറങ്ങി. കുതിരവണ്ടികൾ കൈയടക്കിയ റോഡിൽ ജനത്തിരക്കുണ്ടായില്ല; അതുകൊണ്ട് കറങ്ങിത്തിരിഞ്ഞ് കാഴ്ചകൾ കാണാൻ ഉത്സാഹമേറി. വഴിവാണിഭക്കാരുടെ പക്കൽ അപൂർവ്വങ്ങളായ ഉരുപ്പടികൾ കണ്ടേക്കാം. ഒന്നൊന്നായെടുത്ത് പരിശോധിക്കാനും മൂല്യനിർണ്ണയം നടത്താനും വിലപേശാനും ഒടുവിൽ 'പുളിക്കും മുന്തിരി' ഉപേക്ഷിച്ചുപോകാനും ഞങ്ങൾക്ക് ഉളുപ്പുണ്ടായില്ല. (ചീത്ത വിളിക്കുന്നത് മലയാളത്തിലല്ലല്ലോ). വലിയ ഷോറൂമുകളിലെ കണ്ണാടിക്കൂടുകളിൽ മാന്യസ്ഥാനങ്ങളലങ്കരിക്കുന്ന വിലപിടിച്ച ആന്റിക്കുകൾ തെരുവിൽ നിസ്സാര വസ്തുക്കളായി. അതിപുരാതന നാണയങ്ങളുടെ കൂട്ടത്തിൽ റോമനും ഈജിപ്ഷ്യനും, പേർഷ്യനും, മൗര്യനും ഉണ്ടായിരുന്നു. ഗുപ്ത, കുശാന, മുഗള കാലത്തെ നാണയങ്ങളും ധാരാളമുണ്ടായിരുന്നു. ലോഹപ്രതിമകൾ, ചെമ്പു പാത്രങ്ങൾ, പണിയായുധങ്ങൾ തുടങ്ങി കാലപ്പഴക്കംകൊണ്ട് അന്യമായിക്കഴിഞ്ഞ പല വസ്തുക്കളും അവിടെ കണ്ടു. പുരാവസ്തുക്കളുടെ അന്തർദ്ദേശീയ കൊടുക്കൽ വാങ്ങലുകൾക്കും കൈമാറ്റങ്ങൾക്കും ബോധ്ഗയ വേദിയാണെന്ന് തോന്നി. ഒട്ടുമിക്ക വിദേശ രാജ്യങ്ങളിൽനിന്നും സ്ഥിരമായി എത്താറുള്ള സഞ്ചാരികൾ. അവർക്ക് തങ്ങാനും പ്രാർത്ഥിക്കാനും ഉള്ള ചൈത്യ-വിഹാരങ്ങൾ ആണ് ചുറ്റിനും. ബർമ്മ, തായ്‌ലന്റ്, ഭൂട്ടാൻ, ചൈന, നേപ്പാൾ, ജപ്പാൻ, കംബോഡിയ, വിയത്നാം, കൊറിയ, സിംഗപ്പൂർ, ബംഗ്ലാദേശ്, ശ്രീലങ്ക എന്നീ രാജ്യങ്ങളുടെ മൊണായ്സ്ട്രികൾ പ്രൗഢിയിലും ഗാംഭീര്യത്തിലും നിർമ്മാണകലയിലും ഒന്നിനൊന്നു മത്സരിക്കുന്നതുപോലെ പാതയോരത്ത് നിരനിരയായി സ്ഥിതിചെയ്യുന്നു. അവിടെ എത്തുന്ന തീർത്ഥാടകരും സഞ്ചാരികളും ആണ് വഴിക്കച്ചവടത്തിലെ കണ്ണികളേറെയും.

വെയിലിന്റെ പ്രഭാവം അടങ്ങി. ആൽമരങ്ങൾക്കു പിന്നിൽ കണ്ട ബുദ്ധവിഹാരം ഏതു മഹാരാജ്യത്തിന്റേതെന്നറിയാതെ, മലർക്കെത്തുറന്നു കിടന്നിരുന്ന വലിയ വാതിലിലൂടെ ഞങ്ങൾ ഉള്ളിലേക്കു കടന്നു. ഇംഗ്ലീഷ് അക്ഷരമാലകളെ അന്യമാക്കിയ ബോർഡ് ഞങ്ങൾക്കു പ്രയോ

ജനപ്പെട്ടില്ല. ഏതാ രാജ്യം? എന്ന് മലബാറിയൻ രീതിയിൽ ചോദിച്ചറിയാൻ പ്രജകളുണ്ടായിരുന്നില്ല.

എല്ലാ മൊണായ്സ്ട്രികൾക്കും 'ചീനാ ടച്ച്.' മേല്ക്കൂര തടിയിലായാലും കോൺക്രീറ്റിലായാലും മൂലകൾ വളഞ്ഞ് മുകളിലോട്ടുന്തി നില്ക്കുന്ന ശൈലി. ക്ഷേത്രങ്ങൾക്കും പഗോഡകൾക്കും നിശ്ചിത രൂപം നിഷ്കർഷിച്ചിട്ടുള്ളതുപോലെ ആകർഷകമായിരുന്നു. വാസ്തുകലയിലെ ചന്തം മുഴുവൻ ചാലിച്ചെടുത്ത വാറ്റ്-തായ് (wat thai) എന്ന തായ്‌ലന്റ് വിഹാരം 1957 ൽ ശ്രീബുദ്ധന്റെ 2500-ാം ജന്മദിനാഘോഷത്തിന്റെ ഭാഗമായി നിർമ്മിച്ചതാണ്. ബുദ്ധചരിതത്തിലെ സുപ്രധാന സംഭവങ്ങൾ പലതും ശില്പങ്ങളിലൂടെയും ചിത്രങ്ങളിലൂടെയും സന്ദർശകർക്ക് ഹൃദിസ്ഥമാക്കാൻ പാകത്തിൽ പ്രദർശിപ്പിച്ചിരിക്കുന്നു. ശ്രീബുദ്ധ പ്രതിമയോടു ചേർന്നുനിന്ന് ഫോട്ടോ എടുക്കുമ്പോൾ അവിടെ നിറഞ്ഞുനിന്ന ആത്മീയാന്തരീക്ഷത്തിന് ക്ഷതമേല്ക്കാതിരിക്കാൻ ഞാനും ശ്രദ്ധിച്ചു. ചന്ദനത്തിരിയുടെയും സുഗന്ധ തൈലത്തിന്റെയും സൗരഭ്യം കടും വർണ്ണച്ചായങ്ങൾ തേച്ച ചുവരുകൾക്കുള്ളിൽ തുളുമ്പിനിന്നു.

ചീനാ വിഹാരത്തിനു മുന്നിലെ മാരീശില്പം

തായ്‌ലന്റ് ബുദ്ധവിഹാരം കണ്ട് ചൈനാ ചൈനാ എന്ന പേരു പറഞ്ഞതിന്റെ ചമ്മലോടെ അടുത്ത മന്ദിരത്തിലേക്ക് കയറി; അത് ചീനാ ബുദ്ധ സന്ന്യാസി സിറ്റിങ്ചെൻ 1954 ൽ നിർമ്മിച്ചതാണ്. മൂന്നു വ്യത്യസ്ത ഭാവങ്ങളിൽ ബുദ്ധവിഗ്രഹങ്ങൾ, കറുത്തശിലയിൽ നിർമ്മിച്ച് സ്വർണ്ണം പൂശിയതാണ്. നല്ല ഒരു പൂന്തോട്ടം വിഹാരാങ്കണത്തെ മോടികൂട്ടിയിരിക്കുന്നു.

ഇൻഡോസൻ നിപ്പൺജി എന്ന പേര് ഇപ്പോൾ മനഃപാഠം ആണ്. യാത്രയിലുടനീളം ഈ പേരുൾക്കൊള്ളുന്ന വിഹാരങ്ങളും പഗോഡകളും കണ്ടു കണ്ടാണല്ലോ വന്നത്. കോ കുസൈ ബു ക്യോ ക്യോകായി (International Budhist Brotherhood Association) യുടെ ആഭിമു

ഖ്യത്തിൽ 1973 ൽ നിർമ്മിച്ച ഈ ജാപ്പനീസ് വിഹാരം നിർമ്മിക്കാൻ മരമാണ് കൂടുതലും ഉപയോഗിച്ചിരുന്നത്.

"NA Mu Myo Ho KEN GE Kyo" (നാ മു മ്യോ ഹോ കെൻ ഗെ ക്യോ) ഈ അക്ഷരക്കൂട്ടായ്മയുടെ അർത്ഥമെന്താണെന്നറിയില്ലയെങ്കിലും ഞങ്ങൾ കയറിയ വിഹാരത്തിന്റെ നാമമതായിരുന്നു. തഥാഗതന്റെ രൂപങ്ങളും ശില്പങ്ങളും തന്നെയാണിവിടെയും. ഏതാ രാജ്യം? എന്ന ചോദ്യം ഉത്തരരഹിതമായി. "ഭാഷ ഏതായാലും നല്ല അർത്ഥം." എന്നു പറഞ്ഞ നാട്ടിൻപുറത്തുകാരനെപ്പോലെ അഴകാർന്ന അലങ്കാരപ്പണികൾ കണ്ട് കണ്ട് നടന്നു. കുറേയധികം വിഹാരങ്ങൾ കയറിയിറങ്ങിയപ്പോൾ 'മതി' എന്നായി. നിർമ്മാണ കലയിൽ വൈവിദ്ധ്യവും വൈദഗ്ദ്ധ്യവുമുണ്ടെങ്കിലും, ഇന്റീരിയർ സംവിധാനത്തിനുപയോഗിച്ചിരിക്കുന്ന ഉരുപ്പടികളിലെ കലാംശം കിടയറ്റതാണെങ്കിലും, തീക്ഷ്ണ വികാരങ്ങളെ നിയന്ത്രിച്ച് ശാന്തിയിലേക്ക് നയിക്കുന്ന ആത്മീയാന്തരീക്ഷം നിറഞ്ഞിരുന്നെങ്കിലും ഏതേതു രാജ്യങ്ങളിലെ വിഹാരങ്ങളിൽ കയറി; കയറിയില്ല എന്ന തിരിച്ചറിവുപോലും ഇല്ലാതെ കാഴ്ചകൾക്കു വിരാമമടാൻ ഞങ്ങൾ തീരുമാനിച്ചു. എല്ലാ വിഹാരങ്ങളിലും ചെറുതും വലുതുമായ ബുദ്ധ ശില്പങ്ങളുണ്ട്, വിശ്രുത സംഭവങ്ങളുടെ ചിത്രീകരണമുണ്ട്, വിഹായസ്സിലേക്കുയർന്നു പൊങ്ങിയ ബുദ്ധ തേജസ്സിനെ ഓർമ്മപ്പെടുത്തുന്ന വർണ്ണപതാകകളുണ്ട്, ധർമ്മചക്ര രൂപങ്ങളുണ്ട്, മനൻ ഉണ്ട്, പ്രാർത്ഥനാ ചക്രമുണ്ട്, വെങ്കല പിച്ചള താലങ്ങളുണ്ട്, പരവതാനികളുണ്ട്, ബോധി വൃക്ഷങ്ങളുണ്ട്, ദേവദത്തനും മാരനും, അംഗുലീമാലയും അമ്രപാലിയുമുണ്ട്, നല്ല പൂന്തോട്ടങ്ങളുണ്ട്.

പല വിഹാരങ്ങളിലും ഞങ്ങൾ ഉപചാരപൂർവ്വം ഇരുന്ന് ആദരവോടെ പ്രാർത്ഥനയിൽ പങ്കുകൊണ്ടു. ഹീനയാന-മഹായാന വിഭാഗമേതെന്നു തിരിച്ചറിഞ്ഞില്ല. ഥേർവാഡ വിഭാഗത്തിലെ വേർതിരിവുകൾ ബോദ്ധ്യപ്പെട്ടില്ല. പക്ഷേ, ഓരോ ബുദ്ധവിഗ്രഹവും അതാതു രാജ്യങ്ങളിലെ ജനതയുടെ രൂപത്തോടിണങ്ങിയിരുന്നു. ഭാരതത്തിന്റെയും ബംഗ്ലാദേശിന്റെയും ബുദ്ധ വിഗ്രഹങ്ങൾക്ക് ഇന്ത്യൻ മുഖച്ഛായ. ശ്രീലങ്കയുടേതിന് സിംഹളന്റെയും തായ്ലാന്റിലേതിന് സയാമീസിന്റെയും ആയിരുന്നു. ചൈന, ജപ്പാൻ, കൊറിയൻ വിഗ്രഹങ്ങൾ വിയത്നാം രൂപത്തിൽനിന്ന് വേറിട്ടുനിന്നു.... പക്ഷേ, രൂപങ്ങളിലെല്ലാം ശാന്തിയുടെ വിളയാട്ടം കണ്ടു.

ജയ്പ്രകാശ് പാർക്കിനു സമീപം ഇളനീർ വില്പനയുണ്ട്. കേരള നാട്ടിലെ ഇളം കേരം കഴിക്കാൻ കൂട്ടാക്കാത്ത ഞാൻ ബോധ്ഗയ 'നീര' കഴിക്കാനാഗ്രഹിച്ചു. വെറും 20 രൂപ മാത്രം. കുപ്പിയിലടച്ച പച്ചവെള്ളത്തിന് പതിനഞ്ചു രൂപയും.

സൂര്യൻ അസ്തമിച്ചിട്ടേറെ നേരമായി. പാർക്കിൽ വിശ്രമിക്കാനെത്തിയ ഏതാനുംപേരും മടങ്ങിക്കഴിഞ്ഞിരിക്കുന്നു. അലഞ്ഞുതിരിയുന്ന പശുക്കളോ നായ്ക്കളോ കുരങ്ങുകളോ അലോസരപ്പെടത്താനുണ്ടാ

യില്ല. പൊലീസുകാരും വിരളം. ഇതും ബോധ്ഗയയുടെ സവിശേഷത യാവാം.

തനിക്ക് സിദ്ധിച്ച നാല് ആര്യ സത്യങ്ങളുടെ ജ്ഞാനം ആർക്കാണാദ്യം പകരേണ്ടതെന്ന് ബുദ്ധൻ ആലോചിച്ചു. പൂർവ്വ ഗുരുക്കന്മാരായ ആഡാര കലാമനും ഉദ്ദക രാമപുത്തനും ഇതിനോടകം മരിച്ചു കഴിഞ്ഞിരുന്നു. അതിനാൽ ബുദ്ധനൊപ്പം കുറച്ചുകാലം ശ്രമണ ജീവിതം നയിക്കുകയും തപസ്സിൽനിന്ന് പിന്തിരിഞ്ഞ തന്നെ ഉപേക്ഷിച്ചു പോവുകയും ചെയ്ത പഞ്ചബ്രാഹ്മണരെ കണ്ടെത്താൻ ബുദ്ധൻ ആഗ്രഹിച്ചു. വഴിയിൽ കണ്ടുമുട്ടിയ ഉപകൻ എന്ന ജീവകശ്രമണനോട് തത്ത്വബോധസിദ്ധിയെപ്പറ്റി സംസാരിച്ചപ്പോൾ അയാളത് നിസ്സാരമായിക്കണ്ടു. വ്യത്യസ്തമായൊരു സമ്പ്രദായമുൾക്കൊള്ളാൻ കഴിയാത്തവരെ ഉപദേശിക്കുന്നതുകൊണ്ട് പ്രയോജനമില്ലെന്ന് ബുദ്ധൻ മനസ്സിലാക്കി. ശ്രീബുദ്ധൻ കാശിയിലേക്ക് നടന്നു.

12

സാരാനാഥ്

"ഇരുന്നൂറ്റി അറുപത്തി നാല് കിലോമീറ്റർ ദൂരമുണ്ട് വാരണാസി യിലേക്ക്. അതിരാവിലെ പുറപ്പെട്ടാൽ ചൂട് കൂടുന്നതിനു മുമ്പ് സാരാ നാഥിലെത്താം."

രൂപേഷ് വരുംനാളത്തെ പര്യടനരേഖ തയ്യാറാക്കി അറിയിച്ചു. എന്തിനും തയ്യാറെന്ന് ഞങ്ങളും. "പുലരും മുമ്പ്, അഞ്ചു മണിക്ക്" മുഹൂർത്തം നിശ്ചയിച്ചു.

"പാഞ്ച് ബജേ കോ റസോയി നഹിം ഖുലേഗി." കൊച്ചു വെളു പ്പാൻകാലത്ത് പുറപ്പെടുന്ന വിവരമറിഞ്ഞപ്പോൾ വരുൺ ജൈൻ അസ്വ സ്ഥനായി. പ്രഭാതഭക്ഷണം തയ്യാറാക്കുക പ്രയാസമുള്ള കാര്യമത്രേ.

രാവിലെ അഞ്ചുമണിക്ക് ട്രാവ്ലറിനുള്ളിൽ ലഗ്ഗേജുകൾ കയറ്റുവാ നുള്ള തിരക്കിലായിരുന്നു ഞങ്ങൾ.

"സബ് ആയിയേ ചാ പീയേംഗേ"

വരുൺ ജൈന്റെ ഉച്ചത്തിലുള്ള ശബ്ദം കേട്ട് തിരിഞ്ഞു നോക്കി. ചായ കഴിക്കാനുള്ള ക്ഷണമാണ്. പുലരുംമുമ്പ് അടുക്കള തുറക്കില്ല എന്ന് പറഞ്ഞ വരുൺ ജൈൻ സ്വയം തയ്യാറാക്കിയ ചായ. കൂടെ ഒരു പയ്യ നെയും കൂട്ടിയിട്ടുണ്ട്. അവൻ ബ്രഡ് ബട്ടർ ജാം പാക്കറ്റുകളിലാക്കുന്ന ജോലിയിലാണ്. 10 പാക്കറ്റുകൾ. ജോലിയോടുള്ള ആത്മാർത്ഥതയാണോ ആതിഥ്യ മര്യാദയാണോ പ്രായത്തെ അവഗണിച്ചും ജോലി ചെയ്യാൻ ആ മാന്യ വയോധികനെ പ്രേരിപ്പിക്കുന്ന ഘടകം?

"You take these food packets, you may need it later."

നേരം പുലരുന്നതേയുള്ളൂ. ട്രാവ്ലറിന്റെ ജനാലച്ചില്ലുകൾ തുറന്നിട്ട് തണുത്ത കുളിർകാറ്റിന്റെ തലോടലാസ്വദിക്കാൻ തല പുറത്തേക്കിട്ടു. കുണ്ടു കുഴികളില്ലാത്ത നീണ്ട റോഡിലൂടെ 'ഡൊബ്ബി'യിലെത്തി, വാര ണാസി ലക്ഷ്യമാക്കി നീങ്ങി. ദേശീയപാതയിൽ കണ്ട വലിയ ദാബയ്ക്കു

ജുമാലിന്റെ ലസ്സി

മുന്നിൽ വണ്ടി നിർത്തി നൂറു വാഹനങ്ങളെങ്കിലും ഒതുക്കി നിർത്താൻ സൗകര്യമുള്ള ധാബ. സെൽഫ് സർവ്വീസ് ടോക്കണെടുത്ത് ചായ കഴിക്കാനിരുന്നു. പാക്കറ്റുകളിൽ കരുതിയിരുന്ന ഭക്ഷണം കഴിക്കാൻ മറ്റൊരു നല്ല അവസരം കിട്ടിയെന്നു വരില്ല. ധാബയിലെ റസോയിയിൽ സമോസ ഉല്പാദനം നടക്കുന്നു.

ഹോട്ടലിനു പിൻവശം വിശാലമായ കൃഷിയിടമാണ്. ഉള്ളി, മഞ്ഞൾ, മല്ലി, കടുക്.

പത്തും പന്ത്രണ്ടും വയസ്സു പ്രായം തോന്നിക്കുന്ന നാലഞ്ചു ഗ്രാമീണ കുട്ടികൾ ഞങ്ങൾക്കു ചുറ്റും കൂടി. അധികമുണ്ടായിരുന്ന ഭക്ഷണപ്പൊതികൾ ആ കുട്ടികൾക്ക് കൊടുത്തു. കൈയൂക്കുള്ളവർ അതും കൊണ്ടോടിയപ്പോൾ രണ്ടു പെൺകുട്ടികൾമാത്രം അവിടെ ശേഷിച്ചു. തങ്ങൾക്കൊന്നും കിട്ടിയില്ല എന്ന് കൈമലർത്തിക്കാണിച്ചു. അവരും അവരുടെ വസ്ത്രവും വെള്ളം കണ്ടിട്ട് നാളുകളേറെക്കഴിഞ്ഞിരിക്കണം.

കൃഷ്ണകുമാർ കുട്ടികളുടെ ഫോട്ടോ എടുത്തു; അവർ പോസു ചെയ്തു നിന്നു.

"പൈസേ, പൈസേ ദോ"

പെൺകുട്ടികൾ കൃഷ്ണകുമാറിനു നേരെ കൈകൾ നീട്ടി.

"ക്യോം?"

"ഫോട്ടോ ലേ ലിയാ ഹെ ന?" മൂത്ത പെണ്ണ് പറഞ്ഞു.

"പൈസേ ദേനാ"

ബിസിനസ് ഈസ് ബിസിനസ്. കൃഷ്ണകുമാർ അവർക്കു ചില്ലറ കൊടുത്തു. നാളെ അവർ പരസ്യ മോഡലുകളാകില്ലെന്നാരു കണ്ടു?

ട്രാവ്ലർ ഉത്തർപ്രദേശിലൂടെയാണ് ഇപ്പോഴോടുന്നത്. ഹൈവേ നീണ്ടു വെടിപ്പായിക്കിടന്നു, ട്രാവ്ലറിന് ഉത്സാഹമായി. വാനോളമുയർന്ന മാളികകളോ കലപിലാരവം മുഴങ്ങുന്ന കവലകളോ ഉത്സവാഘോഷാനുബന്ധ മാർഗ്ഗതടസ്സങ്ങളോ ഞങ്ങൾ നേരിട്ടില്ല.

"മുഗൾസരായി," റെയിൽവേ മേല്പാലത്തിലൂടെ പട്ടണം ലക്ഷ്യമാക്കി നീങ്ങുമ്പോൾ ഡ്രൈവർ രാജാ ആവേശത്തോടെ ഉറക്കെവിളിച്ചു പറഞ്ഞു.

"ഹമാരാ ശഹർ, ഹമാരാ ശഹർ."

റെയിൽവേ സ്റ്റേഷനു മുന്നിൽ ട്രാവ്ലർ ബ്രേക്കിട്ടു. പെട്ടെന്നൊരു ട്രാഫിക് തടസ്സം.

"ഞങ്ങളുടെ റെയിൽവേ സ്റ്റേഷൻ. എല്ലാ ട്രെയിനുകളുമെത്തുന്ന ഇന്ത്യയിലെ ഏക സ്റ്റേഷൻ".

"എല്ലാം?" എല്ലാംകൊണ്ട് രാജ എന്താണുദ്ദേശിച്ചത്?

"ഇന്ത്യയിലെ എല്ലാ ട്രെയിനുകളും ഇവിടെ വന്നുപോകുമെന്നാണോ?"

"അതെ, ഒരു തീവണ്ടിക്കും മുഗൾസരായിയിൽ വരാതിരിക്കാനാവില്ല" രാജ വിട്ടുവീഴ്ചയ്ക്ക് തയ്യാറല്ല. അയാളുടെ നാട്. ഞാൻ വാശി പിടിച്ചില്ല, ആ ദേശസ്നേഹിയെ തിരുത്താൻ പോയില്ല. ലോകത്തിന്റെ നാഭി ബോധ്ഗയയാണെന്ന് പ്രസ്താവിച്ച ഫാഹിയാനെ ഓർത്തുപോയി.

ഗ്രാമ്യാന്തരീക്ഷത്തിൽ നിന്ന് നഗരാന്തരീക്ഷത്തിലേക്കുള്ള മാറ്റം നിമിഷങ്ങൾക്കുള്ളിലാണ് സംഭവിച്ചത്. തിരക്കേറിയ പച്ചക്കറിക്കമ്പോളത്തിനിടയിലൂടെ ട്രാവ്ലറെ വലിച്ചിഴയ്ക്കാൻ സോനു പ്രയാസപ്പെടുന്നുണ്ടായിരുന്നു. സൈക്കിൾ മുതലുള്ള എല്ലാ വാഹനങ്ങളും അവയ്ക്കിടയിലൂടെ കാൽനടക്കാരും തോന്നിയപോലെ റോഡ് പങ്കുവച്ചു.

"ദയവുചെയത് എല്ലാവരുമൊന്നിറങ്ങണം, എന്റെ ദോസ്തിന്റെ ലസ്സി ബാർ കാണേണ്ടേ, വരൂ."

രാജാ ഞങ്ങളെ അയാളുടെ സ്നേഹിതന്റെ ലസ്സി ബാറിലേക്ക് ക്ഷണിച്ചു. "ഐസാ ലസ്സി ഔർ കിധർ നഹിം മിലേഗാ, മെഹർബാനി സേ ആയിയേ."

രാജായുടെ മുഗൾസരായി റെയിൽവേ സ്റ്റേഷൻ പോലെ അദ്വിതീയമാണ് സ്നേഹിതന്റെ ബാറിലെ ലസ്സിയും.

വാഹനത്തിൽ നിന്നിറങ്ങുവാൻ പാടുപെട്ടു. കാലൂന്നിയത് പാവയ്ക്കയുടെയോ പച്ചമുളകിന്റെയോ കൂമ്പാരങ്ങളിലായിരുന്നു. ഗ്രാമവാസികളാണ് കച്ചവടക്കാർ. പുരുഷന്മാർ ഏറെയും കൊമ്പൻമീശക്കാർ, തലയുയർത്തിപ്പിടിച്ചവർ, സ്ഥാന ചിഹ്നങ്ങളോടെയുള്ള തലപ്പാവണിഞ്ഞവർ. പെണ്ണുങ്ങൾ എല്ലിച്ച് കറുത്ത് കണ്ണും മൂക്കുമൊഴിച്ചെല്ലാം മറച്ചവർ. അവർ

വില്പനാ വിഭവങ്ങൾക്കു പിന്നിലിരുന്ന് ഉപഭോക്താക്കളെ ക്ഷണിക്കുന്നു, “ആയിയേ, ദേഖിയേ...”

പച്ചക്കറിക്കൂനകൾക്കിടയിൽ കക്കടി കണ്ടപ്പോൾ വാങ്ങി ശേഖരിക്കാനെനിക്ക് ആർത്തിയായി. വളഞ്ഞു ചുരുണ്ട് നീർക്കോലി കണക്കെ... പച്ചനിറത്തിൽ വെണ്ടയ്ക്കയും വെള്ളനിറത്തിൽ മുള്ളങ്കിയും നീലനിറത്തിൽ വഴുതനയും കുങ്കുമനിറത്തിൽ കാരറ്റും ചേർത്തൊരു വർണ്ണക്കൂട്ടായ്മ.

ലസ്സി വാലാ ദോസ്തിനെ, രാജ പരിചയപ്പെടുത്തി. “ജമാൽ”.

ജമാൽ കൈകൾ കൂപ്പി ഞങ്ങളെ സ്വാഗതംചെയ്തു. സോനു വാഹനം പാർക്കു ചെയ്യാനിടമന്വേഷിച്ചു പോയിരുന്നു.

“ചാ, കോഫി, ലസ്സി?” ജമാൽ കണക്കെടുപ്പാരംഭിച്ചു. കൂടുതൽ പേരും ലസ്സിയാണാവശ്യപ്പെട്ടത്. ജമാലിന്റെ ലസ്സിയെ വെല്ലാൻ ഭൂമുഖത്ത് മറ്റേത് വേറെ?

ക്രീം നിറത്തിൽ ലസ്സി മൺചട്ടിയിൽ പായസംപോലെ തുളുമ്പി. മധുമേഹരോഗം (പ്രമേഹം) വകവയ്ക്കാതെ ഞാൻ രണ്ടു ചട്ടി അകത്താക്കി. കുട്ടനാടൻ കള്ളുഷാപ്പുകളിലെ മൺകുടങ്ങളിൽ പതഞ്ഞുപൊങ്ങുന്ന ‘അന്തി’യെ ഓർത്ത് ‘വീശി’.

രാജയ്ക്ക് നാട്ടുവഴികൾ നല്ല നിശ്ചയമാണ്. മുഗൾസരായി നഗരത്തിലെ ഗതാഗതക്കുരുക്കുകളിൽ നിന്നൊഴിഞ്ഞു മാറി ഊടുവഴികളിലൂടെ ഞങ്ങളെ കൊണ്ടുപോയി, ഗംഗയ്ക്കു മുകളിലൂടെ, സാരാനാഥിലേക്ക്.

ശാക്യകുലത്തിലെ സിദ്ധാർത്ഥന്റെ ജീവിതചക്രം ആരംഭിച്ച ലുംബിനിയും മഹാപരിനിർവ്വാണമടഞ്ഞ കുശിനഗരവും ബൗദ്ധത്ത്വത്തിലൂടെ വെളിച്ചമായി പരിണമിച്ച ബോധ്ഗയയും പോലെ, ആദ്യ ബുദ്ധസംഘം സ്ഥാപിക്കപ്പെട്ട സാരാനാഥും ആണ് പ്രധാന നാലു പുണ്യസ്ഥലങ്ങൾ.

ബി സി മൂന്നാം ശതകത്തിനു മുൻപ് ഋഷി പട്ടന (മൃഗവനം) എന്നായിരുന്നു സാരാനാഥ് അറിയപ്പെട്ടിരുന്നത്. ശാരംഗനാഥിൽ (ശാരംഗ = മാൻ) നിന്നാണ് ‘സാരാനാഥ്’ ഉണ്ടായതെന്ന് വിശ്വസിക്കപ്പെടുന്നു. ബോധിസത്വന് വാരണാസിയിലെ രാജാവ് ദാനം ചെയ്തതത്രേ ‘ഋഷി പട്ടന’. ഇതിന് ഒരു കിലോമീറ്റർ മാറി സിങ്പൂർ എന്ന ഒരു ഗ്രാമമുണ്ട്. അവിടെയാണ് പതിനൊന്നാം തീർത്ഥങ്കരൻ ശ്രേയംസ് നാഥൻ ജനിച്ചതെന്നും അദ്ദേഹത്തിന്റെ ജന്മമോക്ഷങ്ങൾ സംഭവിച്ചതെന്നും ജൈനർ വിശ്വസിക്കുന്നു. മൃഗദയ അഥവാ മൃഗദേവ ഋഷിപട്ടനയിൽ (ഇശിപടന എന്ന പാലി പദത്തിന് വിശുദ്ധരുടെ നാട്, Land of Holymen എന്നാണർത്ഥം.) ദേവന്മാർ വന്ന് ശ്രീബുദ്ധൻ അവതരിക്കുമെന്ന് മുൻകൂട്ടി അറിയിച്ചുവെന്നും അപ്പോൾ അവിടെ ഉണ്ടായിരുന്ന 500 ഋഷിമാർ ആകാശത്തേക്കുയർന്നു പോയെന്നും അവരുടെ ഭൗതികശരീരം ഭൂമിയിൽ പതിക്കുകയുണ്ടായി എന്നും ബുദ്ധകഥയിൽ വിവരിക്കുന്നു.

ശ്രീബുദ്ധൻ ഋഷിപട്ടനയിൽ വന്ന് ‘ധമ്മചക്കപ്പവടനസുട്ട’ (ധർമ്മം

ചക്രവർത്തന സൂക്തം) ഉപദേശിച്ചു. ബുദ്ധൻ ഉപദേശിച്ച ആദ്യ സൂക്തം അതായിരുന്നു. നാല് വിശുദ്ധ സത്യങ്ങൾ അദ്ദേഹം പഠിപ്പിച്ചു. ഉരുവേലത്തുനിന്ന് തന്റെ പഴയ സഹശ്രമണരെത്തേടിയാണദ്ദേഹം കാശിയിലെത്തിയത്. ആദ്യ മഴക്കാലം ചെലവഴിച്ചത് സാരാനാഥിലെ മുലഗന്ധകുടിയിൽ. അന്ന് സംഘാംഗങ്ങൾ അറുപതായിരുന്നു. അറുപതു പേരും ധർമ്മോപദേശം പകരാൻ പല വഴിക്കു പിരിഞ്ഞു. ബി സി രണ്ടാം ശതകത്തിൽ ഋഷിപട്ടനയിൽ ഒട്ടനവധി ബുദ്ധാനുയായികൾ ഉണ്ടായിരുന്നു. ശ്രീലങ്കയിലെ അനുരാധപുരത്ത് മഹാസ്തൂപ സ്ഥാപന സമയത്ത് 12000 ബുദ്ധഭിക്ഷുക്കൾ പങ്കെടുത്തിരുന്നു. 1500 ഭിക്ഷുക്കൾ ഋഷിപട്ടനയിൽ പഠിക്കുന്നത് കണ്ടിട്ടുണ്ടെന്ന് ഹു ൻ സാങ് രേഖപ്പെടുത്തിയിട്ടുണ്ട്.

സംഘാരാമയിൽ 200 അടി ഉയരത്തിൽ സ്വർണ്ണ കവചത്തോടെ സ്തൂപാഗ്രം കാണാം. ധർമ്മചക്രം തിരിക്കുന്ന ശ്രീബുദ്ധന്റെ പൂർണ്ണകായ പ്രതിമയ്ക്കുള്ളിൽ സ്വർണ്ണ മാങ്ങ ഉണ്ടായിരുന്നതായി ഹുൻ സാങ്ങിന്റെ മറ്റൊരു വെളിപ്പെടുത്തൽ.

'ലയൺ കാപ്പിറ്റൽ ഓഫ് അശോക' എന്നാണ് അശോക സ്തംഭത്തിനു മുകളിൽ നാലു ദിശകളിലേക്കും നോക്കിനില്ക്കുന്ന സിംഹപ്രതിമയ്ക്ക് പേര്. നാല് ഏഷ്യൻ സിംഹങ്ങൾ പരസ്പരം പുറംതിരിഞ്ഞ് നില്ക്കുന്നു. ഒറ്റക്കല്ലിൽ രൂപപ്പെടുത്തി മിനുസപ്പെടുത്തിയത്. കുതിര, ആന, കാള, സിംഹം ഇങ്ങനെ നാലു മൃഗങ്ങളുടെ രൂപങ്ങൾ കൊത്തിയ ചതുര പീഠത്തിനു മുകളിലാണ് മേല്പറഞ്ഞ നാലു സിംഹങ്ങളും. പീഠത്തിലെ മൃഗങ്ങൾക്കിടയിൽ ധർമ്മചക്രം. ചക്രത്തിന് 24 ആരക്കാലുകൾ. പീഠം ഉൾപ്പെടെ ഏഴടിയാണുയരം. സാരാനാഥിലെ സ്തംഭം മറ്റെല്ലാ സ്തംഭങ്ങളേക്കാളും വലുതാണ്. ഇതിലെ ധർമ്മചക്രമാണ് ഭാരത ദേശീയ പതാകയുടെ മദ്ധ്യത്തിലെ ചിഹ്നം. അശോക സ്തംഭത്തിലെ സിംഹമാണ് ദേശീയ ചിഹ്നം.

കാളയും ആനയും കുതിരയും ശ്രീബുദ്ധനുമായി ബന്ധപ്പെട്ടിരിക്കുന്നു. സിംഹം ബുദ്ധന്റെ അടയാളമായി കരുതപ്പെടുന്നു. നാലു സിംഹങ്ങൾ നാലു ദിശകളിലേക്കും ധർമ്മം പ്രചരിപ്പിക്കുന്നതിന്റെ സൂചനയാവാം, നാലു വിശുദ്ധ സത്യങ്ങളുമാവാം.

നാലു സിംഹങ്ങൾ നാലു വേദങ്ങളെ സൂചിപ്പിക്കുന്നുവെന്ന് ഹൈന്ദവർ.

നാലു സിംഹങ്ങൾ നാലു യോഗയെ സൂചപ്പിക്കുന്നുവെന്ന് ജൈനർ.

ഥേരാവാദ വിഭാഗം വിഗ്രഹാരാധന ഇഷ്ടപ്പെടുന്നില്ല.

സിദ്ധാർത്ഥ ഗോതമൻ ശ്രീബുദ്ധനായ ശേഷം തന്റെ ഒന്നാം പ്രബോധനം ഇവിടെ നിർവ്വഹിച്ചു. തന്നോടൊപ്പം ജ്ഞാന സമ്പാദനത്തിനിറങ്ങിത്തിരിക്കുകയും വഴിയിലെപ്പോഴോ ആശയ സംഘട്ടനംമൂലം വേർപിരിയുകയും ചെയ്ത അഞ്ചു ശ്രമണരോടായിരുന്നു ഉപദേശം. ഈ സന്ദർഭത്തെ ധർമ്മ-ചക്ര-പ്രവർത്തന (The turning of the wheel of law) എന്നു പറയുന്നു. കൗണ്ടിന്യ, ഭാദ്രിയ, മഹാനാമ, വാപ്പ, അശ്വ

സാരാനാഥിനു മുന്നിലെ തോട്ടം

ജിത്ത് എന്നീ അഞ്ചു ശ്രമണരടങ്ങിയ ആദ്യ ഭിക്ഷുസംഘം ഇവിടെ ശ്രീബുദ്ധനാൽ സ്ഥാപിതമായി.

ഡോക്ടർ ഡങ്കൻ, കേണൽ മക്കൻസിയുമായിച്ചേർന്ന് 1798 ൽ ആരംഭിച്ച പര്യവേക്ഷണം പലഘട്ടങ്ങളിലായി 1915 വരെ നീണ്ടു. ഈ ഖനനത്തിലൂടെ ഒട്ടനവധി വിഹാരങ്ങളും സ്തൂപങ്ങളും വിഗ്രഹങ്ങളും വെളിച്ചം കണ്ടു. ബി സി മൂന്നാം നൂറ്റാണ്ടു മുതൽ 13-ാം നൂറ്റാണ്ടുവരെയുള്ള നിരവധി പുരാവസ്തുക്കൾ കണ്ടെടുക്കുകയുണ്ടായി. ഇക്കാലമത്രയും തുടർച്ചയായ ജനവാസമുണ്ടായിരുന്നുവെന്നും ശേഷം വിസ്മൃതിയിൽ ആണ്ടെന്നും വേണം കരുതാൻ. പര്യവേക്ഷണത്തിന് വാരണാസിയിലെ (കാശിയിലെ) രാജാവ് ചേത്സിങ്ങിന്റെ ദിവാൻ ജഗത്സിങ്ങിന്റെ സഹായം വിലപ്പെട്ടതായിരുന്നുവെന്ന് രേഖകളുണ്ട്. അലക്സാണ്ടർ കണ്ണിങ്ഹാമും പര്യവേക്ഷണ സംഘത്തിൽ പ്രമുഖ സ്ഥാനം വഹിച്ചിരുന്നു. ധാമേഖ് സ്തൂപം, അശോക സ്തംഭം, ധർമ്മരാജിക സ്തൂപം, ചൗഖണ്ഡി സ്തൂപം, മുലഗന്ധകുടി, എല്ലാറ്റിനുമുപരി ധർമ്മ ചക്രവും (ധമ്മ ചക്ക എന്നു പാലിയിൽ) നിധിപോലെ കണ്ടെടുത്തവയാണ്.

വാരണാസിക്കു 13 കിലോമീറ്റർ ദൂരം വടക്കുകിഴക്കായാണ് സാരാനാഥ്. 'സാരാനാഥ് ഡിയർ പാർക്ക് മിനി സൂ' എന്ന ചെറിയ മ്യൂസിയം ചന്തമുള്ള ശിലാമന്ദിരമാണ്. മനോഹരമായി ചെത്തിയൊരുക്കിയ നടപ്പാതയ്ക്കിരുവശവും പഞ്ചവർണ്ണക്കൊടിക്കൂറകൾ ഇളം തെന്നലിൽ താള

ഭംഗിയോടെ ഞങ്ങളെ സ്വാഗതംചെയ്തു. ഇരുന്നൂറടിയോളം നടക്കണം. വർണ്ണപുഷ്പങ്ങളുടെ ഭാരം താങ്ങാനാവാത്തതുകൊണ്ടാവാം കൊടികൾക്കിടയിലെ പൂച്ചെടികൾ പ്രണാമം ചെയ്യുന്നതുപോലെ നിലംപറ്റിക്കിടന്നു. മ്യൂസിയത്തിനോട് ചേർന്നാണ് മുലഗന്ധകുടി വിഹാരം. ലോക ബുദ്ധമത വിശ്വാസി സമൂഹത്തിന്റെ ഏറ്റവും ശ്രദ്ധേയമായ മഹാബോധി മഹാക്ഷേത്രം സ്ഥാപിച്ച ശ്രീലങ്കൻ രാജാവ് ധർമ്മപാലന്റെ പുത്രൻ അനഗാരിക ധർമ്മപാലൻ നിർമ്മിച്ച് നല്കിയതാണ് ഋഷിപട്ടനയിലെ ഈ ആരാധനാലയം. പ്രബോധനങ്ങൾക്ക് ശ്രീബുദ്ധൻ ഇവിടെ തുടക്കമിട്ടു.

മുലഗന്ധകുടിയിലെ ചത്വരമണ്ഡപത്തിൽ ബുദ്ധസന്ന്യാസിമാർ വട്ടമിട്ടിരുന്ന് പ്രാർത്ഥിക്കുന്നു, നിശ്വാസത്തേക്കാളും നേർത്ത ശബ്ദത്തിൽ. അവർക്കു ചുറ്റും അഞ്ചു ഭിക്ഷുക്കളുടെ പൂർണ്ണകായ പ്രതിമകൾ. കൗണ്ടിന്യ മുതൽ അശ്വജിത്തുവരെയുള്ള ഈ അഞ്ചു പേരെയന്വേഷിച്ചാണല്ലോ ബുദ്ധൻ കാശിയിലേക്ക് തിരിച്ചത്. ബുദ്ധനെ വെറുത്തിരുന്ന അവർ പക്ഷേ, ബുദ്ധന്റെ ഓരോ കാലടികളും തങ്ങളോടടുക്കുംതോറും ബുദ്ധന്റെ ആരാധകരായിത്തീരുകയായിരുന്നുവത്രേ.

വൃത്തിയിലും ശുദ്ധിയിലും പരിപാലിക്കപ്പെടുന്ന മുലഗന്ധകുടിയിലേക്ക് വിദേശികൾ സംഘം സംഘമായി എത്തിക്കൊണ്ടിരുന്നു. ഞങ്ങൾ മ്യൂസിയത്തിൽ പ്രവേശിച്ചു. അതിരാവിലെ 4 മണി മുതൽ രാത്രി 8 വരെ സന്ദർശകർക്ക് പ്രവേശിക്കാം; സൗജന്യമായി. ഉച്ചയ്ക്ക് 2 മണിക്കൂർ മാത്രം ഇടവേള. മ്യൂസിയം എന്നാണ് പേരെങ്കിലും അതും ആരാധനാലയമാണ്. ശ്രീബുദ്ധൻ സിംഹശയ്യയിൽ ശയിക്കുന്നു. പ്രതിമയ്ക്കുചുറ്റും ചുവരുകളിലെ രേഖാചിത്രങ്ങളിലൂടെ ബുദ്ധകഥകൾ ഗ്രഹിക്കാം.

'ധമേക്ക്' സ്തൂപം തലയെടുപ്പോടെ ഉയർന്നു നില്ക്കുന്നത് ദൂരെ നിന്നേ കാണാം. ഒരു പൂർണ്ണകായ സ്തൂപം ആദ്യമായാണ് ഞാൻ കാണുന്നത്. പച്ചപ്പുല്ലു വിരിച്ച മൈതാനത്തിൽ പനമരങ്ങൾ കൊലുന്നനെ നിന്നു; അവയ്ക്കിടയിലൂടെ ഞങ്ങൾ നടന്നു. സാരാനാഥിന്റെ സവിശേഷതകൾ പഠിപ്പിച്ചു തരാമെന്നേറ്റ് നൂറുരൂപ അഡ്വാൻസ് വാങ്ങിപ്പോയ ചെറുപ്പക്കാരൻ ഗൈഡിനെ കാണാനില്ല. സ്തൂപത്തിനു സമീപം വിവരണങ്ങൾക്കായി കാതോർത്തു നിന്നിരുന്ന വിദേശി സന്ദർശകരും അവരോട് പതിഞ്ഞ ശബ്ദത്തിൽ രഹസ്യം കൈമാറുംപോലെ ഒരു ഗൈഡും. അബദ്ധത്തിൽപ്പോലും സ്വന്തം ക്ലയൻസ് അല്ലാതെ മറ്റാരുംതന്നെ പ്രയോജനപ്പെടുത്തരുത് എന്ന് അയാൾ കരുതുന്നുണ്ടാവണം. ധമേക്ക് സ്തൂപത്തിനുമപ്പുറത്ത് ധർമ്മരാജിക സ്തൂപവും നൂറു കണക്കിന് ഉപസ്തൂപങ്ങളും.

അശോകസ്തംഭം ഒടിഞ്ഞ് മൂന്നു കഷണങ്ങളായി, ഒരു ഇരുമ്പ് കേജിൽ സംരക്ഷിച്ചിരിക്കുന്നു. സ്തംഭം മാത്രം. ലയൺ കാപ്പിറ്റൽ മാറ്റപ്പെട്ടിരിക്കുന്നു. അശോകന്റെ ശിലാരേഖകൾ പതിഞ്ഞ ഈ സ്തംഭത്തുണ്ടുകൾ 12-ാം നൂറ്റാണ്ടിൽ തുർക്കികളാൽ തകർക്കപ്പെട്ടതിന്റെ ബാക്കിപത്രമാണ്.

സാരാനാഥിലെ ശാന്തിസ്തൂപം മറ്റേതു ശാന്തിസ്തൂപത്തേക്കാളും വേറിട്ട രൂപത്തിലും അളവിലുമാണ്. ഇതിന് അമ്പതടി മുന്നിലായി രണ്ട് സ്തംഭങ്ങൾ ദ്വാരപാലകരെപ്പോലെ നില്പുണ്ട്.

'പ്രാചീന ബുദ്ധസ്ഥൽ' വിജനമായിരുന്നു. മൂലഗന്ധകുടിക്ക് ഒട്ടും ദൂരത്തിലല്ല സാരാനാഥ് മ്യൂസിയം. പുരാവസ്തു വിഭാഗത്തിന്റെ (Archeological Dept) ഈ മ്യൂസിയം 1910 ൽ സ്ഥാപിതമായി. വാസ്തു ശില്പി ജേയ്ംസ് റേൻസം ഡിസൈൻ ചെയ്ത് 1904 ൽ ആരംഭിച്ച നിർമ്മാണം. പൂർണ്ണമായും മണൽ കല്ലിൽ (sand stone) നിർമ്മിച്ച ഈ അതിമനോഹര മന്ദിരത്തിന് അഞ്ച് ഗാലറികളുണ്ട്, ഒരു ഗോഡ് ഗാലറിയുണ്ട്, വടക്കും തെക്കും ഓരോ വരാന്തകളുണ്ട്. ബി സി 3-ാം ശതകം മുതൽ 12-ാം ശതകം വരെയുള്ള ഏഴായിരത്തിൽപ്പരം പുരാവസ്തുക്കൾ ഇവിടെ വിവിധ ഗാലറികളിലായി പ്രദർശനത്തിനൊരുക്കിയിരിക്കുന്നു. ചരിത്ര പുസ്തകത്തിന്റെ താളുകളെന്നോണം അഞ്ചു ഗാലറികളിൽ കയറിയിറങ്ങുമ്പോൾ ഗുപ്ത, മൗര്യ, കുശാന കാലഘട്ടങ്ങളിലൂടെ കടന്നുപോയ പ്രതീതിയായിരുന്നു. ചുനാർ കല്ലിൽ 2.31 മീറ്റർ വലുപ്പമുള്ള അശോക സ്തംഭത്തിൽനിന്ന് അടർത്തിയെടുത്ത, ലയൺ കാപ്പിറ്റലും ധർമ്മ ചക്രവും ആണ് ഏറെ ആകർഷകം. രണ്ടായിരത്തി മുന്നൂറാണ്ടുകൾകൊണ്ട് ഭാഷയ്ക്കുണ്ടായ പരിണാമം ചിത്രീകരിച്ച, ഘട്ടം ഘട്ടമായി താരതമ്യപഠനത്തിനുതകുന്ന ഫലകം എന്നെ സ്വാധീനിച്ചു. ബുദ്ധന്റെ വിവിധ രൂപങ്ങൾ, വിവിധ നാമത്തിൽ, പലകാലങ്ങളിൽ നിർമ്മിച്ചവ, ഓരോന്നും മനസ്സിൽ സൂക്ഷിക്കാനാവാത്തവിധം ബൃഹത്തായിരുന്നു. ഫോട്ടോ എടുക്കാൻ അനുവാദമില്ല. കൈയിൽ വിഷപ്പാത്രമേന്തിയ നീലകാന്ത അവലോകിതേശ്വരനോ, ബോധിസത്വ മൈത്രേയനോ, നെഞ്ചിൽ വജ്രം പതിച്ച വജ്രപാണിയോ, അവരാജിതനോ, മാരീചിയോ, വസുധാരയോ പ്രതിനിധീകരിക്കുന്നതെന്തിനെ എന്നറിയാൻ ഗൈഡിന്റെ ആത്മാർത്ഥ സഹകരണമുണ്ടായിട്ടും കഴിഞ്ഞില്ല. വലതുകൈയിൽ ജപമാലയും ഇടതുകൈയിൽ ചഷകവും നെഞ്ചിൽ മാനിന്റെ തലയുടെ രൂപവുമായി നില്ക്കുന്ന മൈത്രേയൻ ഭാവിയിൽ അവതരിക്കാനിരിക്കുന്ന ബുദ്ധനത്രേ.

പ്രതിമകളെല്ലാം അംഗഭംഗം സംഭവിച്ചവയായിരുന്നു ബോധിസത്വന്റെ ഛത്രം (കുട) രണ്ടു കഷണങ്ങളായി സൂക്ഷിച്ചിരിക്കുന്നു.

31-5-1990 ൽ സാരാനാഥിലെ മ്യാൻമർ വിഹാരത്തിനു സമീപത്തു നിന്നും ഖനനം ചെയ്തെടുത്ത ഒരു കളിമൺ പേടകത്തിൽ സ്വർണ്ണ ഉരുപ്പടികളായിരുന്നു. ബുദ്ധകാലത്തെ മതചിഹ്നങ്ങൾ ഉള്ള പേടകത്തിൽ പൊട്ടിയതും പൊട്ടാൻ പാകത്തിലുള്ളതുമായ, സ്വർണ്ണത്തിലും ചെമ്പിലുമുള്ള ആഭരണങ്ങൾ സൂക്ഷിച്ചിരുന്നു. അവ മ്യൂസിയത്തിൽ ഉചിതമായി പ്രദർശിപ്പിച്ചിട്ടുണ്ട്.

പ്രദർശനശാലയും അതിനുമുന്നിലെ ആരാമവും ശ്രേഷ്ഠ വിഹാരത്തെപ്പോലെ പരിപാലിച്ചു പോരുന്നതായി കാണാം. പ്രദർശന വസ്തു

ക്കളെ പരിചയപ്പെടുത്താൻ നിയോഗിക്കപ്പെട്ടിരുന്ന ജീവനക്കാർ തൊഴിലിനോടു നീതി പുലർത്തി. മ്യൂസിയത്തിലേക്കുള്ള പ്രവേശന ഫീസ് വെറും അഞ്ചു രൂപയേയുള്ളൂ.

സാരാനാഥിലെ വിഹാരങ്ങൾ പടുത്തുയർത്താൻ അക്കാലത്തെ വ്യാപാരികളുടെയും പ്രഭുക്കന്മാരുടെയും സഹായം ഉണ്ടായിരുന്നു. 12-ാം നൂറ്റാണ്ടിലുണ്ടായ വൈദേശികാക്രമണത്തിൽ തച്ചുടയ്ക്കപ്പെടുകയും പിന്നീട് മൺമറഞ്ഞുപോകുകയും ചെയ്ത സംസ്കൃതിയുടെ പൊട്ടിപ്പോയ കണ്ണികളെ ചികഞ്ഞെടുത്ത് വീണ്ടും ഇണക്കിച്ചേർക്കാൻ യത്നിച്ച പുരാവസ്തു ശാസ്ത്രജ്ഞർ അളവില്ലാത്ത പ്രശംസ അർഹിക്കുന്നു.

13

കാശി

പ്രകാശത്തിന്റെ നഗരം (city of lights). കാസ് എന്നാൽ തിളക്കം, ആ പദത്തിൽ നിന്നത്രേ 'കാശി' രൂപപ്പെട്ടത്. കാലം ഉണ്ടായപ്പോൾ കാശിയുമുണ്ടായിരുന്നു. ശിവ-പാർവ്വതിമാർ നിർമ്മിച്ച കാശി നഗരം. ജീവിത സായാഹ്നത്തിൽ പണ്ഡിത-പാമര, കുചേല-കുബേര സ്ത്രീ-പുരുഷ ഭേദമെന്യേ അഭയമടഞ്ഞിരുന്ന കാശി. കാശിക്ക് അനുബന്ധം രാമേശ്വരം; ഉത്തരത്തിലും ദക്ഷിണത്തിലും. (കാശി രാമേശ്വരമെന്നത് ഒറ്റ ക്ഷേത്രമെന്നുപോലും തെറ്റിദ്ധരിക്കപ്പെട്ടിരുന്നു.) കാശിയിലെത്തിയാൽ മോക്ഷം സുനിശ്ചിതം. ജീവിതലക്ഷ്യംപോലും മോക്ഷം പ്രാപിക്കലാണല്ലോ.

ഭാരതത്തിലെ ഏഴ് അതിപ്രധാന പുണ്യസ്ഥലങ്ങളിൽ ഉന്നത സ്ഥാനത്താണ് കാശി. അയോദ്ധ്യ, മഥുര, ഗയ, കാഞ്ചി, അവന്തിക, ദ്വാരക, കാശി എന്നീ സപ്ത തീർത്ഥങ്ങളിൽ പ്രമുഖമാണ് കാശി. ഹൈന്ദവരെക്കൂടാതെ ജൈനർക്കും ബുദ്ധമതസ്ഥർക്കും കാശി പ്രിയങ്കരംതന്നെ. ബി സി 8-ാം നൂറ്റാണ്ടിൽ 23-ാം തീർത്ഥങ്കരൻ പാർശ്വനാഥൻ ജനിച്ചത് കാശിയിലാണ്.

വരുണ, അസ്സി എന്നീ നദികൾക്കിടയിലെ പ്രദേശമായതിനാൽ കാശിക്ക് വാരണാസി എന്ന് പേര്. വാരണാസി എന്നും വാരാണസി എന്നും ഉച്ചരിക്കാം. ഭാരതത്തിന്റെ ആത്മീയ തലസ്ഥാനമാണ് വാരണാസി. 3500 വർഷത്തെ പൈതൃകമവകാശപ്പെടുന്ന അതിപുരാതന നഗരം. വാരണാസിയിൽ ആരും മരിക്കാറില്ല; മോക്ഷമടയുകയേ ഉള്ളൂ. പരമശിവന് വാരണാസിയെ പ്രിയമാണ്. ബ്രഹ്മഹത്യാ പാപം പാണ്ഡവർ കഴുകിക്കളഞ്ഞത് വാരണാസിയിൽ. ആദിശങ്കരനാണ് ഇവിടെ ശിവാരാധനയ്ക്ക് തുടക്കം കുറിച്ചത്. ഇവിടെ വന്നു പോകാത്ത ദിവ്യന്മാരോ മഹാന്മാരോ ഇല്ല. ഭക്തിപ്രസ്ഥാനത്തിലെ പലർക്കും വാരണാസിയായിരുന്നു പ്രിയം. വാരണാസി ക്ഷേത്രം ഒരിക്കലും നശിക്കുന്നില്ല. അവിമു

ക്തയാണ് വാരണാസി. ഇവിടെ അനുഷ്ഠിക്കുന്ന ഹോമ കർമ്മങ്ങൾ, ജപം, തപസ്സ്, ദാനം എന്നിവ അവിമുക്തമായിരിക്കും. അവിമുക്തത്തിൽ ഹരിച്ഛന്ദ്ര തീർത്ഥം, ആവൃതകേശ്വര തീർത്ഥം, ദ്യോവേശ്വര തീർത്ഥം, ശ്രീപാർവ്വതീ തീർത്ഥം, ചണ്ഡേശ്വര തീർത്ഥം, കേദാര തീർത്ഥം എന്നിങ്ങനെ 8 തീർത്ഥങ്ങൾ ഉണ്ട്.

സ്വർഗ്ഗം-ഭൂമി-പാതാളലോകങ്ങളെ പിളർന്നു നിന്ന 12 ജ്യോതിർലിംഗങ്ങളിൽ (pillar of lights) ഒന്ന് വാരണാസിയിലാണ്. ഗുജറാത്തിലെ സോമനാഥും ശ്രീശൈലത്തിലെ മല്ലികാർജ്ജുനയും ഉജ്ജൈനിലെ മഹാകാളേശ്വറും മദ്ധ്യപ്രദേശിലെ ഓംകാരേശ്വറും, ഹിമാലയത്തിലെ കേദാർനാഥും മഹാരാഷ്ട്രയിലെ ഭീമ ശങ്കറും ത്രയംബാകേശ്വറും ശ്രീകൃഷ്ണേശ്വറും, ജാർഖണ്ഡിലെ വൈദ്യനാഥും, ദ്വാരകയിലെ നാഗേശ്വറും തമിഴ്നാട്ടിലെ രാമേശ്വരവും ആണ് മറ്റു 11 ജ്യോതിർലിംഗങ്ങൾ.

ഭാരതത്തിലെ 51 ശക്തിപീഠങ്ങളിലൊന്ന് വാരണാസിയിൽ. സതിയുടെ ഭൗതിക ശരീരത്തിലെ 'ചെവി'യും (കർണ്ണം) ചെവിയിലെ മണിയും (ആഭരണം) ചേർന്നു വന്നു പതിച്ചത് ഗംഗാതീരത്തെ മണികർണ്ണികാ ഘട്ടിൽ ആണ്.

സാരാനാഥിലെ ശാന്തതയിൽനിന്ന് പതിമൂന്നു കിലോമീറ്റർ മാത്രം ദൂരത്ത് വാരണാസിയിലെ ആരവങ്ങളിലേക്ക് അണയാൻ അരമണിക്കൂർ സമയമേ വേണ്ടിവന്നുള്ളൂ. ബനാറസ് എന്ന വാരണാസി, വ്യവസായ, വാണിജ്യ, പരിഷ്കാരങ്ങളാൽ സ്വാധീനിക്കപ്പെട്ടുവെങ്കിലും, മുഖച്ഛായക്കു ചായം തേയ്ക്കാതെ ഗംഗാതീര ഘട്ടങ്ങൾ ഇന്നും ലക്ഷക്കണക്കിന് തീർത്ഥാടകരെ ഉൾക്കൊള്ളുന്നു.

വാടകയ്ക്കെടുത്ത ബോട്ടിലിരുന്ന് ഗംഗയുടെ വിരിമാറിലൂടെ തുഴഞ്ഞു നീങ്ങിയപ്പോൾ മണികർണ്ണികാഘട്ടിലെ ചിതയെരിഞ്ഞുയർന്ന തീക്ഷ്ണ ജ്വാല ഞങ്ങളിൽ പവൻനിറം പകർന്നു. ജീവിതത്തിന്റെ ലക്ഷ്യമറിയാതലയുന്നവർക്കും ജീവന്റെ പൊരുൾ തേടിയുഴറുന്നവർക്കും മണികർണ്ണികാ ഘട്ടിൽ ഒരു അദ്ധ്യാത്മ വിദ്യാലയം ദർശിക്കാം.

ചിതകൾ കനലായി മാറുമ്പോൾ മനസ്സിലെവിടെയോ നൊമ്പരങ്ങൾ കോറി. ഊഴം കാത്ത് ചേതനയറ്റു ശയിക്കുന്ന ജഡങ്ങൾ, എരിയുന്ന ജഡങ്ങൾ, വെന്തതും വേകാത്തതുമായ മൃതശരീരങ്ങളെ മോക്ഷദായിനിയിലേക്ക് ഉന്തിവിടുന്നവർ, വിറകിനും കർമ്മത്തിനും കണക്കു പറഞ്ഞ് കാശുവാങ്ങുന്നവർ, ആരവങ്ങളില്ലാത്ത ആഘോഷമല്ലാത്ത അനുഷ്ഠാനങ്ങൾ, അനിവാര്യമായ ശോകാന്തരീക്ഷം, മൂകത, ശ്മശാന മൂകത.

കാശിയും പ്രയാഗും അലഹബാദും കറങ്ങി നടന്നു കാണാൻ രണ്ടു ദിനങ്ങൾ ഇനിയും ബാക്കി. പക്ഷേ, തുടർന്നുള്ള യാത്രയ്ക്ക് സാരഥിയായി സോനു മാത്രം. തന്റെ സേവനം അവസാനിപ്പിക്കുവാൻ അനുവദിക്കണമെന്ന ആമുഖത്തോടെ രാജ വിടപറയുന്നുവെന്ന് അറിയിച്ചു; ഒരു വിടപറയൽ പ്രസംഗം.

"ഒരുനിമിഷം, എനിക്ക് പറയാനുള്ളത് ദയവായി കേൾക്കണം."

കാശിയിലെ ശിവഭക്തൻ

രാജയ്ക്ക് പറയാനുള്ളതെന്താണെന്നറിയാൻ ഞങ്ങൾ താല്പര്യം കാണിച്ചു. ഞങ്ങൾക്ക് ആകാംക്ഷയായി. കഴിഞ്ഞ ഏഴു നാളുകൾ സ്തുത്യർഹമായി സേവനമനുഷ്ഠിച്ചുവെന്നവകാശപ്പെടുകയായിരിക്കാം, അതിന്റെ പേരിൽ ബക്ഷീസ്, ബോണസ്, പാരിതോഷികങ്ങൾ ആവശ്യപ്പെടുകയാവാം. അയാൾ തുടർന്നു.

"കഴിഞ്ഞ കുറച്ചു ദിവസങ്ങൾ ഞാനും സോനുവും നിങ്ങൾക്കൊപ്പം നിങ്ങളിലൊരുവനായി സഞ്ചരിച്ചപ്പോൾ ഇത് എന്റെ തൊഴിലിന്റെ ഭാഗമാണെന്ന് എനിക്കെന്തോ തോന്നിയില്ല. ഒരുപക്ഷേ, നിങ്ങൾ ആരുംതന്നെ ഒരു ഡ്രൈവർ എന്ന നിലയിൽ വിവേചനത്തോടെ പെരുമാറിയില്ല എന്നതാണ് ശരി. ഞങ്ങളുടെ സേവനത്തെ ഇകഴ്ത്തിക്കാണുകയില്ലാ എന്ന് വിശ്വസിക്കട്ടെ. എന്റെയോ അർദ്ധ സഹോദരൻ സോനുവിന്റെയോ ഭാഗത്തുനിന്ന് അനിഷ്ടമായതെന്തെങ്കിലും സംഭവിച്ചിട്ടുണ്ടെങ്കിൽ ദയവായി മാപ്പു തരിക."

രാജ തുടർന്നു, കുറച്ചുകൂടി ഉറച്ച ശബ്ദത്തിൽ.

"ഞാനിവിടെയാണ് ജനിച്ചത്. ഈ ഗംഗാജലം സ്പർശിക്കുന്നത് പുണ്യമായി ഞാൻ കരുതുന്നു. എത്രയെത്ര മഹാന്മാരാണ് ഇവിടെ വന്നുപോയിട്ടുള്ളത്, എത്ര ദിവ്യന്മാരിവിടെ ജന്മമെടുത്തു. ഈ ഗംഗയും ഈ ക്ഷേത്രവും കാശി വിശ്വനാഥനും ഈ കാണുന്ന ശ്മശാനങ്ങളുമില്ലെങ്കിൽ എന്തു കാശി, പിന്നെ എന്തു ജീവിതം?

എല്ലാ ആരാധനാലയങ്ങളിലും ഞാൻ നിങ്ങൾക്കൊപ്പം വന്നു. ഏതു

മതസ്ഥരുടേതെന്ന ചിന്ത എന്നെ അലട്ടിയില്ല. പ്രാർത്ഥനകളിൽ ഞാനും പങ്കുകൊണ്ടു.

ഞാൻ രാജ. സഹീർ രാജ എന്ന് മുഴുവൻ പേര്. എന്റെ സ്വഭാവം കൊണ്ടും പെരുമാറ്റംകൊണ്ടും ഞാനൊരു മുസൽമാനാണെന്ന് നിങ്ങൾ മനസ്സിലാക്കിക്കാണില്ല എന്നു കരുതുന്നു. അങ്ങനെയാവണമെന്നാണെന്റെ ആഗ്രഹവും. അള്ളാഹു ആണ് എന്റെ ദൈവം. പക്ഷേ, ഞാൻ ഭാരതീയനാണ്. ഞാനോ എന്റെ മുതുമുത്തച്ഛന്മാരോ ഏതെങ്കിലും മുസ്ലീം രാജ്യത്തുനിന്നു വന്നവരല്ല. ഏതോ അവസരത്തിൽ മതപരിവർത്തനത്തിലൂടെ മുസ്ലീമായവരുടെ പിന്തുടർച്ചക്കാരനാണ് ഞാൻ. ഞാനെങ്ങനെ ഭാരതീയനല്ലാതാകും.

ഒരു ദൈവം. അതേതു രൂപത്തിലായാലും ഒന്നുമാത്രം. എന്റെ പിതാവ് മുസൽമാനായിരുന്നതുകൊണ്ട് ഞാനും മുസൽമാനായി. ഇത് ഞാൻ സ്വയം തെരഞ്ഞെടുത്തതല്ല. അതിൽ ഞാൻ സന്തോഷവാനുമല്ല നിരാശനുമല്ല. സ്വന്തം താല്പര്യങ്ങൾക്കുവേണ്ടി മതവിദ്വേഷം വളർത്തുന്നവരുണ്ട്. മതവികാരം ഇളക്കിവിടുന്നവരുണ്ട്. എന്നാൽ അതിലൊന്നും പെടാതെ സാഹോദര്യത്തോടെ, മനുഷ്യരായി കഴിയാനാഗ്രഹിക്കുന്നവരാണ് ബഹുഭൂരിപക്ഷവും. എന്നെ ഒരു സഹോദരനെപ്പോലെ, നിങ്ങളിലൊരുവനായി കരുതിയതിന് നന്ദി."

കൂപ്പുകൈകളോടെ, പ്രസംഗമവസാനിപ്പിച്ച് സഹീർ രാജ ബോട്ടിൽ നിന്നിറങ്ങി കല്പടവുകളിലൂടെ മുകളിലേക്കു പോയി, ജനസഞ്ചയത്തിൽ മറഞ്ഞു. രാജയുടെ മനസ്സിൽനിന്നുതിർന്നു വീണ ഹൃദയത്തിൽ തട്ടുന്ന വാക്കുകളുടെ അർത്ഥതലങ്ങൾ തേടി ഞങ്ങൾ നിർന്നിമേഷരായി.

ശ്രീബുദ്ധന്റെ ഉപദേശം രാജയോട് എനിക്ക് പറയാനുണ്ടായിരുന്നു.

"നീ നിന്റെ ദീപമാകുക."

ഗ്രന്ഥസൂചി

രചനയിൽ ശ്രീബുദ്ധനെ അവതരിപ്പിക്കാൻ ഗ്രന്ഥകാരൻ ആശ്രയിച്ച പുസ്തകങ്ങൾ.

1. **ബുദ്ധചരിതം:** അശ്വഘോഷൻ, പുനരാഖ്യാനം, എൻ കെ ദാമോദരൻ, ജനറൽ എഡിറ്റർ, ഡോ. കെ അയ്യപ്പപ്പണിക്കർ, ഡി സി ബുക്സ്, കോട്ടയം.
2. **ഭഗവാൻ ബുദ്ധൻ:** ധർമ്മാനന്ദ കോസംബി. വിവർത്തനം. പി ശേഷാദ്രി അയ്യർ, കറന്റ് ബുക്സ്, തൃശൂർ.
3. **ജിനചരിതം:** ശ്രീലങ്കൻ മഹാകവി മേധാങ്കര. പരിഭാഷ: ശൂരനാട് രവി, യുവമേള പബ്ലിക്കേഷൻസ്, കൊല്ലം-3.
4. **BUDDHA, Osho** - Random House, India.
5. **ബുദ്ധസരണങ്ങൾ :** ടി വി വേണുഗോപാലൻ, ചിന്ത പബ്ലിഷേഴ്സ്, തിരുവനന്തപുരം-1.

9 789384 445713

Printed by Libri Plureos GmbH in Hamburg,
Germany